நூலாசிரியர் பக்தவத்சல பாரதி (பி.1957) தமிழ்ச் சூழலில் மானிடவியல் சொல்லாடலை உருவாக்கியவர். இதுவரை 20 நூல்களை எழுதியும் பத்து நூல்களைப் பதிப்பித்தும் மொழி பெயர்த்தும் உள்ளார். பாரதியின் பண்பாட்டு மானிடவியல் தமிழ் மானிடவியலின் விவிலியம். தமிழர் மானிடவியல், மானிடவியல் கோட்பாடுகள் உள்ளிட்டவை பல்கலைக்கழகங்களில், பல கல்லூரிகளில் பாடநூல்கள். தமிழ்ச் சமூகத்தின் இருத்தலைத் திராவிட மானிடவியல், இன்றைய தமிழ்ச் சமூகம், சாதியற்ற தமிழர்-சாதியத் தமிழர் ஆகியவை நிறுவியுள்ளன. இலக்கிய மானிடவியல், பாணர் இனவரைவியல், கிராவின் கரிசல் பயணம் ஆகிய மூன்றும் தமிழியற் புலத்தில் மிகுந்த கவனம் பெற்றுள்ளன. தமிழகப் பழங்குடிகள், தமிழகத்தில் நாடோடிகள், வரலாற்று மானிடவியல் ஆகியவை விளிம்புநிலை, பின்காலனியம் சார்ந்தவை. பண்பாட்டு உரையாடல் தமிழ்ச் சூழலில் புதிய விவாதங்களை எழுப்புகிறது. பாரதியின் மற்றுமொரு முக்கியமான நூல் இலங்கையில் சிங்களவர். இது சிங்களவருக்கென்று தனியான ஒரு மரபில்லை; தமிழ்மரபின் வார்ப்புகளையே கொண்டுள்ளார்கள் என்கிறது. பேராசிரியர் என். சண்முகலிங்கத்துடன் இணைந்து எழுதிய இலங்கை-இந்திய மானிடவியல் இந்தப் புலத்தில் மேற்கொள்ளப் பட்ட ஓர் ஒப்பியல் ஆய்வாகும். சோழ மண்டல மீனவர், நரிக்குறவர் பற்றிய பாரதியின் இரண்டு ஆங்கில நூல்கள் மேற்குலக அறிஞர் களின் கவனத்தைப் பெற்றுள்ளன. புதுச்சேரி மொழியியல் பண்பாட்டு ஆராய்ச்சி நிறுவனத்தில் இயக்குநராகப் பணியாற்றி ஓய்வுபெற்று, தற்போது தமக்குப் பிடித்த மானிடவியல் ஆய்வில் தீவிரமாக இயங்கி வருகிறார் பாரதி.

ஒரு பின்காலனியக் கதையாடல்

மானிடவியல் பேசுவோம்

பக்தவத்சல பாரதி
தகைசால் பேராசிரியர்
தமிழ்ப் பல்கலைக்கழகம், தஞ்சாவூர்

அடையாளம்

முதல் பதிப்பு 2023

© பக்தவத்சல பாரதி

வெளியீடு: அடையாளம், 1205/1 கருப்பூர் சாலை, புத்தாநத்தம் 621310, திருச்சி மாவட்டம், இந்தியா, தொலைபேசி: 04332 273444

நூல் வடிவம்: த பாபிரஸ், அச்சாக்கம்: அடையாளம் பிரஸ், இந்தியா

ISBN 978 81 7720 351 6

விலை: ₹ 210

Maanitaviyal PesuvOm is the Essays on postcolonial anthropology in Tamil by Bhakthavatsala Bharathi, Published by Adaiyaalam, 1205/1 Karupur Road, Puthanatham 621310, Thiruchirappalli District, Tamilnadu, India, email: info@adaiyaalam.net

தமிழ் நாட்டார் வழக்காற்றியல் புலத்தில்
மகத்தான பங்களிப்புகள் செய்துள்ள
எமது அன்பிற்கினிய
பேராசிரியர் அ. கா. பெருமாள் அவர்களின்
புலமைக்கும் அன்புக்கும்

பொருளடக்கம்

	முன்னீடு	ix
1	**அறிவுக் காலனியத்தில் சுதேசியம் பேசுதல்** தமிழ் அறிவாராய்ச்சியின் பின்காலனிய பிரச்சினைகள்	1
2	**சுதேசிக் கோட்பாடுகளை நோக்கி** இலக்கியச் சூழலில் பின்காலனிய விவாதங்கள்	32
3	**உலகளாவிய முதல் தேசவழமை சாசனம்** திருக்குறளைப் பின்காலனியத்தில் வாசித்தல்	72
4	**ஆசிய உற்பத்தி முறையில் திராவிட முறை** மார்க்சும் பின்காலனிய மானிடவியலர்களும்	99
5	**புழங்குபொருள் பண்பாடு** பின்காலனியத்தில் தமிழர் பொருட்களின் இருப்பு	120
6	**பின்காலனியத்தில் எனது மானிடவியல் பயணம்** முழுமைபெறா சுயசரிதையின் நடுப்பக்கம்	147
	சுட்டி	174

முன்னீடு

பின்காலனியக் கதையாடல் என்பது சுதேசியத் தேடலின் ஒரு செயல்திட்டம். 1947இல் நாம் பெற்றது புவியியல் ரீதியிலான விடுதலை மட்டுமே. இன்றைய கலாச்சாரக் காலனியம், பொருளியல் காலனியம், அறிவுக் காலனியம் முதலானவை நம்மை ஆட்டிப் படைக்கின்றன. இந்த நவகாலனியம் புதுப்புது வடிவங்களில் நம்மை மீண்டும் காலனியாக்கி வருகின்றது. இதன் மீது எல்லா நிலைகளிலும் எதிர்வினையாற்றுதல் அவசியமாகிறது.

தமிழர்க்கென்று ஒரு தனித்துவமான சிந்தனை மரபு உள்ளது. அதன் நீண்ட நெடிய அறுபடாத மரபு இடைக்காலம் வரை தொடர்ந்து வந்துகொண்டிருந்தது. அதன் பிறகு காலனிய காலத்தில் அது பெரிதும் தகர்ந்து போய்விட்டது. அறிவுக் காலனியத்துக்கு அடிமைப்பட்டுவிட்டோம். இன்னும் அது தொடருமானால் நமது அடையாளங்கள் தொலைந்து போகும். ஆதலின் சுதேசியத் தேடுதலை நாம் மிகுந்த தீவிரத்துடன் முன்னெடுக்க வேண்டும். மேலைக் கோட்பாடுகளும் அவற்றின் அறிவுத் திரட்டுகளும் இல்லையென்றால் நாம் செயல்படவே முடியாது எனும் சுயமற்ற நிலையை நிர்சயம் மாற்ற வேண்டும். இதுபற்றி முதல் அத்தியாயம் பேசுகிறது.

இதன் தொடர்ச்சியை இரண்டாம் அத்தியாயம் விவாதிக்கிறது. நமது வளமான இலக்கியப் பரப்பில் நின்று சுதேசிக் கோட்பாடு களை நோக்கிப் பயணப்பட வேண்டும். அந்த முயற்சிகளைக் கவனத்துடன் விவாதிக்கிறது இரண்டாம் இயல். பேராசிரியர் க. பஞ்சாங்கம் அவர்கள் செய்துள்ள இந்த முயற்சிகளை ஓர் எடுத்துக்காட்டாகக்கொண்டு, சுதேசிய முயற்சிகளை இங்கு நான் கவனப்படுத்தியுள்ளேன். இத்தகைய இன்னும் சிலரின்

முன்னெடுப்புகளை எல்லாம் நாம் கணக்கில்கொள்ள வேண்டியுள்ளது. ஐரோப்பிய மையவாதங்களை மெல்ல மையமிழக்கச் செய்ய வேண்டும். இந்தியவியலும் தமிழ் அறிவாராய்ச்சியும் முன்னிலை பெறவேண்டும். இவை அனைத்தையும் இந்த அதியாயம் விவாதிக்கிறது.

தமிழ்ச் சிந்தனை மரபில் திருவள்ளுவர் ஒரு முழு முதல் உலகளாவியத்தை (யூனிவேர்சலிசம்) முன்னெடுத்தார். தமிழ் அறிவாராய்ச்சி மரபின் அதி உச்சமிது. இடம், காலம் அனைத்தையும் கடந்து ஓர் உலக தேசவழமைச் சாசனமாக அது கட்டமைக்கப் பட்டுள்ளது. இதுவே வள்ளுவத்தின் தனித்துவமாகும். பின் காலனியத்தில் இன்று தமிழ் மரபின் சுதேசியங்களை மீளச் சொல்லாடுதல் என்பது ஓர் அகவரலாற்றுத் தேவையாகும். இதை மானிடவியல் உள்ளிட்ட எண்ணற்றத் தளங்களில் உசாவுதல் வேண்டும். வள்ளுவத்தைப் பின்காலனிய மானிடவியலாக வாசிக்கிறது மூன்றாவது அத்தியாயம். நவகாலனிய அகவய எடுத்துரைப்பில் இலக்கிய மானிடவியல் ஒரு பெறுமதியான வாசிப்பை நம் வசமாக்கும் என்பதில் ஐயமில்லை.

இந்த நூலின் அடுத்த பகுதி பண்பாட்டு மானிடவியல் சார்ந்தது. இந்தியவியலில் 'திராவிடம்' என்பது ஒரு மூலப் படிவம் (ஆர்கிடைப்); ஓர் அச்சு அசலான கருத்தினமாகும். இனம், மொழி, தேசம், பண்பாடு என அனைத்திலும் அதன் தனித்துவம் வரலாற்றால் கட்டமைந்த ஒன்றாகும். இதைப் பின்காலனிய மானிடவியலாக வாசிப்பது அவசியம்.

இந்தியச் சமூகத்தை ஒரு தேக்கநிலைச் சமூகம் என வரையறுத்து, அதை ஆசிய உற்பத்திமுறை மூலம் விவாதித்தார் கார்ல் மார்க்ஸ். இந்த விவாதத்தின் நுண்பொருளை மார்க்சிய மானிடவியலர்கள் திராவிட உற்பத்தி முறை மூலம் விவாதித்தனர். இந்தியத் துணைக் கண்டம் பற்றிய விவாதங்களில் திராவிடம் ஓர் அடித்தளமாக அமைவது மானிடவியலில் ஒரு நிதர்சனம். தமிழ்ச் சூழலில் இந்தச் சொல்லாடலை ஒரு புதிய தளத்தில் பேசுகிறது நான்காவது இயல்.

தமிழ்ப் பண்பாட்டின் கருத்தியல் பெரிதும் பருப்பொருள் சாராமலே பேசப்பட்டு வந்துள்ளது. பொருட்கள் சார்ந்து தமிழ்ச்

சமூகம் கட்டியமைத்துள்ள இருப்பும் அர்த்தங்களும் நவ காலனியத்தில் பேசப்பட வேண்டியவை. பொருள்மொழியின் உலகம் ஒரு புதிய பேசுபொருளாகும். இன்றைய முதலாளித்துவ நுகர்வுப் பண்பாடு ஏகபோகம் சார்ந்ததாக உள்ளது. இதிலிருந்து மீள்வயப்பட்டு சுதேசியம் தேடவேண்டும். இதுவே பின் காலனியத்தின் தேவையாகும். இதன் எடுத்துரைப்பை ஐந்தாவது அத்தியாயம் நம் வசப்படுத்துகிறது.

எனது மானிடவியல் பயணத்தைப் பல வாசகர்கள் ஆர்வத்துடன் அறிய விரும்புகின்றனர். மானிடவியல் பேசுவோம் இதனைச் சாத்தியமாக்கியுள்ளது. எனது சுயசரிதையின் ஒரு சிறிய பகுதியை இந்த நூலின் இறுதி அத்தியாயமாக வைத்திருக்கிறேன்.

இந்த நூலைப் பேராசிரியர் அ. கா. பெருமாள் அவர்களுக்குக் காணிக்கையாக்கியிருக்கிறேன். தமிழ் நாட்டார் வழக்காற்றியல் புலத்தில் பெரும் பங்களிப்பை வழங்கியுள்ள பெருந்தகை அவர். அவருடைய ஒவ்வொரு நூலும் அறிவின் பயனாகும். இப்புலத்தில் களப்பணி மூலம் சமூக மெய்ம்மைகளைத் தேடுதல், ஆவணங்கள் தொகுத்தல், பழைய ஏடுகளைப் பதிப்பித்தல், கலைகளையும் கலைஞர்களையும் முன்னிலைப்படுத்துதல், தொடர்ச்சியான தேடுதல், அயராத ஆய்வுப் பணி எனத் தம் வாழ்நாளை நாட்டார் வழக்காற்றியலுக்காகத் தவம் செய்துள்ளார். எனது மானிடவியல் எழுத்துக்களை ஊக்கப்படுத்தி வருகிறார். அவருடைய புலமைக்கும் அன்புக்கும் இந்தச் சிறிய நூல் ஒரு பள்ளயமாகும்.

அண்மைக் காலத்தில் எமது தமிழர் இனவரைவியல் கழகம் அரிய பல முயற்சிகளைச் செய்துவருகிறது. இதன் பெருந்தலைவர் பேராசிரியர் கலாநிதி என். சண்முகலிங்கன் (மேனாள் துணைவேந்தர், யாழ்ப்பாணப் பல்கலைக்கழகம்) அவர்களுக்கும், துணைத் தலைவர் பேராசிரியர் ஒ. முத்தையா (புலத்தலைவர், காந்தி கிராம கிராமியப் பல்கலைக்கழகம்) அவர்களுக்கும், கழகத்தின் பிறப் பொறுப்பாளர்களுக்கும் இந்த இனிய பொழுதில் நன்றி சொல்லி மகிழ்கிறேன்.

நூலை அழகிய முறையில் வடிவமைத்துள்ள அடையாளம் பதிப்புக் குழுவுக்கும் நன்றி சொல்ல வேண்டும். என்னுடைய

குடும்பத்தார் எனது உயிர் விசை. அவர்களுக்கும் நன்றி பாராட்டி மகிழ்கிறேன். இந்த நூலிலுள்ள கட்டுரைகளை விவாதித்த நண்பர்களுக்கும் பேராசிரியர்களுக்கும் நன்றிக்கடன் பட்டுள்ளேன். ஒவ்வோர் இயலும் ஒரு புதிய பேசுபொருளை விவாதிக்கிறது. பின்காலனிய விவாதங்களுக்கு நேரடியாக இட்டுச் செல்கிறது.

என்னுடைய வாசகர்கள் எனது உயிர் மூச்சாவர். அவர்கள் அளித்து வரும் ஊக்கம் அளப்பரியது. அனைவரும் பன்முகத் தேடல் கொண்டவர்கள். தமிழால் முடியுமென்ற முழக்கத்தை மெய்ப்பிக்கும் கொள்கையாளர்கள் அவர்கள். இந்த மகிழ்ச்சியான பொழுதில் அவர்களுக்கும் நன்றி சொல்லி நூலை வாசிக்க அழைக்கிறேன்.

பக்தவத்சல பாரதி

பாங்கொளத்தூர்
30 அக்டோபர் 2023

மானிடவியல் பேசுவோம்

1

அறிவுக் காலனியத்தில் சுதேசியம் பேசுதல்

தமிழ் அறிவாராய்ச்சியின் பின்காலனிய பிரச்சினைப்பாடுகள்

தமிழாய்வில் கோட்பாடுகளின் பயன்பாடு விரிந்து நிற்கின்றது. இன்றைய கற்கை நெறியில் மேலைக் கோட்பாடுகளின் தாக்கம் சர்வமயமாகக் காட்சியளிக்கிறது. பண்டைய செவ்வியம் (கிளாசிஸிசம்) தொடங்கி இன்றைய பின்அமைப்பியம், பின் நவீனத்துவம், பின்காலனியம், கட்டுடைப்பியம் வரை எண்ணற்ற கோட்பாடுகள் நம்மை ஆக்கிரமித்துக் கட்டிப்போட்டுள்ளன. இத்தகைய கோட்பாடுகள் இல்லாமல் ஆய்வைச் செய்ய முடியாது எனுமளவிற்கு அவை வியாபித்துள்ளன.

இவை போதாதென்று உலகமயமானது புதிய சூறாவளியாகச் சுழன்றுகொண்டிருக்கிறது. இது நவீன காலனியத்தின் புது வடிவமாகும். காலனியத்தை 1947இல் விரட்டிவிட்டோம் என்று பெருமூச்சு விட்டாலும், அது புதிய புதிய வடிவங்களில் ஆக்டோபஸ் போன்று கவ்விப் பிடித்துள்ளது. 1947இல் நாம் பெற்றது புவியியல் விடுதலை மட்டுமே. ஏறக்குறைய அறுநூறு தேசங்களாக (சமஸ்தானங்கள்) இருந்த இந்தத் துணைக் கண்டத்தை 'இந்தியா' என்ற ஒரு தேசமாகக் கட்டமைத்து நம்மிடம் விட்டுச் சென்றார்கள் ஆங்கிலேயர்கள்.

புவியியல் காலனியம் போய் இன்று கலாச்சாரக் காலனியம், பொருளியல் காலனியம், அறிவுக் காலனியம்(இண்டெலெக்ட்சுவல் கலொனியலிசம்) நம்மை ஆட்டிப் படைக்கின்றன. இந்த நவ காலனியம் பாரதூரமான விளைவுகளை நிகழ்த்திவருகிறது. இதை நாம் எதிர்கொள்வது எப்படி? சுனாமி போன்ற இந்தப்

பெருவெள்ளத்தில் அத்தனையும் அடித்துச் செல்லும் ஆபத்தும் உள்ளது.

உலகின் இன்றைய சூழல் மிகவும் குழப்பமானது, நெருக்கடி யானது, ஆபத்தானது. உலகம் ஒரு சிறிய கிராமம் போல் சுருங்கி வருகிறது. தேசங்களின் வாயில்கள் திறக்கப்பட்டுள்ளன. யாவரும் எங்கு வேண்டுமானாலும் சென்று வரலாம். மேலைக் கலாச்சாரத்தின் ஊடுருவல் தொற்று நோய்போல் தீவிரமடைந்து வருகிறது. இந்தச் சூழலில் தேசங்களின் அடையாளங்களை மறு வரையறை செய்து மீட்டுருவாக்க வேண்டியுள்ளது.

இன்று கிழக்கும் மேற்கும் நாகரிக மோதலை எதிர் கொண்டுள்ளன. விடுதலைக்குப் பிந்தைய பின்காலனியச் சூழலில் நாகரிக அடிப்படையிலான உலக முறைமை எழுச்சி பெறுகிறது. பனிப்போருக்குப் பிந்திய இன்றைய உலக வரலாற்றில் உலக மக்களிடம் உள்ள வேறுபாடுகள் கருத்தியல், அரசியல், பொருளியல் மட்டும் சார்ந்து நிற்கவில்லை. அவை கலாச்சாரம் சார்ந்தும் நிற்கின்றன.

நாகரிகங்களின் மோதல் (1996, வெளியீடு: அடையாளம்) பற்றி உலகப் புகழ்பெற்ற நூலை எழுதிய சாமுவேல் பி. ஹண்டிங்டன் கூறும் கருத்து இங்கு முக்கியமாகின்றது.

தத்துவக் கற்பிதங்கள், அவற்றின் கீழுள்ள மதிப்புகள், சமூக உறவுகள், வழக்காறுகள், வாழ்க்கை பற்றிய ஒட்டுமொத்தப் பார்வை ஆகிய யாவும் நாகரிகங்களுக்கிடையில் பெருமளவு வேறுபடுகின்றன... உலகம் முழுவதும் மதங்களின் புத்து யிரூட்டல் இந்தக் கலாச்சார வேற்றுமைகளை வலுப்படுத்து கின்றன (2019: 17).

இந்தச் சூழலில் மேற்குலக நாகரிகம் ஆற்றல் மிக்கதாக உள்ளது. அது இன்னும் சில காலமாவது அப்படித்தான் இருக்கும். மற்ற தேசங்கள் தங்களை நிலைநிறுத்திக்கொள்ள அல்லல்படுகின்றன. சில மேற்குலகோடு நட்பு பேண முயலுகின்றன. சில நடு நிலைமையைப் பேணுகின்றன.

இன்னும் சில மேற்குலகை ஏற்க மறுக்கின்றன. எத்தகைய நிலைப்பாட்டை எடுத்தாலும் அறிவுக் காலனியத்துக்குள் நீண்ட காலம் இருக்கக் கூடாது. கீழை நாகரிகங்கள் தத்தமது மரபுகளை

மீட்டெடுக்க வேண்டும். அதுவே இன்றைய தலையான பணியாகும்.

இன்றுள்ள கலாச்சாரக் காலனியத்தையும், பொருளாதாரக் காலனியத்தையும் இந்தியா உள்ளிட்ட மூன்றாம் உலக நாடுகளால் தடுத்து நிறுத்த இயலாது. ஆனால் நம்மைக் கவ்வியுள்ள அறிவுக் காலனியத்தை எதிர்கொள்ள இயலும். குறைந்தது ஒரு பாதுகாப்பு வளையத்தையாவது உருவாக்க இயலும். நமது தொன்மையை உணர்ந்தால் இதுபற்றி யோசிக்கலாம். அது தொடர்பாக ஒரு சுருக்கமான உசாவலைக் காண்போம்.

அறிவாராய்ச்சி வரலாற்றில் மேலை மரபுகள் மிகப் பழமை யானவை, சிறப்புடையவை எனப் பேசப்படுகின்றன. ஆங்கிலக் கல்விமுறை இந்தியாவில் ஏற்பட்ட பின்னர் ஆங்கில நூல்கள் மூலம் இத்தகைய கருத்துகளே பயிற்றுவிக்கப்பட்டன. கிரேக்கர்களே மேற்குலகில் முதன் முதலில் மொழி ஆராய்ச்சி செய்தவர்கள் என்கின்றன அந்த நூல்கள். ஹெரோக்கிளிட்டஸ் (கிமு 576-488), பிளேட்டோ (கிமு 429-327), அரிஸ்டாட்டில் (கிமு 384-322) ஊடாகப் பல்வேறு அறிஞர்கள் மொழித் தத்துவ ஆய்வுகளை மேற் கொண்டனர்.

கிரேக்கர்களைப் பின்பற்றி உரோமானியர்களும் தத்துவத்தையும் மொழியையும் ஆராய்ந்தனர். சிசரோ (கிமு 106-43), செனகா (கிமு 4-கிபி65), குவின்டிலியன் (கிபி 35-90), ஆருலியஸ் (கிபி 121-180) முதலான அறிஞர்கள் மேற்கொண்ட ஆய்வுகள் மூலம் உரோ மானியத்தின் தொன்மையை, சிறப்புகளை வெளிப்படுத்தினர்.

இந்தியாவில் காலனி அரசை உருவாக்கிய பின்னரே இந்திய மரபு பற்றி ஆங்கிலேயர்களும் பிற கீழ்த்திசை அறிஞர்களும் (ஐரோப்பியர்கள்) அறிய முற்பட்டனர். முதலில் வடமொழி மரபையே அறியத் தொடங்கினர். அதுவே இந்திய மரபு என்பதாகவும் முடிவு செய்தனர். அறிவியல் அடிப்படையிலான மொழியியல் ஆய்வுகள் மேற்கொள்ளப்பட்ட பின்னரே ஒப்பியல் முடிவுகள் ஏற்பட்டன. இந்த ஒப்பியல் மொழியியல் பின்னணியில் தமிழ் இலக்கண மரபை மதிப்பிடும்போது அதன் பெருமை, சிறப்பு, நுண்மை நம்மை வியப்பில் ஆழ்த்துகின்றன (பாலசுப்பிரமணியன், க. 2017: 25).

இலக்கண மரபு ஒருபுறமிருந்தாலும், ஒரு சமூகத்தின் ஒட்டு மொத்த அறிவு உருவாக்கத்தில் முதன்மையிடம் வகிப்பது அதன் தத்துவ மரபும், அதற்கடுத்த கோட்பாட்டு உருவாக்கங்களும்தான். இந்த நீண்ட நெடிய அறிவு மரபில் தமிழ் மரபின் வகிபாகம் எவ்வாறானது என்பதை நாம் முதலில் அறிய வேண்டும். அதன் பின்னரே நாம் எங்குச் சிறப்பான இடத்தைப் பெற்றிருக்கிறோம், எங்குப் பின்வாங்கி இருக்கிறோம் என்பதை அறிய இயலும்.

இதை அறியும் பொருட்டு முதலில் உலகளாவிய அறிவாராய்ச்சிக் கட்டங்களைப் பார்ப்போம்.

1. சுமேரியர் காலத்திலிருந்து உரோமாபுரியின் வீழ்ச்சி வரையுள்ள காலம் 'தொன்மை யுகம்.'

2. தொன்மை யுகத்திற்குப் பின்னர் 'மத்திய யுகம்' ஏற்பட்டது. கிபி 5ஆம் நூற்றாண்டு முதல் கிபி 14ஆம் நூற்றாண்டு வரை இந்த யுகம் கோலோச்சியது. மத்திய காலத்தில்தான் கிறித்தவம் முழுவீச்சுடன் வளர்ந்தது.

3. மத்திய யுகத்தைத் தொடர்ந்து ஏற்பட்ட யுகம்தான் 'மறுமலர்ச்சி யுகம்.' இந்த யுகத்தில் மனிதகுலம் பற்றிய புதிய பார்வைகளும் தேடல்களும் தோன்றின.

4. இதையடுத்து, 'அறிவொளி யுகம்' ஏற்பட்டது. இந்தக் கட்டத்தில் உலகம் பற்றியும், மானுட வாழ்வு பற்றியும் புதிய புதிய கோட்பாடுகள் தோன்றிக்கொண்டே இருந்தன.

5. 1966 மானுட அறிவாராய்ச்சியில் ஒரு புதிய கோட்பாடு உருவாக்கப்பட்டது. பிரெஞ்சு அறிஞர் ழாக் தெரிதா உருவாக்கிய அந்தக் கோட்பாடு கட்டுடைப்புவாதம் (டிகன்ஸ்ட்ரக்ஷனிசம்) எனப்பட்டது. இதன் தொடர்ச்சி யாகவே பின்நவீனத்துவம் உள்ளிட்ட கோட்பாடுகள் முன்வைக்கப்பட்டன. இன்றுள்ள எல்லாக் கோட்பாடு களையும் சந்தேகிக்க வேண்டும், மறுதலிக்க வேண்டும் என்கிற கோட்பாடு அது. கோட்பாடுகளை நம்பி நடைமுறை அறிவைக் கைவிட்ட ஆபத்தைப் 'பிந்தைக் கோட்பாடுகள்' (பின்நவீனத்துவம், பின்அமைப்பியம், பின்காலனியம், இன்ன பிற) சுட்டிக்காட்டுகின்றன.

அறிவு ஆராய்ச்சியின் அடிப்படை தர்க்கமாகும். இது வரலாற்றில் கிமு 9ஆம் நூற்றாண்டிலிருந்து கிமு 5ஆம் நூற்றாண்டு வரையிலான காலத்தில் தோன்றி வளரத் தொடங்கியது. இந்தக் கால கட்டத்தில்தான் சாங்கியம் முதலான கோட்பாடுகள் தோன்றின. இந்தக் கோட்பாடுகள் வளர்ச்சியடைந்த அந்தக் காலகட்டத்தில் தர்க்கமும் வளர்ந்துகொண்டிருந்தது. இதற்கான சான்றுகள் தொல்காப்பியத்திலும் திருக்குறளிலும் கிடைக் கின்றன. இவையிரண்டும் தமிழ் மரபின் வேர்களாகும்.

இந்திய மெய்யியல் வரலாற்றுக்கும் அடித்தளம் தர்க்கமே. இதன் அடிப்படையில்தான் சாங்கிய, உலகாய்த, யோக மெய்யியல்கள் உருவாகின. தமிழரின் தர்க்கவியல் அணுவியலோடு வளர்ந்தது. இதில் உருவானதே சாங்கியம், ஓகம், உலகாய்தம். இவற்றில் சாங்கியம் மிகவும் தொன்மையானது. இது அளவை இயலை அடிப்படையாகக் கொண்டிருந்ததால், சாங்கியம் தொடக்க காலத்தில் 'எண்ணூல்' என அழைக்கப்பட்டது. இந்தக் கோட்பாட்டை உருவாக்கியவர் கபிலர். இதை இங்கு மேலும் விரித்துச் சொல்வதற்கு வாய்ப்பில்லை (விரிவுக்குக் காண்க: நெடுஞ் செழியன், க. 2002). தமிழரின் தருக்கவியல் பற்றிய நெடுஞ் செழியனின் ஆய்வு மிகவும் முக்கியமானது.

பண்டைய கோட்பாட்டு மூலங்கள்

சங்க காலம்

சங்க இலக்கியத்தில் அளவையியல் பற்றிய திடமான தரவுகள் உள்ளன (முப்பால்மணி, கி. 2020: 174). கோப்பெருஞ் சோழனுடன் இருந்த பல்லாற்றூர் எயிற்றியனார், கண்ணகனார், கருவூர் பெருஞ்சதுக்கத்துப் பூதனார் முதலானவர்கள் நேரடியாகக் கண்ணால் காண்பது மட்டுமே அறிவிற்கான வாயில் என்றனர். இதனால் இவர்களுடைய அளவையியல் 'காட்சி அளவை' எனப் பகுக்கலாம். மேலும், சங்க இலக்கியங்களில் 'அனுமான அளவை' முறையையும் காணமுடிகிறது. நிகழ்காலத் தரவுகளைக் கொண்டு வருங்காலத்தைப் பேசுவதுதான் அனுமான அளவு. மழைக்காலத்தில் எறும்புகள் ஓரிடத்திலிருந்து தம் முட்டைகளைச் சுமந்துகொண்டு வேறு இடத்திற்கு வரிசையாகச் செல்வதைப் புறநானூறு (173) பேசுகிறது. இதைக்கொண்டு மழை வரப்போகிறது

என அனுமானித்தனர். புள், பல்லி, நற்சொல், நிமித்தங்கள், முன்னம் முதலானவையும் வருவதுரைப்பவையே. இவையும் அனுமான அளவை சார்ந்தவைதாம். இத்தகைய இன்னும் பல தரவுகள் சங்க இலக்கியத்தில் உள்ளன. முடியுடை வேந்தனின் அரசவையில் அமைச்சர் அளவை நூல் கற்றுத் தேர்ந்தவராக இருத்தல் வேண்டுமென்று திருக்குறள் (725) கூறுகிறது. வாழ்வியலில் அளவையியலுக்கு அதிக முக்கியத்துவம் கொடுத்திருக்கிறார் வள்ளுவர்.

சங்க காலத்தில் அளவையியல் பல்வேறு பரிமாணங்களில் செல்வாக்குடன் திகழ்ந்ததை மெய்யியல் அறிஞர் கி. முப்பால் மணி (2020: 175) பின்வருமாறு கூறுகிறார்.

'சங்க காலத்தில் அக்கபாதரின் நியாய சூத்திரம் (கிபி 150), கானடரின் வைசேடிக சூத்திரம், சமண நெறியினரின் பகவதி சூத்திரம், ஸ்தானாங்க சூத்திரம், குந்தகுந்தரின் பிரவசனசாரம் ஆகியன சபைகளில் திகழ்ந்து இருக்கலாம்' என்கிறார். கி. முப்பால் மணி (2020: 175).

சங்க கால மெய்யியல் சிந்தனை பின்வரும் நான்கு வகையில் பேசப்பட்டன. அவை:

1. உருவம் இல்லாத கடவுள் உருவம் உள்ள பொருட்களைப் படைக்கிறது.

2. உருவம் உடைய கடவுள் உருவம் உள்ள பொருட்களைப் படைக்கிறது.

3. வினை நீங்கினால் நிலையான இன்பம் கிடைக்கும்.

4. பூதங்களின் சேர்க்கையில் இந்த உலகம் உருவாக்கப் பட்டுள்ளது.

பக்தி இயக்க கால மெய்யியல் சிந்தனை சற்று மாறுபடுகிறது. இந்தக் கால கட்டத்தில் பின்வரும் நான்கு வகையான மெய்யியல் கருத்துகள் முன்வைக்கப்பட்டன. அவை:

1. உருவம் இல்லாத கடவுளைப் போற்றியவர் யவனர் (கிரேக்கர், யூதர், எகிப்தியர், பாரசீகர், சிரியர், அரபு-ஹனிப்கள்).

2. உருவமுடைய கடவுளைப் போற்றியவை தமிழகச் சைவமும் வைணவமும்.

3. வினை நீக்கம், பிறவாநிலை இன்பம் போற்றியவை சமணமும் பௌத்தமும்.

4. பூதங்களின் சேர்க்கையைப் போற்றியது உலகாயதம்.

மேற்கூறியவற்றில் சங்க கால அறிதலியல் குவிமையம் சார்ந்தும், பக்தி இயக்க கால அறிதல் விரிமையம் சார்ந்தும் இயங்கின என்கிறார் கி. முப்பால்மணி (2020: 57).

பண்டைத் தமிழகத்தில் தத்துவத் துறையில் அறுவகை நெறிகள் வழக்கில் இருந்தன (ஏலாதி. 75). அவை: உலகாயதம், சாங்கியம், பௌத்தம், சமணம், நியாய - வைசேடிகம், மீமாம்சை ஆகும் (மணிமேகலை 27, 289).

வேதாந்தம்

இந்தியத் தத்துவ வரலாற்றில் வேதாந்தமே முழுமையான கருத்துமுதல்வாதத் தத்துவமாகும். வேதாந்தம் (வேதம் + அந்தம்) என்றால் வேதத்தின் இறுதி என்று பொருள்படும். வேதாந்தத்தின் மிக முக்கியமான நூல் பாதாரயனா இயற்றிய பிரம்ஹ சூத்ரம்.

வேதாந்தத்தில் மூன்று கோட்பாடுகள் முக்கியமானவை. அவை: 1. அத்வைதம் 2. விசிஷ்டாத்வைதம் 3. துவைதம்.

'உலகம் என்ற ஒன்று பிறக்கவில்லை; அது கனவு போன்றது. கனவில் காண்பது எப்படி உண்மையில்லையோ, அவ்வாறே விழித்திருக்கும்போது காண்பதும் நிஜமல்ல; மாயை' என்கிறார் பாதாரயனா. 'உண்மையில் பொருட்கள் பிறக்கவில்லை; பொருள் அல்லாதனவும் பிறக்கவில்லை; அனைத்தும் மாயையே' எனும் இந்தக் கோட்பாட்டை விளக்கி முழுமைப்படுத்தியவர் சங்கரர் (கிபி 8ஆம் நூற்றாண்டில் கேரளத்தில் தோன்றியவர்).

சங்கரர் முன்வைத்த கோட்பாடு அத்வைதம் எனப்படும். அ + த்வைத என்றால் ஒன்று எனப் பொருள். அதாவது, ஆத்மா, பொருள் என்று இரண்டு இல்லை. பரமாத்மா என்கிற ஒன்றே உண்மை. கிபி12ஆம் நூற்றாண்டில் பிறந்த இராமானுஜர் இந்தக்

கோட்பாட்டில் சில மாற்றங்களைச் சேர்த்து 'விசேட அத்வைதம்' (விசிட்டாத்வைதம்) என்று பெயரிட்டார்.

சங்கரர் இந்த உலகத்தை மாயை என்றார். பரமாத்மா மட்டுமே உண்மை என்றார். இராமானுஜரோ பரமாத்மாவின் பல்வேறு உருவங்கள்தான் உலகம், பொருட்கள் அனைத்தும். ஆகவே, உலகம் என்பது உண்மை என வாதிட்டார்.

வேதாந்தத்தில் மூன்றாவது கோட்பாடு துவைதம். இதை முன்மொழிந்தவர் மத்வாச்சாரியார். அதாவது 'இரண்டு நிலை' என்று பொருள். எல்லாம் வல்ல கடவுளைப் 'பரமாத்மா' என்றும், அவரைச் சார்ந்து வாழும் உயிரினங்களை 'ஜீவாத்மா' என்றும் பெயரிட்டார். இந்த ஜீவாத்மாக்கள் பரமாத்மாவை அடைய பக்தி ஒன்றே வழி; ஞானமார்க்கமல்ல என்றார் மத்வாச்சாரியார்.

சமணம்

கிமு 6ஆம் நூற்றாண்டு முதல் கிமு 2ஆம் நூற்றாண்டு வரை ஏறக்குறைய 400 ஆண்டுகள் கோலோச்சிய மதம் சமணம். சமணத்தின் அடிப்படைத் தத்துவம் உலகம் பொருட்களால் ஆனது என்பதாகும். நிலம், நீர், நெருப்பு, காற்று எனும் இந்த நான்கு பூதங்களும் எல்லாப் பொருட்களிலும் உள்ளன என்றனர்.

'பொருட்களுக்கு எப்போதும் எவ்வித மாற்றமும் கிடையாது. அது அது அப்படி அப்படியே படைக்கப்பட்டது' என்று சொன்னார்கள் வேதாந்திகள்.

புத்தரும் இன்னும் சிலரும், 'எல்லாம் நிரந்தரமாக மாறிக் கொண்டே இருக்கிறது' என்றார்கள்.

சமணர்கள், 'பொருட்களில் இரண்டு வகை உண்டு. ஒன்று, மாறுவது; மற்றொன்று, மாறாதது' என்றார்கள். ஓர் எடுத்துக் காட்டைக் கொண்டு இதைச் சமணர்கள் விளக்குவார்கள்.

களிமண்ணிலிருந்து பல்வேறு பொருட்களைச் செய்கிறார்கள். சட்டி, பானை, குடம் போன்ற இந்தப் பொருட்கள் உருவத்தாலும் குணத்தாலும் மாறுபடுகின்றன.

ஆனால், களிமண் ஒன்றுதான். அந்தக் களிமண் 'மாறாத பொருள்' என்கிறது சமணம்.

வேதாந்தம், பௌத்தம், சமணம் கருத்தளவில் எவ்வாறு மாறுபடுகின்றன என்பதை மேற்கூறிய எடுத்துக்காட்டு தெளிவு படுத்துகிறது. இத்தகைய கருத்து நிலைப்பாடுகள் தத்துவத்திலும் அறிவாராய்ச்சியிலும் அடிப்படை வேறுபாடுகளை உருவாக்கின.

பௌத்தம்

கிமு 5ஆம் நூற்றாண்டு முதல் கிபி 5ஆம் நூற்றாண்டு வரை ஏறக்குறைய ஆயிரம் ஆண்டுகள் பெரும் செல்வாக்குடன் இருந்தது பௌத்தம். அந்தக் காலத்தில் பிராமண மதத்திற்குப் பெரும் சவாலாக இருந்தது பௌத்தம்.

பௌத்தம் கடவுளை மறுக்கிறது. மானுட வர்க்க பேதங்களை மறுக்கிறது. சமத்துவம் பேணுகிறது. துன்பங்களுக்குக் காரணம் ஆசை; அதனை அழித்தொழிக்கப் பல்வேறு கோட்பாடுகளை முன்வைத்தது.

அநித்யதாவாதம், அனாத்மவாதம் என்பவை பௌத்தத்தின் முக்கிய கருத்தினங்களாகும். பிரபஞ்சத்தில் நாம் காணும் அனைத்தும் அழியும் தன்மை கொண்டவை; எதுவும் நிரந்தர மில்லை என்பது அநித்யதாவாதம். இதனை நீரோடை, மெழுகுவத்தி ஆகிய இரண்டு உதாரணங்களைக்கொண்டு விளக்குவார் புத்தர். ஏறக்குறைய இதே காலகட்டத்தில் வாழ்ந்த கிரேக்கத் தத்துவவியல் அறிஞர் ஹிராக்லிடஸ் இதே கருத்து பற்றிப் பேசியதும், இதே எடுத்துக்காட்டுகளைச் சொன்னதும் எதிர்பாராத ஒற்றுமைகளாகும். கிரேக்கத் தத்துவத்திற்கு ஹிராக்லிடஸின் சிந்தனை எவ்வளவு முக்கியமோ, அவ்வாறே இந்தியத் தத்துவத் திற்கு புத்தரின் சிந்தனை மிக முக்கியமாகும்.

பல்வேறு பொருட்களும் உயிரினங்களும் உருவம், நிறம், குணங்களால் மட்டுமே வேறுபடுகின்றன. இந்த வேறுபாடு களைக்கொண்டே மனிதன் பூனைக்கும் புலிக்கும் வேறுபாடு காண்கிறான். ஆகவே வேறுபாடுகளே இருத்தலுக்கான அர்த்தத்தைக் கொடுக்கின்றன. அவ்வாறே, ஆத்மா என்று தனியாக ஒன்று கிடையாது என்று பிராமண மதத்தின் கோட்பாட்டைப் பௌத்தம் நிராகரிக்கிறது. பௌத்தத்தைச் சூனியவாதம் எனச் சுருக்கமாகக் குறிப்பிடுவதுண்டு.

மணிமேகலை முதன்முதலாகத் தமிழில் அனுமானத்தைப் பற்றிச் சொல்கிறது (முப்பால்மணி, கி. 2020 : 174). 'காணக்கூடிய பொருளைக்கொண்டு காணப்படாத பொருளைக் குற்றம் இன்றி உணர்வது அனுமானம் ஆகும் (27: 37-40). சங்க காலத்தில் அளவையியல் பகுப்பு முறை இருந்தது. எறும்புகள் தம் முட்டைகளை எடுத்துக்கொண்டு வேறிடத்திற்கு வரிசையாய் இடம் பெயர்ந்தன. இது பூர்வவத் அனுமானம் எனப்பட்டது. கருமேகம் சூழ்ந்தபோது மழை வரும் என அனுமானிக்கப்பட்டது. இதுவே சேஷவத் அனுமானமாகும். காட்டில் பிளிறல் ஒலி கேட்டால், அங்கு யானை உள்ளதென உணரப்பட்டது. பெரும் கிளைகள் உள்ள தாவரம் மரம் என உணரப்பட்டது. இவையும் அனுமானம் சார்ந்தவைதாம். சங்க காலப் புலவர்கள் நிகழ்த்திய விவாத வழிப்பட்ட வாதமானது தர்க்கநிலைக்கு முன்னேறியது எனத் தத்துவ ஆசிரியர்கள் அடிக்கோடிட்டுக் குறிப்பிடுகின்றனர். சங்க காலம் சமணம் உயிர்ப்புடன் இருந்த காலமாகும். சமண அளவையியலார் உயிர், ஆன்மாவானது உள்ளிருந்து நேரடியாகப் புறப் பொருளை அறிவது பிரத்தியட்ச அளவை எனவும், மனம் பொறிகளின் மூலமாக அறிவது பரோட்சம் எனவும் விளக்கினர் (மேலது: 176-79). மணிமேகலையில் சாத்தனார் காட்சி அளவை பற்றிக் கூறுவது வரலாற்றுச் சிறப்புடையது. இது அறிவாராய்ச்சி யியலின் அடுத்தகட்ட வளர்ச்சியைக் காட்டுகிறது.

தமிழர் கண்டறிந்த காட்சி அளவையியல் திரிபுக் காட்சியையும் இனங் கண்டிருப்பது ஒரு நுட்பமான அறிவாராய்ச்சி முறையியல் ஆகும். ஒரு பொருளை மாறாக உணர்வது திரிபுக் காட்சி. கயிற்றைப் பாம்பாக உணர்வதும், கானல் நீரை நீர்நிலை என்று உணர்வதும் திரிபுக் காட்சிகளாகும். இவ்வாறு உலகாயதவாதிகள் ஆறு வகையான காட்சி அளவைகளைக் கையாண்டதைச் சிவஞான சித்தியார் குறிப்பிடுகிறது (மேலது: 185). இவை பற்றி விரித்து ஆராய்வதற்கு இங்கு வாய்ப்பில்லை.

தமிழர் அறிவாராய்ச்சியியலை அறிவதற்கு மணிமேகலை எளிய வழியாக அமைகிறது. 'சமயக்கணக்கர்தம் திறம் கேட்ட காதை'யில் சீத்தலைச்சாத்தனார் ஆறு அளவைகளைக் குறிப்பிடு கிறார். அவை: காட்சி, கருதல், ஒப்புமை, ஆகமம், அருத்தாபத்தி, அபாவம். பண்டைய நாள்களில் பயன்பாட்டில் இருந்து

மணிமேகலை காலத்தில் வழக்கற்றுப்போன நான்கு அளவைகளையும் சீத்தலைச்சாத்தனார் குறிப்பிடுகிறார். அவை: இயல்பு, ஐதிகம், மீட்சி, எய்தியுண்டாம் (78-85).

மணிமேகலை மேலுமொரு முடிவையும் காட்டுகிறது. அந்தக் காலத்தில் நடைமுறையில் இருந்த பத்து மதங்களில் எது சிறந்தது என்பதையும் சமயக்கணக்கர்தம் திறம் கேட்ட காதையில் கூறுகிறது. வைதிகம், வேதமதம், பிரம்மமதம், சைவம், வைணவம், ஆசீவகம், நிகண்ட மதம், சாங்கியம், வைசேடிகம், பூதவாதம் ஆகிய பத்து மதங்களில் எது சிறந்தது என்ற வாதம் நடைபெற்றதாம். மேற்கூறிய மதங்களில் பௌத்தமே சிறந்தது என்ற முடிவை அப்போது அடைந்தனராம்.

மணிமேகலை தமிழ் மெய்யியலின் தனித்துவத்தைக் காட்டும் சிறந்த காப்பியமாகும். வேதவியாசர், கிருதகோடி, சைமினி ஆகிய மூவரும் முன்வைத்த முறையே 10, 8, 6 பிரமாணங்களில் பிரத்தியக்கம், அனுமானம் (அதாவது, காட்சியளவை, கருதலளவை) ஆகிய இரண்டை மட்டுமே ஏற்றுக்கொண்டது.

ஆதிசினேந்திரன் அளவை இரண்டே
ஏதமிலை பிரத்தியம் கருத்தளவென (29: 47-8).

மற்ற அளவைகளை (உவமம், ஆகமம், கருத்தாபத்தி, சுவாபம், உலகுரை, அபாவம், ஒழிபு, உள்ளநெறி) அது மறுதலித்துள்ளது என்பது குறிப்பிடத்தக்கது. இந்தியத் தத்துவங்களில் இவை முக்கியத்துவம் பெற்றுள்ளன என்பதும் குறிப்பிடத்தக்கது.

சங்க காலத்தில் அளவையியலின் வளர்ச்சியையும் பயன்பாட்டையும் கண்டோம். மணிமேகலையில் முதன் முதலாகத் தமிழில் அனுமானத்தைக் காண முடிகிறது (மேலது: 174). அனுமான முறையியலுக்கு உரிய இலக்கணமும் முதன்முதலில் மணிமேகலையில்தான் காணப்படுகிறது (மேலது: 174).

'காணப்படும் பொருளைக் கொண்டு காணப்படாத பொருளை முழுவதும் அறிவது அனுமானம்' ஆகும் (மணிமேகலை 27: 37-40). சங்க காலம் தொடங்கி மணிமேகலை வரை அளவை முறையும், அனுமானமும் எவ்வாறு தொழிற்பட்டிருந்தன என்பதைத் தத்துவ ஆசிரியர்கள் கூர்ந்து விளக்குவது தமிழில் இந்த அறிவுமுறை செழித்திருந்ததைக் காட்டுகிறது (மேலது: 174-176).

சங்க காலத்தில் கோப்பெருஞ்சோழனோடு இருந்த சான்றோர் நேரடிக் காட்சி அளவையின்பால் உறுதிகொண்டிருந்தனர். சங்க காலம் சமணம் வேரூன்றி இருந்த காலமாகும். சமண அளவை வாதிகள் உயிரும் ஆன்மாவும் உள்ளிருந்து புறப்பொருளை அறிய முடியும். அவ்வாறு அறிவது 'பிரத்தியட்ச அளவை.' மனம், பொறிகளின் மூலம் அறிவது 'பரோட்சம் அளவை.' இவற்றின் தத்துவார்த்த நுட்பங்களை அறிவது இங்கு நோக்கமில்லை. மாறாக அறிவு ஆராய்ச்சி சார்ந்த தத்துவ முயற்சிகள் ஆழங்காற் பட்டிருந்தன என்பதை நோக்க வேண்டும்.

சைவ சித்தாந்தம்

சைவ சித்தாந்தம் ஒரு தனிப்பெரும் தத்துவமாகும். பத்தாம் திருமுறையாகத் தொகுக்கப்பட்டுள்ள திருமந்திரம் சைவ சித்தாந்த சாத்திரங்கள் அனைத்திற்கும் முதல் நூல்; திருமூலர் இயற்றியது. இவரது காலம் பற்றிய வாதங்கள் இருந்தாலும் கி.பி 4-7ஆம் நூற்றாண்டிற்குரியவர்.

திருமந்திரம் பக்தி சார்ந்த தோத்திர நூலாகவும், அறிவாராய்ச்சி அடிப்படையிலான சாத்திர நூலாகவும் அமைகிறது. வேதம் ஆகமம் என்ற இரண்டும் ஒன்றே என்ற கொள்கையைத் திருமூலர் முன்வைத்தார்.

சைவ சித்தாந்தம் பதி (இறைவன்), பசு (உயிர்), பாசம் (ஆணவம், கன்மம், மாயை) ஆகிய முப்பொருள் பற்றி விளக்கும் பன்மைவாதக் கோட்பாடு. இந்த முப்பொருண்மையை விளக்க சைவ சித்தாந்தம் பிரத்தியக்சம் (பர்செப்சன்), அனுமானம் (இன்·ஃபெரன்ஸ்), ஆப்த வாக்கியம் (வெர்பல் டெஸ்டிமொனி) ஆகிய மூவகை அளவைப் பிரமாணங்களை அடிப்படையாகக் கொள்கிறது.

பிரத்தியக்சம் என்பது காட்சியளவை. இதன் மூலம் உலகம் பற்றிய உண்மையை அறியலாம். அனுமானம் என்பது கருதலளவை. இதன் மூலம் படைத்தவனை அறியலாம். ஆப்தவாக்கியம் மூலம் இறைவனுண்மையை அறியலாம்.

சைவ சித்தாந்தத்தில் பத்து அளவைகள் உள்ளன. அவை: காண்டல், கருதல், உரை, ஒப்பு, அருத்தாபத்தி, அபாவம், ஒழிபு, உண்மை, ஐதீகம், இயல்பு.

இந்தியத் தத்துவங்கள் பலவற்றிலும் உவமான அளவை முக்கியமாக ஏற்றுக்கொள்ளப்படுகிறது. மீமாம்சை, நியாயம், அத்வைத பிரிவுகள் முதலான அனைத்துமே உவமான அளவையை ஏற்றுக்கொண்டுள்ளன. இவை அனைத்திலும் உள்ள பொதுக் கோட்பாடு என்னவெனில் மேற்படி தத்துவங்கள் முன்வைக்கும் உண்மைகள் பெரும்பாலும் காட்சிப்பொருளாக இல்லாமல், கருத்துப் பொருளாகவே காணப்படுகின்றன.

இந்தியத் தத்துவ வரலாற்றில் காலவரிசையில் சைவ சித்தாந்தம் பின்தோன்றியதாக உள்ளது. இதனால் சித்தாந்தத்தின் மூலக் கருத்துகள் பலவும் வேத உபநிடத காலத்திலிருந்து பெறப் படுகின்றன. எனினும், மெய்கண்ட சாத்திரங்கள் யாவும் உவமான அளவையைப் பயன்படுத்தி அடிப்படைத் தத்துவங்களை விளக்குகின்றன.

உவமான அளவையின் பயன்பாடு சிவஞான சித்தியார், சிவப்பிரகாசம், திருவருட்பயன் முதலான நூல்களில் மிகுதியாக உள்ளன. நெஞ்சுவிடு தூது, போற்றிப் பஃறொடை, திருக்களிற்றுப் படியார் முதலிய நூல்களில் ஓரளவு மிதமாகப் பயன்பட்டுள்ளது. வினாவெண்பா, கொடிக்கவி போன்ற நூல்களில் இது அருகிக் காணப்படுகிறது.

எவ்வாறிருப்பினும் இந்தத் தத்துவங்களில் அறிவு நிலை நோக்கை விடவும், உணர்வு நிலை நோக்கே கூடுதலாக இருப்பதைக் காண்கிறோம். தமிழின் மெய்கண்ட சாத்திரங்கள் யாவும் அளவைகளைத் துணைகொண்டும், அடிப்படைக் கற்பிதங் களைத் துணைகொண்டும் தம் தத்துவத்தை முன்னிறுத்துவதைக் காணலாம் (தேவசேனாபதி 1974).

அறிவின் படிமலர்ச்சி

மானுட அறிவாராய்ச்சி நான்கு பெரும் கட்டங்களில் வளர்ச்சி யடைந்துள்ளது. முதலில் தொல்குடி வாழ்வியலில் மாயாஜால 'மந்திரங்கள்' (மேஜிக்) அறிவின் தொடக்கமாகக் காணப்பட்டது. அதிலிருந்து வளர்ச்சி பெற்று 'சமயம்' (ரெலிஜியன்) என்பதாக மானுட சிந்தனை மாற்றம் பெற்றது. சமயத்திலிருந்து 'தத்துவம்' (ஃபிலோசோபி) உருவானது. மானுட அறிவு வளர்ச்சியில் இது

ஓர் உயர்ந்த பரிமாணமாக மாறியது. இறுதியாகத் தத்துவத் திலிருந்து 'அறிவியல்' (சயின்ஸ்) தோன்றியது. ஆக, மந்திரம்-மதம்-தத்துவம்-அறிவியல் எனும் படிமுறை வளர்ச்சியில் அறிவு வளர்ச்சி ஏற்பட்டது.

தொடக்கத்தில் அறிவு பெறுவதற்குச் சிறந்த வழியாக 'அனுபவம்' இருந்தது. இது தத்துவத்திற்கும் அறிவியலுக்கும் பொதுநிலை. ஆனால் தத்துவமும் அறிவியலும் வெவ்வேறு தளத்தில் இயங்குபவை. கணித வாய்பாடுகள், சூத்திரங்கள் எவ்வாறு வேறுபடுவதில்லையோ, அவ்வாறே சமய ஞானிகளின் அனுமானங்களும் வேறுபடுவதில்லை.

அறிவியல் இயற்கை விதிகளையும் பௌதிக உண்மை களையும் கண்டறிகின்றது. மெய்யியல் சாத்திரங்கள் பௌதிகத் திற்கு அப்பாற்பட்ட (மெடாபிசிகல்) உண்மைகளை அறிய முற்படுகின்றது. ஆக, அறிவியல் உண்மைகளைக் கண்டறிய ஒருவர் படிக்க வேண்டியது 'இயற்கை' எனும் புத்தகமாகும். அவரே சமய உண்மைகளைக் கண்டறிய வேண்டுமானால் அவர் படிக்க வேண்டியது 'இதயம்' எனும் புத்தகமாகும். மதமும் மெய்யியலும் உணர்வுநிலை சார்ந்தவை. அது மனத்தோடு (இதயம்) உறவாடுகிறது.

அறிவு என்றால் என்ன? அதனை மனிதன் எவ்வாறு பெறுகிறான்? அறிவை அடையக்கூடிய விதிகள் என்ன? அறிவின் வடிவங்கள் யாவை? உண்மையான அறிவை சோதிப்பது எவ்வாறு? இத்தகைய வினாக்களை ஆராயும் இயலுக்கு அறிவாராய்ச்சியியல் (எபிஸ்டேமோலஜி) என்று பெயர்.

ஞானம், அறிவு முதலானவற்றின் தோற்றத்தைப் பற்றி பண்டைய தத்துவவாதிகள் சிந்தித்தனர். அறிவைப் பற்றிய சிந்தனையானது தத்துவம் தோன்றியபோதே தோன்றியது. இந்திய, கிரேக்கத் தத்துவங்களில் இது பற்றிய விவரங்கள் நிறைய உள்ளன.

சமண, பௌத்த தத்துவவாதிகள் அறிவைப் பற்றி ஆராய்ந் துள்ளனர். இவர்கள் அத்தகைய தத்துவ ஆசிரியர்களை 'வாலறிவன்', 'சித்தன்' என்று அழைத்தனர். கிரேக்கத்திலும் அறிவின் இயல்பு, பண்பு பற்றி டெமாக்ரிடஸ், பிளேட்டோ, அரிஸ்டாடில் தொடங்கி பலரும் விவாதித்தனர்.

'சமயம் என்பதை எப்பொழுதும் பொய் அல்லது மூடத்தனம் என்று ஒதுக்க முடியாது. சமயத்தினுள்ளும் மெய்ப்பொருள் காணும் அறிவு நமக்குத் தேவை' என்கிறார் ஞானி (2008: 22).

இத்தகைய விவாதத்தின் ஊடாக உலகந்தழுவி பல்வேறு வகைப்பட்ட கருத்துகளும் சிந்தனைகளும் முடிவுகளும் உருவாகின. இவற்றைக் கோட்பாட்டு ஆய்வாளர்கள் இரண்டு பெரும் பிரிவுகளில் அடக்கி விடுவார்கள். அவை: 1. கருத்துமுதல் வாதம் (ஐடியலிசம்), 2. பொருள்முதல் வாதம் (மடீரியலிசம்). சில தத்துவங்கள் பிரபஞ்சத்தையும் இந்த உலகையும் உண்மையாக அறிய முடியாது என்கின்றன. அவை 'அறியொணாக் கொள்கை' (அக்னோஸ்டிசிசம்) அல்லது 'சம்சய வாதம்' எனப்படும்.

அறியொணாக் கொள்கை

பிரபஞ்சத்தின் உண்மையான தன்மையை அறிய இயலாது என்பதே அறியொணாக் கொள்கையாகும். இதைச் 'சம்சயவாதம்' என்றும் கூறுவர். பண்டைய கிரேக்கத் தத்துவத்தில் பிர்ரோ, கார்னிடீஸ், இன்ஸிமிடிஸ் முதலானவர்கள் முன்வைத்த கருத்துகள் சம்சயவாதத் தன்மையுடையவை. இவர்கள் எதார்த்த பிரபஞ்சத்தின் உண்மையைச் சம்சயித்து, முடிவில் உலகிலுள்ள பொருட்களே உண்மையில்லை என்ற முடிவுக்கு வந்தார்கள். இந்தக் கருத்துகளை எல்லாம் முறைப்படுத்தி ஆங்கிலத் தத்துவவாதி டேவிட் ஹியூம் இன்றைய சம்சயவாதத்திற்கு வடிவம் அளித்தார். 'எல்லா அறிவும் அறியாமையாகும்' (நான்-நாலொட்ஜ்) என்ற தத்துவத்தை எழுதினார். மனிதர்களிடம் அறியாமை நிலவுகிறது. மனித மனத்தின் இந்தக் குருட்டுத் தன்மையைக் கண்டுபிடிப்பதுதான் எல்லாத் தத்துவங்களின் தேடுதலாக உள்ளது என்று ஹியூம் பேசினார் (வானமாமலை, நா. 2008: 8).

சைவ சித்தாந்திகளும் இந்தக் கொள்கையைப் பேசுகின்றனர். ஞான சக்தியைவிட இச்சா சக்தியே வலிமையானது என்கின்றனர் சைவவாதிகள். இறைவனின் அருள் சக்தியைத் தூண்டுவதன் மூலம் பரம்பொருளின் இச்சா சக்தியைப் பெறலாம். 'அவன் தாள் போற்றி, அவனருள் பெற்று அறிவு பெறுதல் வேண்டும்'

என்கின்றனர். 'நம்மால் அறிய முடியாத ஒன்றே பேரறிவு, அதனை மனிதனின் சிற்றறிவால் அறிய இயலாது' என்பது சைவ சித்தாந்தவாதிகளின் கொள்கை. இதுவே அவர்களுடைய அறியொணா வாதமாகும்.

இங்கு ஓர் ஒப்பீட்டைக் கொண்டு அறியொணாவாதத்தை நன்கறியலாம். பொருள் முதல் வாதம், கருத்து முதல் வாதம், சம்சயவாதம் (அறியொணாவாதம்) ஆகிய மூன்றுக்குமான வரையறைகளை ஒப்பிட்டுப் பார்த்தால் இதனை நன்கு விளங்கிக் கொள்ளலாம். பொருள்முதல்வாதம்: உலகின் மூலமும் முதற்பொருளும் 'பொருள்' (மேட்டர்) மட்டுமே. பொருளிலிருந்தே அனைத்தும் தோன்றின என்பது பொருள் முதல்வாதம். கருத்து முதல்வாதம்: உலகின் முழுமுதற் பொருள் கருத்து, சிந்தனை, பிரம்மம் முதலான அருவமான கருத்துகளே. சூட்சும கருத்திலிருந்துதான் பருப்பொருள் உலகம் தோன்றியது; சூட்சும வஸ்துவே உலகின் அடிப்படை; அதுதான் ஆதி மூலம் என்பது கருத்து முதல் வாதம். சம்சயவாதம்: உண்மை அறிய முடியாதது என்ற கொள்கை உடையவர்கள் அக்னாஸ்டிக்குகள். உண்மையான அறிவு எது, அந்த அறிவைப் பெறும் செயல்முறை எது, எனும் வினாக்களுக்கு விடையைக் காண்பதில் எதிர்மறை அம்சங்களைச் சிந்தித்தவர்கள் 'அறியமுடியாது எனும் கொள்கையினராகக்' காணப்பட்டனர். சம்சயவாதத்தை நிராகரித்தவர் ஹெகல்.

தொல் திராவிட வாதங்கள்

பண்டைத் தமிழர்கள் ஆதியில் நீரையும் நிலத்தையும் முதன்மைப் படுத்திய இயற்கை நெறியைப் போற்றினார்கள் எனத் தமிழ் அறிஞர்கள் சுட்டிக் காட்டுகின்றனர். இதன் அடிப்படையிலேயே ஐவகை நிலங்களையும் பண்பாடுகளையும் கொண்ட திணைச் சமூக அமைப்பு உருவானதாகச் சொல்வார்கள். திணைச் சமூக அமைப்பே சங்க காலச் சமூக அமைப்பு என்றும் சித்திரிப்பார்கள்.

இன்றைய திராவிடரின் தத்துவவியல் பன்முகத்தன்மை கொண்டது. ஆனால் அதன் தொன்மையான மூலம் என்பது இயற்கைவாதமாகும். திராவிடர்கள் ஆரம்ப காலத்தில் ஆன்ம மறுப்புவாதிகள். இதைச் சங்க இலக்கியங்கள் விதந்து பேசுகின்றன. அணங்கு, சூர், பேய், பேய்மகள், சூரர மகளிர், பூதம்

(கூளி), கழுது முதலானவற்றை வழிபட்டனர். பண்டைய தமிழர்கள் தாய்வழிச் சமூக அமைப்பைக் கொண்டிருந்ததன் பிரதிபலிப்பை இந்த வழிபாட்டு முறைகளில் காணலாம்.

திராவிட மரபின் இன்னுமொரு தனித்துவம் அவர்கள் பின்பற்றிய தாந்திரிகம் ஆகும். இதுதான் லோகேஷ் ஆயத, லோகாயதா அல்லது உலகாயதத்திற்கு மூலமாகும். இதனைப் பலகாலம் கைவிடாமல் பாதுகாத்து வந்தவர்கள் அடித்தட்டு மக்கள்தாம். இது பின்னாளில் ஆசிவகம், பௌத்தம் உள்ளிட்ட அவைதிக மதங்களில் ஈர்க்கப்பட்டது என்பது பண்பாட்டுப் படிமலர்ச்சி (ஏவொலூஷன்) சார்ந்த அறிவாராய்ச்சி மூலம் அறியலாம்.

பண்டைய திராவிட மரபில் காணப்பட்ட தாந்திரிகம் சிந்து வெளி நாகரிகத்திலிருந்தே வருகிறது என வாதிடுபவர்களும் உண்டு (சலம், கே.எஸ். 2022: 79). இது பற்றி அறிஞர் சலம் பின்வருமாறு கூறுகிறார்.

> சிந்து நாகரிகத்தில் தொடங்கி இன்று வரை பல்வேறு வடிவங்களில் சிறு சிறு மாற்றங்களுடன் திராவிட (பகுஜன) சிந்துக்களின் ஆசார சடங்குகள், பிராமண இந்து மரபுகளுக்கு இணையாக இருந்து வருகின்றன. மத்திய யுகங்களில் விவரமுள்ள மன்னர்கள் இரு மரபுகளையும் மதித்து வந்தனர். மேலும் விவரமான அக்பர் போன்றவர்கள் இரு மரபு களிலிருந்து இரு மனைவிகளை மணமுடித்து இரு தரப்பையும் சமமாக மதித்தனர்... இதற்குக் காரணம் திராவிட (பகுஜன) சிந்து மதம் எப்போதும் வலுவாகவே இருந்து வந்தது. திராவிட (பகுஜன) தத்துவவியலில் ஞானமீமாம்சமும் ஒரு பகுதியே. ஆனால் பிராமணர்களுக்கு இருந்த வசதி, தந்திர மிகுதி இவர்களுக்கு இல்லாததால் அவை நூல் வடிவில் பதியப்பட வில்லை (மேலது: 79).

தாந்திரிகம் அடுத்தடுத்த காலகட்டங்களில் வெவ்வேறு மரபுகளில் ஊடுருவிவிட்டது. ஞான மீமாம்சம் மட்டுமல்ல, பௌத்தத்தில் வஜ்ராயனமாக உருமாறியது. இன்னும் பல்வேறு மரபுகளிலும் அதன் அம்சங்கள் உள்வாங்கப்பட்டன. தாந்திரிகம் இந்த தேசத்தின் பூர்வகுடிகளிடம் உயிர்ப்புடன் இருந்த மரபு.

இன்றைக்கும் பழங்குடி மக்களின் பழக்க வழக்கங்களில் இதைக் காணலாம் என்கிறார் தேவிபிரசாத் சட்டோபாத்யாய (2010). தாந்திரிக ஞானத்தை அன்றாட வாழ்வில் உற்பத்திச் சாதிகளிடம் காணலாம். உழைக்கும் மக்களிடம், குறிப்பாக அடித்தட்டுச் சாதிகளிடம் இன்றும் காணலாம்; இயற்கை சார்ந்து நிகழும் உற்பத்தி முறையில் அடித்தளச் சாதிகளின் ஆசார சடங்குகளில் தாந்திரிகத்தின் உட்பொருளைக் காணலாம்; விவசாயம் சார்ந்த மக்களின் பண்டிகைகள், விழாக்கள், சடங்குகள் முதலானவற்றில் தாந்திரிக ஞானத்தைக் காணலாம்.

இதனால்தான் அறிஞர் சலம் பின்வருமாறு குறிப்பிடுகிறார். 'திராவிட (பகுஜன) இந்துக்களின் உலகக் கண்ணோட்டம் என்ன? அதை அறிய வேண்டுமானால் தாந்திரிக, ஆசீவகர்களின் வைதிக எதிர்ப்பு இயக்கங்களைப் பற்றி அறிய வேண்டும்' (மேலது: 85).

இந்திய மெய்யியல் வரலாற்றின் அடித்தளம் தர்க்கமாகும். இந்த அடித்தளத்தின் மீதே சாங்கிய, உலகாய்த, யோக மெய்யியல்கள் தோன்றின. அறிவு ஆராய்ச்சியின் அடிப்படையும் தர்க்கத்தால் உருவானது. தர்க்கவியல் வரலாற்றில் கிமு 9-5ஆம் நூற்றாண்டுக் கட்டம்தான் தொடக்கக் கட்டம் என வரையறுக்கப்படுகிறது. இந்தக் காலகட்டத்தில்தான் சாங்கியம் முதலான கோட்பாடுகள் தோன்றி வளர்ந்தன. அவற்றின் வளர்ச்சியோடு தர்க்கமும் வளர்ந்து செழித்தது. தர்க்கவியலின் இந்த வரலாற்றுத் தடங்கள் யாவும் தொல்காப்பியத்திலும் திருக்குறளிலும் மட்டுமே காணக் கிடக்கின்றன (நெடுஞ்செழியன், க. 2002: iX). தொல்காப்பியம் முழுமையான இலக்கண நூலாக இருப்பினும், அதன் அடிப்படை ஐந்திர மெய்யியலும் அதன் அளவை இயலுமாகும் (மேலது: 17). 'ஐந்திரம் நிறைந்த தொல்காப்பியன்' எனும் பனம்பாரனாரின் கூற்று இதற்குச் சான்றாகும் என்கிறார்.

அறிவு ஆராய்ச்சியில் ஈடுபட்ட தத்துவவாதிகள் தம் கோட்பாட்டை நிறுவுவதற்குப் பின்பற்றிய நெறிமுறை 'அளவை'கள் ஆகும். வள்ளுவர் அளவை முறையை வெகுவாகக் கையாண்டு உள்ளார்.

அளவின்கண் நின்றொழுகல் ஆற்றார் களவின்கட்
கன்றிய காத லவர் (குறள். 286).

களவென்னும் காரறி வாண்மை அளவென்னும்
ஆற்றல் புரிந்தார்கண் இல் (குறள். 287).

அளவறிந்தார் நெஞ்சத்து அறம்போல நிற்கும்
களவறிந்தார் நெஞ்சிற் கரவு (குறள். 288).

அளவல்ல செய்தாங்கே வீவர் களவல்ல
மற்றைய தேற்றா தவர் (குறள். 289)

தொடக்க காலக் கோட்பாடுகள்

தமிழ்ச் செவ்வியம்

'மொழியியல் வரலாற்றில் இந்தியத் துணைக் கண்டத்திற்கு ஒரு முக்கியமான இடம் உண்டு. மேனாட்டில் மொழியியல் தொடக்க நிலையில் இருந்தபொழுதே தமிழிலும் வடமொழியிலும் நன்கு வளர்ச்சியடைந்த இலக்கணக் கொள்கைகள் தோன்றி இருந்தன. மிகப் பழமையான மரபுகளின் அடிப்படையில் இரு மொழி களிலும் இலக்கண நூல்கள் எழுதப்பட்டிருந்தன. தமிழில் தொல்காப்பியத்திற்கு முன்னரும் வடமொழியில் பாணினியின் அஷ்டாத்தியாயீக்கு முன்னரும் இலக்கண நூல்கள் இருந்தமைக்கு அந்த நூல்களிலே பல சான்றுகள் உள்ளன. அவை மட்டுமன்றி இந்த நூல்களின் முதிர்ந்த கோட்பாட்டு அடிப்படையும் அதற்குச் சான்றாய் அமைந்துள்ளது' (பாலசுப்பிரமணியன், க. 2017: 23).

மொழியும் இலக்கியமும் செவ்வியல் நிலை பெறுவதற்குப் படைப்பியக்கமே அடிப்படை. இந்தச் செவ்வியல் படைப் பியக்கத்தில் இடையறாமல் ஏற்பட்டுக்கொண்டிருக்கிற மாற்றங் களின் அடிப்படையில் இலக்கியக் கொள்கைகளும் நவீன மடைகின்றன (அய்யப்ப பணிக்கர் 2012: 2). புதிய படைப்புகள் புதிய அணுகுமுறைகளில் பேசப்படுகின்றன. மாற்றங்களுக்கு உட்படாத மொழியையோ இலக்கியத்தையோ காண முடியாது. மாற்றங்கள் இல்லை என்றால் வரலாறில்லை. செவ்விலக்கியத் துக்கும் வரலாறுண்டு. இலக்கிய வரலாறும் வரலாற்றில் இலக்கியமும் ஒன்றல்ல. இருப்பினும் ஒன்றையொன்று சார்ந்து அறியப்படுவன.

தமிழின் செவ்வியம் பற்றி நிறையவே பேசப்பட்டுள்ளது. இது ஒப்பியலாகவும் பேசப்பட்டுள்ளது. மனிதர்கள் தமக்குத்

தெரியாமலே வரலாற்றை உருவாக்குகிறார்கள். அந்த நீண்ட நெடும் பயணத்தில் ஆதியில் நிலவிய கலை இலக்கியக் காலம் இலட்சியக் காலமாகச் சிலருக்கு அமைவதுண்டு. இந்தக் காலகட்டத்தில் உருவான இலக்கியங்களின் நோக்கம் வெறுமனே கலானுபவத்தையும் கலைத்துவ நுகர்வையும் மட்டும் வழங்குவது இல்லை. இலக்கியங்கள் ஆதியில் சமூகப் பயன் சார்ந்து உருவாகின்றன. பண்டைக் காலத்தியத் தமிழ்ச் சமூகம், கிரேக்க, இலத்தீன், உரோமானிய சமூகங்கள் ஆகியவற்றில் கலை இலக்கிய உருவாக்கங்கள் வடிவம், உள்ளடக்கம், கலையம்சம், அழகியல் முதலானவற்றில் முன்னோடி வகையினங்களை உருவாக்கி யிருந்தன. அதனால் அவை காலங்களை வென்று மிகச் சிறந்தவை யாகப் பெயர்பெற்றன. இவற்றையே 'செவ்வியல் படைப்புகள்' (கிளாசிகல் கிரியேஷன்ஸ்) என்கிறோம். அவற்றின் காலத்தைச் 'செவ்வியல் யுகம்' (கிளாசிகல் ஏஜ்) என்றும், அந்தக் காலத்தின் பண்புகளைச் 'செவ்வியம்' (கிளாசிஸிசம்) என்றும் குறிப்பிடுகிறோம்.

பண்டைய கிரேக்க, உரோமானிய செவ்வியல் யுகத்தை வரலாற்றாய்வாளர்கள் நான்கு கட்டங்களாகப் பகுத்துள்ளனர். அவை: கிமு 9-8ஆம் நூற்றாண்டு 'இதிகாச யுகம்' (எபிக் ஏஜ்), கிமு 7-6ஆம் நூற்றாண்டு 'பாடல் யுகம்' (லிரிக்ஸ் ஏஜ்), கிமு 5ஆம் நூற்றாண்டு 'நாடக யுகம்' (ட்ராமா ஏஜ்), கிமு 5-4ஆம் நூற்றாண்டு 'உரைநடை யுகம்' (ப்ரோஸ் ஏஜ்).

இந்தக் கால வரிசையை ஒட்டித் தமிழின் காலவரிசையை நோக்கலாம். இப்போது நடைபெற்று வரும் தொல்லியல் அகழாய்வுகள் சங்க காலத்தைப் பின்னோக்கிக் கொண்டு செல்கின்றன. கிமு 590 வரை இப்போது சங்க காலம் வரையறை செய்யப்படுகிறது. ஆர். பாலகிருஷ்ணனின் ஒரு பண்பாட்டின் பயணம் (2023) சங்க காலத்தைச் சிந்துவெளியோடு இணைக்கிறது. மேற்கு வங்கத்தைச் சேர்ந்த கணினி அறிஞர் பகுத்தா அன்சுமாலி முக்கோபாத்தியாய் சிந்துவெளியில் பேசப்பட்ட மொழி 'முந்து தொல்திராவிடம்' என்கிறார். ஐராவதம் மகாதேவன், அஸ்கோ பர்ப்போலா ஆகியோரின் ஊக முடிவை முக்கோபாத்தியாய் உறுதி செய்கிறார். இவ்வாறான ஆய்வுகள் மேன்மேலும் வருங்காலத்தில் செய்யும்போது இந்தக் கருத்துகள் மேலும் உறுதி படுத்தப்படும்.

கலை இலக்கிய வரலாற்றில் இலக்கியச் செவ்வியம் மொழிக்கு மொழி, பண்பாட்டுக்குப் பண்பாடு மாறுபடும். கிரேக்க இலத்தீன் உரோமானியச் சூழலை இங்கு ஒப்பிட்டு எடைபோட வேண்டிய அவசியமில்லை. சங்க இலக்கியம் தனித்துவமான ஓர் இலக்கியக் கொள்கையைக் காட்டுகிறது. நிலத்தை மட்டுமன்றி கடவுள், விலங்கு, தாவரம், மக்கள் வாழ்வாதாரம், தொழில், உணவு, இசை என எல்லாவற்றையும் திணையாக முறைப்படுத்தியுள்ளமை தமிழில் மட்டுமேயாகும். வடமொழியில் இவ்வாறான எழுதிணைப் பகுப்பு காணப்படவில்லை. அவ்வாறே வாழ்வை அகம், புறம் என இருபெரும் களங்களாகக் காண்பதும் சங்க இலக்கியம் மட்டுமே. இவற்றை எல்லாம் தமிழின் 'செவ்வியம்' எனலாம். இன்னும் மிகச் சுருக்கமாகச் சொல்ல வேண்டுமானால் இலக்கணத்தையும் இலக்கியவியலையும் ஒரு சேர பேசும் தொல்காப்பியம் தமிழ்ச் செவ்வியம் ஆகும். கூடவே சங்க இலக்கியம் தமிழ்ச் செவ்வியத்தை முழுமைப்படுத்துகிறது (பஞ்சாங்கம், க. 2012, 2016).

சங்க இலக்கியம் தமிழ்ப் பண்பாட்டின் விழுதல்ல வேர். அது சாமானியர்களின் இலக்கியம். பன்மியம் பேசும் ஐந்து திணை களின் இலக்கியம். திணைகளில் விளைந்த இலக்கியம். அதன் தொன்மையான தோற்றத்தைப் போலவே, அதன் தொடர்ச்சியும் வியப்பளிக்கிறது. அகண்ட இந்தியப் புவியியலை அறிந்து பேசிய முதல் இலக்கியம். அது வெற்றுக் கற்பனை விருத்தம் அல்ல; அன்றாட வாழ்வியலின் அதீத படப்பிடிப்பு. வெகுசன தமிழ்ச் சமூகத்தின் கூட்டு உளவியலைப் பேசும் இலக்கியம். கற்றவர் களாலும் கல்லாதவர்களாலும் பட்டை தீட்டப்பட்ட பட்டறிவு இலக்கியம். ஆகச் சிறந்த சூழலியம், நகர்மயம், கடல் வணிகம், அறம், விழுமியங்கள், உலகளாவிய மாண்புகள் பேசும் இலக்கியம் (பாலகிருஷ்ணன், ஆர். 2021: 15-25).

செவ்வியம் என்றாலே இப்படித்தான் போற்றிப் புகழ்வார்கள். உயர்ந்த, செழிப்பான, புலமை வாய்ந்த, முதல் தரமான, அழகான, பெருமைமிக்க பண்புகள் அனைத்தையும் குறிப்பிடுவது செவ்வியம். செவ்விச் சான்றோரைச் 'செவ்வியோர்' என்கிறது புறநானூறு (29:9). இதைத் திருவள்ளுவரும் கையாளுகிறார் (1289). 'ஞெமன் தெரிகோல் அன்ன செயிர் தீர் செம்மொழி' என்று

கூறுகிறது அகநானூறு. தமிழின் செவ்வியல் தன்மையை விதந்து போற்றியுள்ளனர். இதன் பாற்பட்டதே செவ்வியக் கோட்பாடு.

செவ்வியம் அடுத்தடுத்த காலகட்டங்களில் விமர்சனத்திற்கு உள்ளானது. மனித சமூகத்தை முழுமையாகப் பிரதிபலிக்கச் செய்யும் வலிமை செவ்வியத்தில் இல்லை என்ற கருத்து வலுப்பெற்றது. காலகதியில் சமூகங்கள் மாறி வந்த நிலையில், அந்தந்தக் காலகட்டத்தின் பண்புகளைப் பேச விரும்பினர்.

இருப்பினும் காலனியத்திற்குப் பின்னர் விடுதலை பெற்ற ஒவ்வொரு சமூகமும் தன்னைப் புனரமைப்புச் செய்யும் பொருட்டுப் பின்காலனியம் பேசப்பட்டது. இந்தக் காலகட்டத்தில் காலனிகளிடமிருந்து விடுதலை பெற்ற சமூகங்கள் தம் பழம் பெருமைகளை மீட்டெடுக்க விரும்பின. காலனிய காலத்தில் இழந்த அடையாளமும் பொலிவும் மீட்கப்பட வேண்டும் எனும் கருத்து மேலோங்கியது. அந்தச் சூழலில் மீண்டும் செவ்வியத்தைத் தேடும் 'மீள திரும்பிச் செல்லுதல்', 'பழம் பெருமை தேடல்' பேசப்பட்டது. எவ்வாறிருப்பினும் செவ்வியத்தை மறுதலித்துப் புனைவியம் (ரொமாண்டிசிசம்) எனும் கலை இலக்கிய இயக்கம் தோன்றியது.

கருத்துமுதல்வாதம், பொருள்முதல்வாதம்

அறிவுமுறை பற்றிய வாதம் எழுந்தபோது புலன்களால் அறியப் படுவதே அறிவு என்றும், அதனைப் 'பட்டறிவியல்' எனக் கூறலாம் என்றும் சொன்னார்கள். இதற்கு மாறாக, பகுத்தறிவதன் மூலமே அறிவை உருவாக்க முடியும் என்றும், அதனைப் 'பகுத்தறிவியல்' எனக் கூறலாம் என்றும் வாதிட்டனர்.

இவற்றின் பின்புலமாக 'மனம்', 'பருப்பொருள்' என்ற இரண்டு இறுதியான வகையினங்கள் உள்ளன என்பதை அறிய முடிகிறது. இவை இருமையியலின் (டுயலிசம்) நீட்சி என்றே கருத வேண்டும். அதாவது ஒன்றோடொன்று மாறுபட்ட இரண்டு கூறுகள் ஓர் ஒழுங்குமுறைக்குள் இயங்குவதை அறிய வேண்டும்.

மேற்கூறிய இரண்டு வகையினங்களில் முதலில் கருத்து முதல்வாதத்தைப் பார்ப்போம். மனத்தில் நிகழும் சிந்தனை, உணர்தல், அறிதல், செயல்படுதல் ஆகிய அனைத்தும் 'மனம்'

என்பதன் ஊடாகவே நடக்கின்றன. அதனால் மனம் மட்டுமே உள்ளது என்ற வாதம் முன்வைக்கப்பட்டது. இந்தக் குழுவினரின் கோட்பாடு 'கருத்துமுதல்வாதம்' (ஐடியலிசம்) எனப்பட்டது. இதனைப் பழைய எழுத்துகளில் 'இலட்சியவாதம்' என்று பேசியவர்களும் உண்டு.

இவ்வுலக வாழ்வில் கருத்தே முதன்மையானது. பொருட்கள் இரண்டாம் தரமானவை என்கிறது கருத்துமுதல்வாதம். ஓர் எடுத்துக்காட்டைக் கூர்ந்து கவனித்தால் கருத்துமுதல்வாதத்தைப் புரிந்துகொள்ளலாம். எல்லா மதங்களும் கருத்துமுதல்வாதங்கள் தான். இங்குக் கடவுள், வழிபாடு, சடங்குகள், ஆன்மிகம், அறநெறி முதலான அனைத்து மத நடவடிக்கைகளிலும் 'கருத்து' முதன்மையானது. இதனை யாரும் கேள்வி கேட்பதில்லை.

ஒவ்வொரு சமூகத்திலும் காணக்கூடிய கருத்தியல் / சித்தாந்தம் அந்தச் சமூகத்தின் இலக்கியங்களில் மிகவும் இயல்பாகப் பிரதிபலிக்கப்படும். இதனைச் சற்றுக் கூர்ந்து கவனிப்போம். சங்க காலத்தில் அணங்கு, சூர், கொற்றவை, பழையோள், கானமர் செல்வி, முருகன், வேலன் முதலானவையே தமிழ் மரபுக்கு உரியவையாக இருந்தன. சிவன், திருமால் எனும் பெயர்கள் சங்க காலத்தில் இல்லை. சமயம், சைவம், வைணவம் எனும் வழக்கு களும் அப்போது இல்லை. அன்றிருந்த வாழ்வியலை முதல், கரு, உரி எனத் தொல்காப்பியம் ஒரு கோட்பாடாகத் தருகிறது. இது சார்ந்த கருத்துநிலைவாதம் வைதிக நெறி தமிழகத்தில் ஏற்கப்பட்ட வுடன் பெருஞ் சமய நெறி பக்தி இயக்கத்தின் ஊடாகப் பெரும் மாற்றத்தை ஏற்படுத்தியது. இதன் பின்னர் சமயம் பற்றிய கருத்துநிலை முழுவதும் மாறிவிட்டது.

பிற்கால வேந்தர்களால் சைவமும் வைணமும் அரச மதங் களாக ஆதரவு பெற்றன. அவைதிக மதங்கள் ஓரங்கட்டப்பட்டன. கருத்து முதல்வாதத்தின்படி பார்த்தால் சமணம், பௌத்தம் இரண்டும் அறிவையும் தர்க்கத்தையும் முதன்மைப்படுத்தின. தத்துவங்களை முன்னிலைப்படுத்தின; அவற்றை மக்களிடம் கொண்டு போய்ச் சேர்க்க முயன்றன; விவாதப் பொருளாக்கின.

அவைதிக சமயங்கள் துறவையும் ஒழுக்கங்களையும் முன்னிலைப்படுத்த, வைதிகம் இல்லறத்தையும் இன்பத்தையும்

கேளிக்கைகளையும் ஆதரித்தது. ஆக இங்கு மதங்கள் கருத்து முதல்வாதங்களாகவே செயல்பட்டன. ஆனால் அவற்றின் மார்க்கங்கள் வெவ்வேறாக இருந்தன. கருத்துமுதல் வாதத்தில் 'மனம்' அடிப்படைக் கூறாக இருந்தது. ஆனால் அதன் பொருண்மையில் இரண்டாகப் பாகுபட்டது. மனிதர்களுக்கு அப்பாலுள்ள புற ஆன்மா அல்லது கருத்தியல் சாரம் என்பது ஒரு தனி வடிவமாக இருந்ததால் அது 'புறவயக் கருத்துமுதல்வாதம்' எனப்பட்டது. இதற்கு மாறாக, தனிமனிதப் பிரக்ஞையே உலகின் அடிப்படை எனும் வாதம் 'அகவயக் கருத்துமுதல்வாதம்' எனப்பட்டது. இவை யாவும் சமய வாழ்வில் உண்மையைத் (ஆன்மா) தேடும் முயற்சியில் மதவாதிகள் கண்ட அனுபவங்களே. எதுவாயினும் எல்லா மதங்களும் கருத்துமுதல்வாதங்களே என்பதை நாம் புரிந்துகொள்ள முடியும்.

கருத்துமுதல்வாதத்திற்கு எதிரானது பொருள்முதல்வாதம். இலக்கியவாதிகள் இந்தக் கோட்பாட்டை விளங்கிக்கொள்ள வேண்டுமானால் ஜார்ஜ் தாம்சன் எனும் மார்க்சிய ஆய்வாளர் எழுதிய மனிதச் சாரம் (த ஹ்யூமன் எசன்ஸ்) நூலைப் படிக்கலாம். இன்னும் பல நூல்களும் உள்ளன.

'இன்பம் துய்த்தல், பொருள் தேடுதல், வாழ்வியலில் ஆசை, புலனின்பம் ஆகியன மட்டுமே மனிதனின் இலட்சியம் என்று கருதி, மறுஉலகம் எதுவும் இல்லை என மறுக்கும் மக்கள்தாம் சாருவாககர்களது கொள்கையைப் பின்பற்றுபவர்கள். எனவே இந்தப் பொருள் தரும் தரிசனம்தான் உலகாயதம்.' இதுவே பொருள்முதல்வாதம் எனப்பட்டது (தேவிபிரசாத் சட்டோ பாத்யாயா 2018: 4).

இந்தியச் சூழலையும் தமிழ்ச் சூழலையும் ஒப்பிட்டுப் பார்ப்பதன் மூலம் உலகாயதத்தின் தோற்றுவாயை அறியலாம். கிமு 600இலிருந்து கிபி 200 வரை நிலவிய இதிகாசக் காலத்தில் நிலவிய அமைதியற்ற சூழ்நிலையில் பிரத்தியேகமான அறிவு வளர்ச்சி ஏற்பட்டதென்றால் அது உலகாயதம் மட்டுமே என்று இராதாகிருஷ்ணன் கூறுகிறார் (மேலது: 14).

உலகாய்தம் மிக நீண்ட வரலாறு கொண்டது. மனித குல அறிவாராய்ச்சியில் இதற்குத் தனியானதொரு இடம் உண்டு.

உலகாய்தத்தில் ‘ஆதி உலகாய்தம்’ முக்கியமானது. ஆதி உலகாய்தம் என்பது அணுவாதத்தோடு தொடர்புடையது. புராதன கால மக்கள் கடவுள், ஆன்மா, மறுஉலகம் முதலானவற்றைச் சிந்திப்பதற்கு முன்னர் உருவான கட்டமாகும். இனக்குழு மக்களின் அடிப்படை வாழ்வியல் சிந்தனை பொருள்முதல் வாதமே. இத்தகைய இனக்குழுப் பண்புகளைச் சங்க இலக்கியம் விதந்து பேசுகிறது. இதுவே ‘ஆரம்பகால பொருள்முதல்வாதம்.’

பண்டைக் காலந்தொட்டுப் பொருள்முதல்வாதம் தோன்றி வளர்ந்து வந்தது. இந்தியா, கிரேக்கம், சீனம் முதலான தேசங்களில் அது செல்வாக்குடன் வளர்ந்துகொண்டிருந்தது. உண்மையில் அது அறிவியல் ரீதியான வளர்ச்சி பெற்றது இயந்திரப் புரட்சிக்குப் பின்னர்தான். இன்னும் துல்லியமாகச் சொல்ல வேண்டுமானால் பொருள்முதல்வாத வளர்ச்சியின் உச்சகட்டமாக மார்க்சியம் தோன்றியது.

பிரபஞ்சத்தின் வளர்ச்சியைப் பொருள்முதல்வாத அடிப்படையில் விளக்குவதுதான் மார்க்சியம். உலகைப் படைத்தவன் இறைவன் என்கிறது இந்தியத் தத்துவங்கள். கடவுள் என்ற கருத்தாக்கம் வேறொரு இடத்தில் இருக்கிறது என்கிறார் மார்க்ஸ். உலக இருப்பையும் மனித மனத்தின் பரிமாணத்தையும் மார்க்ஸ் ஆராய்கிறார்.

பொருளுற்பத்தி என்ற மானுடச் செயல்பாடுகளில் இருந்துதான் மானுட சிந்தனை தோன்றுகிறது. மனித உற்பத்தி சக்திகள் ஒரு குறிப்பிட்ட காலகட்டத்தில் எந்த அளவுக்கு வளர்ச்சி அடைகிறதோ, அந்த அளவுக்கு சமூக உற்பத்தி உறவுகளுக்கான சிந்தனையும் தோன்றுகிறது. உற்பத்திச் சக்திகளின் வளர்ச்சிக்கேற்ப வரலாறு, தத்துவம், மதம் முதலான கருத்துருவாக்கங்கள் வரலாறு எனும் பெயரில் அறியப்படுகின்றன. மார்க்ஸ்-எங்கெல்ஸ் இருவரும் 1845-46 காலவாக்கில் இத்தகைய கருத்துக்களை விவாதித்தனர். இதன் பயனாக ‘மனிதன் மதத்தைப் படைத்தான்’ என்ற வரலாற்றின் பாத்திரத்தை விளக்கினார்கள்.

இங்கு வேறொன்றையும் கவனத்தில் கொள்ள வேண்டும். இந்தியத் தத்துவங்கள் எல்லாமும் கடவுள் நம்பிக்கையைப்

போதிக்கவில்லை. பல தத்துவங்கள் கடவுளை மறுக்கின்றன என்பதையும் கவனிக்க வேண்டும்.

இனி பொருள்முதல்வாதத்திற்கு வருவோம். இலக்கியக் கொள்கை என்ற ஒன்றை மார்க்சியம் தனியாக உருவாக்கவில்லை. 'முரண்படும் சக்திகளுக்கு இடையே போராட்டங்கள் நிலவு கின்றன.' இதனை மனிதனின் உற்பத்தி உறவுகளில் பொருத்தி விளக்கிக் காட்டியதுதான் உலக சிந்தனை வரலாற்றுக்கு மார்க்ஸ் அளித்த கொடையாகும். இதை இயங்கியல் பொருள் முதல் வாதமாகக் காட்டினார். இந்தக் கோட்பாட்டைக் கொண்டு வரலாறு, சமூகம், கலை, இலக்கியம் என எல்லாவற்றையும் விளக்கினார். இதனூடாகத்தான் நாம் இலக்கியத்தைப் புரிந்து கொள்ள வேண்டும்.

புராதன காலத்தில் மனிதன் பெரிதும் இயற்கையைச் சார்ந்திருக்கிறான். பின்னர் மெல்ல மெல்ல கருவிகளைக் கொண்டு தனக்கு வேண்டியதைத் தேடுகிறான், உற்பத்தி செய்கிறான். இதன் மூலம் புதிய சமூக அமைப்பு உருவாகிறது. புதிய புதிய வகையில் பொருளுற்பத்தியில் ஈடுபட்டபோது வர்க்க அமைப்புகள் தோன்றின. மக்கள் பொருளுற்பத்தி உறவுகளால் பின்னப்படுகிறார்கள். அப்போது வர்க்க நலன்கள் உருவாக்கம் பெற்றன. இங்குச் 'சமூக அமைப்பு சமூக உணர்வுகளைத் தீர்மானித்தது.'

மனித குல வரலாற்றில் உற்பத்தி முறையானது இனக்குழுக் காலம் (ஆதிப்பொதுவுடைமைக் காலம்), நிலபிரபுத்துவ காலம் (ஆண்டான் அடிமை காலம்), முதலாளித்துவ காலம் (வர்க்கச் சமூகம் நிலவும் இன்றைய காலம்) என வளர்ந்து வந்துள்ளது. இப்போதுள்ள வர்க்கச் சமூகத்தை வர்க்க பேதமற்ற சமூகமாக மாற்றுவது மார்க்சியத்தின் இலக்காகும்.

பொருள் உற்பத்தி அமைப்பில் அடிக்கட்டுமானம் (பொருளதாரம்), மேற்கட்டுமானம் (மற்றவை அனைத்தும்) எனப் பாகுபடுத்தி மேற்கட்டுமானத்தை மாற்றியமைக்க அடிக்கட்டுமானத்தை மாற்ற வேண்டும் என்ற மார்க்சின் தத்துவம் இயங்கியல் பொருள் முதல்வாதமாகப் (டயலெக்டிகல் மடீரியலிசம்) பேசப்பட்டது. வரலாற்றின் ஓர் அங்கமாக இலக்கியத்தைப் பார்க்க வேண்டும்

என்கிறார் மார்க்ஸ் (1844 குறிப்பேடுகள்). கலைகள் உழைப்பின் அடிப்படையில் தோன்றுபவை என்பார் மார்க்ஸ். இந்த உழைப்பின் பாத்திரமாகவே மனிதகுல வரலாறு அமைகிறது என்றும் கூறுகிறார்.

ஆனால் மார்க்சியத்தைப் புதுப்பிக்க வேண்டிய தேவையைப் பின்மார்க்சியவாதிகள் விவாதித்தனர். இன்று உலகில் வர்க்கங்கள் எனும் சமூக அடையாளங்கள் கரைந்துகொண்டிருக்கின்றன. அவை அரசியல் பண்பாட்டுத் தளங்களில் இனம், பால், பிற அடையாளங்கள் சார்ந்து திரண்டு நிற்கின்றன. வர்க்க ஒருமைப் பாடு என்பது கடந்த காலக் கருத்தியலாக ஓய்வு எடுக்கத் தொடங்கிவிட்டது.

இந்தச் சூழலில் கற்பனாவாத சோசலிசமும், விஞ்ஞான சோசலிசமும் மாற்றியமைக்கப்பட வேண்டியவையாக உள்ளன என்கிறார்கள் பின்மார்க்சியவாதிகள். பண்டைய பொருள்முதல் வாதம் கணக்கில் எடுத்துக்கொண்ட வரலாறு, முதலாளியம், மதம் ஆகியவற்றிற் கான இடைவினைகளை ஆராய்வதை விடுத்து, அரசு சாரா நிறுவனங்கள், சமூக அரசியல் இயக்கங்கள், புதிய ஏகாதிபத்திய வலைப்பின்னல் (உலகமயம்) ஆகியவற்றின் இடைவினைகளை ஆராய வேண்டும் என்கின்றனர். இலக்கியப் புலத்தார் இத்தகைய மாறிவரும் கோட்பாட்டுச் சட்டகங்களை நமது கற்கை நெறிகளுக்கு ஏற்ப பொருத்தி ஆராய வேண்டும்.

கோட்பாட்டு வளர்ச்சி முடங்குதல்

தமிழர் பண்பாடும் நாகரிகமும் ஆயிரம் ஆண்டுகளுக்கும் மேலாகக் கடுமையான தாக்குதலுக்கு ஆளாகிவிட்டன. அந்நியர் ஊடுருவலால் அவை தம் தனித்தன்மையை இழக்க நேரிட்டன. அந்நியர் ஆதிக்கம் தமிழகத்தில் நிலையாகத் தங்கிவிட்டது. அதனால் தமிழ்ச் சமூகம் மெல்ல மெல்ல அதன் தனித்துவமான கூறுகளை இழக்கத் தொடங்கியது.

இந்தியாவில் காலனியம் இரண்டு கட்டங்களாக நிகழ்ந்தது. கிபி1857 வரை கிழக்கிந்தியக் கம்பெனியின் ஆட்சி நடைபெற்றது. 1857இலிருந்து இங்கிலாந்து அரசின் ஆட்சி நடந்தது. 1835இல் மெக்காலே பிரபுவின் தீர்க்கமான முயற்சியால் நிர்வாகத்

துறையிலும் கல்வித் துறையிலும் ஆங்கிலம் முழு வீச்சில் விரிவடைந்தது. இந்தியர் ஆங்கிலம் வழி கற்கத் தொடங்கினார்கள். 1850களில் படிக்கத் தொடங்கியவர்கள் 1870களில் ஆங்கிலக் கல்வியில் தேர்ச்சி பெற்றுவிட்டனர். இந்தக் காலகட்டத்தில் இருந்து சுதேசி கல்வி மரபு முழுவதும் முடங்கி விட்டது எனலாம்.

சுதேசியத்தைத் தேடுதல்

அண்மைக்கால அகழாய்வுகளின்படி மூவாயிரம் ஆண்டுகளுக்கு முற்பட்டது தொல்காப்பியம். தமிழின் முதல் அமைப்பியம் (ஸ்ட்ரக்சுரலிசம்) இதுவாகும். இது அமைப்பியம் அடிப்படையில் ஓர் அறிவியல் தன்மை கொண்டதாகும். அத்தகைய அறிவியல் அடிப்படையிலான தொல்காப்பியத்தை இன்றைய கொள்கை களின் போக்கில் ஆராய்வது அறிவியல் வரலாற்றுக் (ஹிஸ்டரி ஆஃப் சயின்ஸ்) கண்ணோட்டத்திற்கு மாறானது. அது பேசும் கோட்பாட்டுப் பின்னணியில் பேச வேண்டும். அதன்படி பார்த்தால் வடமொழி இலக்கணமாகிய அஷ்டாத்தியாயி முற்றிலும் விளக்கமுறை இலக்கணமாக (டிஸ்கிரிப்டிவ் கிராமர்) உள்ளது. தொல்காப்பியம் பெரும்பான்மை விளக்கமுறை இலக்கணமாக இருந்தாலும் அது விதிமுறை இலக்கணத்தையும் (ப்ரெஸ்கிரிப்டிவ் கிராமர்) கொண்டுள்ளது (பாலசுப்பிரமணியன், க. 2017: 203).

தொல்காப்பியத்தின் அமைப்பியக் கோட்பாட்டு வளர்ச்சிக்குப் பிறகு தமிழில் நிகழ்ந்த முயற்சி 'பொருள்கோடல்' (ஹெர்ம னியூடிக்ஸ்) பற்றியதாகும். உரையாசிரியர்கள் (பேராசிரியர், இளம்பூரணர், சேனாவரையர், நச்சினார்க்கினியர் உட்பட) தொல்காப்பியத்தை இலக்கண அறிவோடும் தத்துவ அறிவோடும், வடமொழி ஒப்பியல் அறிவோடும் விளக்கிய முறை பொருள் கோடல் கோட்பாட்டு உத்திகளைக் கொண்டதாகும்.

தமிழில் அடுத்து நிகழ்ந்த கோட்பாட்டு முயற்சி வரலாற்றியம் (ஹிஸ்டோரிசிசம்) சார்ந்தது. உவேசாவின் பதிப்புகள் வெளிவரத் தொடங்கியவுடன் பழம் பண்டிதர்கள் மேற்கொண்ட கால ஆராய்ச்சி சுதேசித் தன்மையானது. பெ. சுந்தரம்பிள்ளை, பி.டி. சீனிவாச ஐயங்கார், கே.என். சிவராஜபிள்ளை,

மறைமலை யடிகள், மு. இராகவையங்கார், வையாபுரிப்பிள்ளை உள்ளிட்ட பலரும் கால ஆராய்ச்சியில் புதுப்புது அணுகுமுறை களைக் கொண்டிருந்தனர். இந்த அணுகுமுறைகளை எல்லாம் முறைப்படுத்திப் பொதுமையாக்கம் செய்தால் தமிழாய்வில் நமது அறிஞர்கள் கையாண்ட வரலாற்றியக் கோட்பாட்டை முன்னெடுக் கலாம்.

உவேசாவும் சிவைதாவும் பழைய சுவடிகளைப் பதிப்பித்த பின்னர் தமிழறிஞர்கள் பாடபேத ஆராய்ச்சியை (டெக்ஸ்டுவல் கிரிடிசிசம்) மேற்கொண்டனர். இந்த ஆய்வு முறையியல் முழுக்க முழுக்க சுதேசியானது. வையாபுரிப்பிள்ளையின் இலக்கிய உதயம் (1950, 1952) இதற்குச் சான்றாகும். பிற்காலப் பனுவல் திறனாய்வுக்கு இது அடித்தளமிட்டது. அடுத்து, தமிழ்க் கவிதையியல் பற்றிய அகவயக் கோட்பாடுகள் நமது சுதேசியத்தைப் பேசுபவை. இவ்வாறு இன்னும் சில முயற்சிகளைக் காண முடிகிறது. இத்தகைய அச்சு அசலான சுதேசி மரபு அந்நியர் ஆக்கிரமிப்பால் தடைபட்டுப் போனது. ஆங்கிலக் கல்வி இங்கு ஊடுருவி ஆதிக்கம் செய்யத் தொடங்கிய பிறகு சுதேசி மரபை உயிர்ப்பிக்க முடியாமல் போய்விட்டது.

இன்றைய சூழலில் நாம் பயன்படுத்தும் உலகளாவிய கோட்பாடுகளுக்கு இணையான சிந்தனை மரபு இங்கிருப்பதை உலகுக்கு வெளிப்படுத்த வேண்டும். உலகளாவிய தத்துவவியல் வளர்ச்சியை விடவும் இந்திய, தமிழ் மரபுகளில் தத்துவ ஆக்கங்கள் செறிவான உட்கூறுகளைக் கொண்டவை (முப்பால் மணி, கி. 2020). மேலும், தமிழ் மரபில் உள்ளார்ந்து காணக்கூடிய தனித்துவமான கோட்பாட்டியல் சிந்தனைகளையும் வெளியுலகத் திற்கு அறியப்படுத்த வேண்டும்.

பண்டைய சிந்தனை மரபுகளை மீட்டெடுத்துப் புதிய மறுமலர்ச்சி இயக்கத்தையும் உருவாக்க வேண்டும். அதற்கு அயோத்திதாசரியம், அம்பேத்கரியம், பெரியாரியம், பாரதி, பாரதிதாசன், வேதமறுப்புக் கோட்பாட்டினர் முதலானவர்களின் சிந்தனைகளைக் கோட்பாட்டுச் சட்டகமாக்கி உலகறியச் செய்ய வேண்டும். இவையாவும் வருங்கால ஆய்வாளர்கள் மேற்கொள்ள வேண்டும்.

இவ்வாறாகத் தமிழ்ச் சூழலில் நிலவிவந்த கோட்பாட்டு வறட்சியில் அயோத்திதாசரின் ஆய்வுமுறையியல் மீள் பயன்பாட்டுக்குக் கொண்டு வரப்பட்டது. இது சுதேசிக் கோட்பாட்டு முயற்சி நோக்கிய பயணமாகும். அயோத்திதாசரின் சிந்தனையால் 'வரலாற்றை மீள எழுதுதல்' ஒரு பெரும் திட்டமாக இப்போது விவாதிக்கப்படுகிறது. இது அடிப்படையில் பௌத்த ஆய்வு முறையியல் ஆகும்.

அயோத்திதாசர் தமிழ் பௌத்த முறையியல் என்பதை இரு முக்கியமான களங்களில் முன்னெடுத்தார். மொழியிலிருந்து வரலாற்றுக்கான தரவுகளை வருவித்துக்கொண்டார். வியப்பளிக்கும் வகையில் அவர் சான்றுகளைத் திரட்டி மாற்று வரலாற்றியலைக் கட்டமைத்தார். இரண்டாவது, புனைவுகளைக் கட்டுடைக்கத் தொடங்கினார். இந்துத்துவக் கட்டமைப்பிற்கு எதிராக அயோத்திதாசர் சமூக, பண்பாட்டு, சமய வாழ்வியலைப் புதிய முறையில் பொருள் விளக்கம் கண்டார். அவரது இந்த நவீன சொல்லாடல் மூலம் மீண்டும் பௌத்த தர்க்க அளவியலை உயிர்ப்பித்தார் எனலாம்.

இன்று நடைமுறையில் இருக்கும் இந்துத்துவச் சொல்லாடல் களுக்குப் பௌத்த முறையியலுடன் விளக்கம் அளித்தார். இதனால் வேதங்கள், புராணங்கள், மத நம்பிக்கைகள், சாதியக் கட்டுமானம், இலக்கியப் படைப்புகள் முதலானவற்றில் இந்துத்துவம் சுமத்தி வைத்துள்ள புனைவுகளை நீக்குவதே அயோத்திதாசரின் முயற்சியாக இருந்தது. அதை இன்றைய ஆய்வாளர்கள் மீட்டெடுத்துள்ளனர்.

இத்தகைய முறையியல்களே நாம் எதிர்நோக்கும் சுதேசி கோட்பாட்டு முயற்சிகளுக்குத் தேவையாகும். அதைப் பல்வேறு தளங்களில் முன்னெடுக்க வேண்டும்.

உசாத்துணை

சட்டோபாத்யாயா, தேவி பிரசாத். 2010. உலகாயதம். சென்னை: என்சிபிஎச்.

சலம், கே.எஸ். 2022. திராவிட சிந்துக்கள் - பார்ப்பன இந்துத்துவம் இரண்டும் ஒன்றா?. சென்னை: சிந்தன் புக்ஸ்.

நெடுஞ்செழியன், க. 2002. *தமிழரின் தருக்கவியல்*. திருச்சி: மனிதம் பதிப்பகம்.

பக்தவத்சல பாரதி. 2016. *மானிடவியல் கோட்பாடுகள்*. புத்தாநத்தம்: அடையாளம்.

பஞ்சாங்கம், க. 2002. *சிலப்பதிகாரத்தில் சில பயணங்கள்*. சென்னை: காவ்யா.

—. 2012. *புதிய கோட்பாட்டு நோக்கில் பழந்தமிழ் இலக்கியம்*. தஞ்சாவூர்: அன்னம்.

—. 2016. *இலக்கியமும் திறனாய்வுக் கோட்பாடுகளும்*. தஞ்சாவூர்: அன்னம்.

பாலகிருஷ்ணன், ஆர். 2023. *ஒரு பண்பாட்டின் பயணம்*.சென்னை: ரோஜா முத்தையா ஆராய்ச்சி நூலகம்.

—. 2021. *கடவுள் ஆயினும் ஆகுக*.சென்னை: ரோஜா முத்தையா ஆராய்ச்சி நூலகம்.

பாலசுப்பிரமணியன், க. 2017. *தொல்காப்பிய இலக்கண மரபு*. சென்னை: அரிமா நோக்கு.

முப்பால்மணி, கி. 2020. *தமிழக மெய்யியலில் உலகாயதம்*. சென்னை: என்சிபிஎச்.

வானமாமலை, நா. 2016 (2008). *மார்க்சிய அறிவுத் தோற்றவியல்*. சென்னை: அலைகள் வெளியீட்டகம்.

வேலுபிள்ளை, ஆ. 2011. *தமிழர் சமய வரலாறு*. கொழும்பு-சென்னை: குமரன் புத்தக இல்லம்.

ஹிரியண்ணா (தமிழில் வ.ஆ. தேவசேனாபதி, ப.நா. ஷண்முக சுந்தரம்). 2022 (1966). *இந்தியத் தத்துவம்*. சென்னை: தமிழ்நாடு பாடநூல் மற்றும் கல்வியியல் பணிகள் கழகம்.

Devasenapathi, V.A. 1974. *Saiva Siddhanta*. Madras: University of Madras.

Garbarino, Merwyn S. 1977. *Sociocultural Theory in Anthropology*. New York: Holt, Rinehart and Winston.

Kosambi, D.D. 1956. *An Introduction to the Study of Indian History*. Bombay: Popular Prakashan.

2

சுதேசிக் கோட்பாடுகளை நோக்கி
இலக்கியச் சூழலில் பின்காலனிய விவாதங்கள்

முந்தைய இயலில் அறிவுக் காலனியத்தில் சிக்கியுள்ள இன்றைய நிலையை அறிந்தோம். அதிலிருந்து மீள வேண்டிய தேவைகளையும் உணர்ந்தோம். இன்று நமக்கான அறிவு உருவாக்கத்தில் சுதேசிக் கோட்பாடுகளை நோக்கிப் பயணிக்க வேண்டும். இத்தகைய முயற்சியில் பல அறிஞர்கள் முயன்று வருகின்றனர். அவர்களில் பேராசிரியர் க.பஞ்சாங்கம் முக்கியமானவர். அவருடைய முயற்சிகளை இந்த இயலில் காணலாம். இப்படியான இன்னும் சில அறிஞர்களின் தேடலைக் கூர்ந்து அவதானிக்கும் போது தமிழ்ச் சூழலில் சுதேசியத்திற்கான வாய்ப்புகளை எண்ணிப் பார்க்கலாம். எதை நோக்கிச் செல்ல வேண்டும் என்பதையும் அனுமானிக்கலாம்.

முனைவர் க. பஞ்சாங்கம் (1949) அவர்கள் தமிழுலகம் போற்றுகின்ற ஆய்வறிஞர், திறனாய்வாளர், படைப்பாளர், மொழிபெயர்ப்பாளர். அவருடைய தனித்துவமான பங்களிப்பால் இன்றைய தமிழியல் கற்கைப் புலத்தில் பெரிதும் சிலாகித்துப் பேசப்படுகிறார். 'ஆகச் சிறந்த ஆசிரியர்' எனும் கௌரவத்தையும் பெற்றுள்ளார்.

பேராசிரியர் பஞ்சாங்கம் (இனி வருமிடங்களில் 'பஞ்சு') 38 ஆண்டுகள் புதுச்சேரிக் கல்லூரிகளில் பணியாற்றி 2011இல் பணி நிறைவு கண்டவர். ஓய்வுக்குப் பிறகும் அவருடைய பங்களிப்பு பிரமிக்கத்தக்கதாக உள்ளது. ஆசிரியர் பணியை விடவும் ஆய்வுப் பணியில் அதிகம் பங்களித்திருக்கிறார்.

பேரா. பஞ்சு மேற்கொண்ட கோட்பாடுகள் சார்ந்த ஆய்வுகள், திறனாய்வுகள் அனைத்தும் தனித்துவமானவை; முக்கிய மானவை. இவை தமிழின் பரந்துபட்ட களங்களில் விரிந்து நிற்கின்றன. தொல்காப்பியம் தொடங்கி, சங்க இலக்கியம், சங்கம் மருவிய சிலப்பதிகாரம் ஊடாக, நவீனத் தமிழிலக்கியம் வரை இவருடைய பயணம் நீண்டு வந்திருக்கிறது.

இதுவரை ஐம்பத்தெட்டு நூல்களைப் படைத்துள்ளார். அனைத்தும் தமிழியல் சார்ந்தவை; சமூகப் பிரக்ஞை கொண்டவை; ஆய்வில் புதிய களங்களைக் காட்டுபவை. இந்தப் பங்களிப்பு ஒரு பெரும் சாதனை; காலத்தால் நின்று நெறிப்படுத்தக் கூடியதாகும்.

பஞ்சுவின் பயணம்

பேராசிரியர் பஞ்சு தன் நாற்பதாண்டுக் கால ஆய்வுப் பயணத்தில் இரண்டாம் கட்டத்தில் பெரிதும் கோட்பாட்டுப் பார்வையில் கவனம் செலுத்தியிருக்கிறார். தமிழாய்வுப் புலம் இன்று மிகவும் ஆரோக்கியமான கோட்பாட்டுச் சூழலை அடைந்திருப்பதற்குப் பேராசிரியர் பஞ்சு போன்ற அறிஞர்கள் மிகக் கடினமாக உழைத்திருக்கின்றனர். அவர்கள் அனைவரையும் நன்றி உணர்வோடு போற்ற வேண்டும்.

பேராசிரியர் பஞ்சு தமிழிலக்கியத்தின் ஒவ்வொரு பரப்பிலும் கையாண்ட முறையியலும், பயன்படுத்திய கோட்பாடுகளும் புதிய வழித்தடங்களைக் காட்டுகின்றன. ஒன்றன்பின் ஒன்றாகப் பல்வேறு கோட்பாட்டு ஆய்வுகளை அவர் முன்னெடுத்திருக்கிறார்.

தன் ஆய்வுக் காலத்தின் முற்பாதியில் ஆயத்தக் கோட்பாடு களில் ஆழங்காற்பட்டு முனைப்புடன் ஆய்வுகளைச் செய்து வந்தார். இன்றுவரை தமிழியல் ஆய்வுகளில் மேலைக் கோட்பாடுகளே ஆதிக்கம் செலுத்தி வருகின்றன. அத்தகைய கோட்பாடுகள் இல்லாமல் ஆய்வுகளைச் செய்ய இயலாது எனும் ஒரு சூழலும் வளர்ந்துவிட்டது.

இத்தகைய மேலைக் கோட்பாடுகளையே இங்கு நாம் 'ஆயத்தக் கோட்பாடுகள்' என்கிறோம். தயார் நிலையில் பயன்படுகின்ற கோட்பாடுகள் இவை. இவற்றை அப்படியே

ஏற்றுக்கொண்டு பயன்படுத்துவது ஒரு நிலை. இன்று பலரும் இந்தத் தடத்தில்தான் பயணிக்கின்றனர்.

இன்னொரு நிலையில் இந்த மேலைக் கோட்பாடுகளின் பலம், பலவீனம் இரண்டையும் அவதானிக்கும் போக்கும் உள்ளது. இந்தக் கோட்பாடுகளைத் தமிழ்ச் சூழலில் பொருத்திப் பலம், பலவீனம் இரண்டையும் பரிசீலிக்கும் முயற்சிகளைச் சில அறிஞர்கள் மேற்கொண்டனர். இன்னும் சில அறிஞர்கள் தம் நீண்ட ஆய்வு அனுபவத்தினூடாக சுதேசிக் கோட்பாட்டு முயற்சிகளிலும் ஈடுபட்டனர். இத்தகைய முயற்சிகளை இங்கு நாம் 'கோட்பாடுகளை ஆயத்தப்படுத்துதல்' என்கிறோம்.

மேற்கூறிய மூன்று கட்டங்களில் பேராசிரியர் பஞ்சு எங்கு நிற்கிறார் என்பதை அறிய வேண்டும். அதற்கு முன்பு, பஞ்சு கோட்பாட்டு ஆய்வாளரா, திறனாய்வாளரா எனும் ஒரு விவாதத்திலும் முடிவு கண்டாக வேண்டும். அவருடைய ஆய்வுகளைக் கருத்தூன்றி அணுகும்போது என்னைப் பொறுத்த வரையில் பஞ்சு இரண்டிலும் விஞ்சி நிற்கிறார் என்பேன். கோட்பாட்டாய்வுகளைத் திறனாய்வுக்கும், திறனாய்வு முறையியலைக் கோட்பாட்டாய்வுகளுக்கும் திறம்படப் பயன்படுத்தியுள்ளார். இந்த அசாதாரணமான இயைபைப் பஞ்சு நீண்டகால கட்டத்தில் செழுமைப்படுத்திக் கொண்டார். தாம் மேற்கொண்ட ஒவ்வோர் ஆய்விலும் கோட்பாட்டு வளர்ச்சியை வலுப்படுத்தி வந்திருக்கிறார்.

இந்தச் சூழலில்தான் பேரா. பஞ்சு கடந்த 15-20 ஆண்டுகளில் சுதேசிக் கோட்பாடுகளை முன்னெடுக்கும் முயற்சியில் ஈடுபட்டு வந்துள்ளார் எனலாம். அதாவது, கோட்பாடுகளை ஆயத்தப்படுத்துதல் எனும் முயற்சியில் ஈடுபட்டார் எனலாம்.

பேராசிரியர் பஞ்சு கோட்பாடுகளை ஆயத்தப்படுத்துதல் எனும் முயற்சியை இருவேறு நிலைகளில் செய்துள்ளார். ஒன்று: உதிரி பாகங்களைத் தயாரித்துவிட்டார். அவற்றை ஒன்று சேர்க்க வேண்டும். அதாவது, கோட்பாட்டுக்கான கருத்தாக்கங்கள், எண்ணக் கருக்கள், முன்மொழிவுகள் ஆகியவற்றைக் கட்டமைத்து விட்டார். அவற்றை ஒன்றிணைத்துக் கோட்பாடாக வடிவம் கொடுக்க வேண்டும். இரண்டு: புரவி எடுப்புக்குக் கலம்

செய்கோ குதிரையைச் செய்து முடித்துவிட்டார். கண்திறப்பு மட்டுமே பாக்கி. அதுபோல் கருத்தாக்கங்களுக்குப் பெயர் சூட்ட வேண்டியது மட்டுமே பாக்கி. இந்த இரண்டு கட்டங் களுக்கும் இடைப்பட்ட நிலையிலும் பஞ்சு சில முயற்சிகளைச் செய்துள்ளார்.

இந்த நிலையில் உலகளாவிய நிலையில் கோட்பாட்டு உருவாக்கத்தின் போக்குகளை நாம் அவதானிக்க வேண்டும். தார்வினியம், மார்க்சியம், பிராய்டியம், காந்தியம் என எண்ணற்ற கோட்பாட்டு முன்னெடுப்புகள் நிகழ்ந்துள்ளன. அந்தக் கோட்பாடுகளில் ஒவ்வொன்றும் அதனளவில் முழுமை பெற்று விட்டது என்றாலும் மிகச் சிறிய அளவில் அவை விவாதத்திற்கு உள்ளாகியுள்ளன. சில குறைபாடுகளையும் போதாமைகளையும் கொண்டிருந்தன. அவற்றை அந்தக் கோட்பாட்டு அறிஞரின் வழி வந்தவர்கள் பின்னாளில் மேலும் செழுமைப்படுத்தினர். அதனால்தான் புது தார்வினியம் (நியோ-டார்வினிசம்), புதிய மார்க்சியம் (நியோ-மார்க்சிசம்), புதிய காந்தியம் (நியோ- காந்திசம்) என அவை பின்னாளில் உருவ நீட்சி பெற்றன.

அந்தந்தச் சிந்தனையாளரின் சீடர்கள் தொடர்ந்து சிந்தித்து வந்தனர்; இன்றும் சிந்தித்து வருகின்றனர். பேரா. பஞ்சு முன்னெடுத்துள்ள கோட்பாடுகளுக்கான ஆயத்தக் கூறுகளை ஒன்று படுத்தி அவருடைய சீடர்கள் பிற்காலத்தில் கோட்பாடுகளாக வடிவமைக்க வேண்டும். பேராசியர் பஞ்சு முன்னெடுக்க முயன்றுள்ள சுதேசிக் கோட்பாடுகளை அவரே உடனடியாகச் செய்வது சாத்தியமில்லைதான். ஏனெனில் பஞ்சு தொடர்ந்து சிந்தித்து வருகிறார், எழுதி வருகிறார். அவருடைய பங்களிப்பு முழுமை யடைந்த பின்னர் அவர் இனங்கண்டுள்ள உதிரி பாகங்களை ஒன்றிணைத்துச் சுதேசிக் கோட்பாடுகளை முன்வைக்கலாம்.

கோட்பாடுகள் என்றால் ஏதோ மேலை அறிஞர்கள் மட்டுமே முன்வைக்க முடியும் என்பதில்லை. அதற்காகவே அவர்கள் வானத் திலிருந்து இறைவனால் அனுப்பப்பட்டவர்களும் இல்லை. நம்மிடத்திலும் அறிஞர்கள் சிந்திக்கின்றனர். சிந்தனை வளம் உலகமெங்கும் பரவி நிற்கிறது. ஒவ்வொரு தேசத்திலிருந்தும் சிந்தனை முறையை வளப்படுத்த இயலும். தமிழ்ச் சிந்தனை

மரபிலும் இதற்கான சாத்தியப்பாடுகள் உள்ளன. இந்தச் சாத்தியப்பாடுகளைப் பஞ்சு முன் நகர்த்தியிருக்கிறார் எனலாம்.

கோட்பாடு: பஞ்சுவின் பார்வை

பேராசிரியர் பஞ்சுவின் கோட்பாடு பற்றிய புரிதல் தெளிவானது. கிரேக்க மொழியிலிருந்து பிறந்த இந்தச் சொல்லைத் தமிழில் எவ்வாறு வரையறுக்க வேண்டும் எனும் புரிதலைப் பஞ்சு காட்டுகிறார்.

கொள்கை/கோட்பாடு எனப் பொருள்படும் 'தியரி' (theory) என்ற ஆங்கிலச் சொல்லின் வேர், கிரேக்க மொழியில் இருக்கிறது; அந்த மொழியிலுள்ள 'தியரியா' (theoria) என்ற சொல்லுக்குத் தமிழில் 'நோக்குநிலை' என்பதாகும். எனவே எந்த நோக்கில் இலக்கியத்தைப் பார்க்கிறோம் என்பதுதான் இலக்கியக் கொள்கை யாகிறது. தமிழில் கொள்கை, கோட்பாடு என்ற இரண்டு சொற்கள் கையாளப்படுகின்றன. அந்த இரண்டு சொல்லிற்கும் 'கொள்' என்பதுதான் வேர்ச்சொல். 'கை' என்ற விகுதி பெறும்போது 'கொள்கை' என்றும், 'பாடு' என்ற விகுதி பெறும்போது 'கோட்பாடு' என்றும் வழங்கப்படுகிறது. எனவே இலக்கியக் கொள்கை என்று சொல்லும்போது இலக்கியத்தை எப்படிக் கொள்கிறோம், எந்த நோக்குநிலையில் கொள்கிறோம் என்பதைத் தான் கோட்பாடு எனச் சுட்டுகிறோம். ஆக, சொல்லின் பொரு ளிலேயே 'இலக்கியக் கொள்கை' குறித்த விளக்கம் அமைந்து கிடக்கிறது எனக் கருதலாம் என்கிறார் பஞ்சு (2022: 52).

கோட்பாடு பற்றிய வரையறையைத் தெளிவுபடுத்திய பின்னர் கோட்பாடுகளை எவ்விதம் அணுக வேண்டும் எனும் புரிதலையும் பஞ்சு காட்டுகிறார். இன்று எண்ணற்ற கோட்பாடுகள் பயன்பாட்டில் உள்ளன. அவற்றை எல்லாம் நாம் எவ்வாறு அணுக வேண்டும் என்று குறிப்பிடுகிறார்.

'வாழ்க்கை, கலை, இலக்கியம் என்கிற எல்லை இல்லா வெளியைக் குறிப்பிட்டதொரு வரையறைக்குள் நின்று விளக்குவதன் மூலமாக நமது புரிதலுக்குள் கொண்டு வர முயலுதல் கோட்பாடு அல்லது கொள்கை எனச் சொல்லலாம்' என்ற ஒரு தன்னியலான வரையறையையும் பஞ்சு குறிப்பிடுகிறார் (பஞ்சாங்கம், க. 2021; பா. ரவிக்குமார் மேற்கொண்ட நேர்காணல்).

உண்மையில் கோட்பாடென்பது எப்படிப்பட்டதாக இருக்க வேண்டுமென்று பின்வரும் விளக்கத்தையும் காட்டுகிறார் பஞ்சு. 'தமிழில் கோட்பாட்டு ஆய்விற்கான முயற்சி எதனையெல்லாம் உள்ளடக்கியதாக இருக்க வேண்டும் என்று கேட்டால், நம்முடைய நவீன வாழ்க்கைப்பாடுகளை உள்ளடக்கியதாக இருக்க வேண்டும். பழைய இலக்கண, இலக்கியங்களை ஆய்வதுகூட நம்முடைய இன்றைய பிரச்சினைகளை அலசுவதற்கான ஒரு வகை முறையியல் எனக் கருதி ஆராய வேண்டும். ஆய்வு நம் சூழலை மையமாக வைத்து இயங்க வேண்டும்' என்கிறார் (பஞ்சாங்கம். க, *2021: 69*, பா. ரவிக்குமார் மேற்கொண்ட நேர்காணல்).

பேராசிரியர் பஞ்சு கோட்பாடுகளின் மீது ஏன் தீராக் காதல் கொண்டார் என்பதை ஓரிடத்தில் *(2021)* விளக்குகிறார். 'வாழ்வை, இலக்கியத்தை, சமூகத்தை நுட்பமாகவும் ஆழமாகவும் புரிந்து கொள்ள பன்முகப்பட்ட கோட்பாட்டுப் பார்வை அவசியம் என்ற மிக முக்கியமான புரிதல் எனக்குள் ஒரு நெருப்பு போல நிகழ்ந்தது. அந்த நெருப்பு அவியாமல் எனக்குள் இன்னும் இருந்துகொண்டே இருப்பதால்தான் கோட்பாடுகளைத் தேடிக்கொண்டிருப்ப வனாகவே தொடர்கிறேன்' என்கிறார் (மேலது: *24*).

கோட்பாடுகளின் தீவிரத்தை உணர்ந்துகொண்ட பஞ்சு அதனை எவ்வாறு அணுக வேண்டும் என்ற தம்முடைய சொந்தப் பட்டறிவை ஒரு நேர்காணலில் *(2021)* இவ்வாறு சொல்கிறார்.

'கோட்பாடு என்பது எப்போதும் சிக்கலான தத்துவ விசாரணை சார்ந்தது. அதை மிகவும் எளிமைப்படுத்திவிட்டால், புரிதலின் தரம் தாழ்ந்து, இலக்கியக் கல்வியின் தரத்தையும் தாழ்த்திவிடும் என்கிற ஆபத்து இருக்கிறது' என்கிறார். பேராசிரியர் பஞ்சுவின் இந்தக் கூற்றை ஆழ்ந்து நோக்க வேண்டும். அவருடைய முதன்மையான சீடர் புதுவைப் பல்கலைக்கழகப் பேராசிரியர் பா. இரவிக்குமார், 'பஞ்சுவின் திறனாய்வுகளையும் படைப்பு களையும் கூர்மையாகப் படிக்கும் ஒரு வாசகன், அவருடைய சொற்களுக்குப் பின்னால் இருக்கும் ஆழங்களை உணரக்கூடும்' என்கிறார். இது முற்றிலும் உண்மை.

பேரா. பஞ்சுவுக்கு இயல்பிலேயே கோட்பாட்டு நாட்டம் ஆதியிலிருந்தே இருந்திருக்கிறது. அதுபற்றி ஓரிடத்தில்

பின்வருமாறு குறிப்பிடுகிறார். 'நான் எதிலும் அடிப்படையான மெய்ம்மையை நோக்கிச் சிந்தித்துப் பழகியவன். அதனாலேயே தத்துவத்துறை எனக்கு மிகவும் பிடித்தமான ஒன்று. தத்துவத்தில் எம்.ஏ. படிப்பதற்காகக் கல்விக்கூடத்தில் பணம் கட்டிக் கொஞ்ச நாள் படித்தேன். கோட்பாடுகள் என்பவையும் இத்தகைய அடிப்படை மெய்ம்மையைத் தமது இயங்குதளமாகக் கொண்டவை தாம். இந்தப் பண்பினாலேயே இலக்கியக் கோட்பாடுகள் என் நெஞ்சுக்கு நெருக்கமாகிவிட்டது' என்கிறார் (ரவிக்குமார், பா. 2021).

இந்தப் பின்னணியில் பஞ்சுவின் கோட்பாட்டுப் புரிதலை அணுக வேண்டும். மூன்று பத்தாண்டுகளாகக் கோட்பாட்டு ஆய்வுகளில் மூழ்கியிருக்கும் பஞ்சு இன்றைய கோட்பாடுகளைப் பின்வருமாறு அவதானிக்கிறார்.

'பல்வேறு இலக்கியக் கொள்கைகள் வந்த வண்ணம் இருக்கின்றன. அந்தக் கொள்கைகள் பலவற்றையும் இரண்டு அடிப்படையில் வகுத்துக்கொள்ளலாம்' என்கிறார் பஞ்சு.

இலக்கியத்திற்குள்ளேயே நின்றுகொண்டு இலக்கிய உருவாக்கத்தில் செயல்படும் மொழி, உணர்ச்சி, உவமை, வடிவம், கற்பனை, சொல்லாட்சி என்று கலை, கலைக்காகவே என்ற கொள்கை அடிப்படையில் ஒரு பிரதியை விளக்குவது. புதுத் திறனாய்வு, நவீனத்துவத் திறனாய்வு, வடிவவியல் திறனாய்வு, அழகியல் திறனாய்வு, இரசனை முறைத் திறனாய்வு என்று சுட்டப்படுகின்ற பலவும் மேற்கண்ட இலக்கியக் கொள்கையில் நின்று இயங்குபவை.

மற்றொன்று இலக்கியம், ஒரு சமூகத்தின் உற்பத்திப் பொருள் என்ற அளவில், சமூகத்தின் அனைத்துக் கூறுகளையும் அது உள்ளடக்கி இருக்கும் என்ற நோக்கில், சமூக வாழ்வில் பெற்ற பிறதுறை அறிவுகளை எல்லாம் கொண்டு வந்து இலக்கியத்தை வாசித்து விளக்குவது என்பதாகும். சமூகவியல் திறனாய்வு, மார்க்சியத் திறனாய்வு, உளவியல் திறனாய்வு முதலிய திறனாய்வு முறைகள் அனைத்தும் 'கலை சமூகத்திற்காகவே' என்ற இலக்கியக் கொள்கை அடிப்படையில் இயங்குவனவாகும்' என்கிறார் பஞ்சு. மேலும் இவ்வாறு விவாதிக்கிறார்:

இப்பொழுது நமக்கொன்று புரிகிறது; நாம் இலக்கியத்தைப் படிக்க வந்தோமா, அல்லது இலக்கியம் குறித்த கோட்பாடு களைப் படிக்க வந்தோமா என்ற கேள்வி மாணவர்கள் நடுவில் எழுவது இயல்புதான். ஆனால் உண்மை என்னவென்றால், இலக்கியத்தை வெறுமனே வெட்ட வெளியில் படிக்க முடியாது. இந்தக் கோட்பாட்டு அறிவுப் பின்னணியில் படிக்கும் போதுதான் 'இலக்கியம்' மனித வாழ்வில் எவ்வளவு பெரிய 'சக்திக்கிடங்காக' அமைந்து கிடக்கிறது என்கிற புரிதலைப் பெற முடியும். இலக்கியக் கல்வி என்பது எவ்வளவு பெரிய மகத்தான கல்வி என்பதும் புரியும்' (மேலது: 57).

உண்மையில் ஒவ்வோர் அறிவு முறையிலும் கோட்பாடு ஒரு முக்கியமான கருவி. அது பயணத்திற்கு வாகனம் போன்றது. மாட்டு வண்டியில் பயணித்த காலம் மலையேறிவிட்டது. அதற்கடுத்து வெவ்வேறு வகையான வாகனங்கள் வந்துவிட்டன. அவை பயணத்தின் தூரம், வேகம், திசை, சேர வேண்டிய இலக்கு முதலானவற்றை மாற்றியமைத்துவிட்டன. பண்டைய நாள்களில் பயன்படுத்திய வாகனங்கள் மீது இப்போது பாசம் வைக்க முடியாது. பண்டைய பழக்கம் பாரம்பரியம் எனக் கைவிடாமல் இருக்க முடியாது. புதியனவற்றை ஏற்க வேண்டும். கோட்பாடு களும் வாகனம் போன்றதுதான்.

உண்மையில் கோட்பாட்டு அறிவு நம்முடைய அன்றாட வாழ்வில் பகுப்பாய்வுத் திறனை வளர்க்கின்றது; புரிதல் திறனை மேம்படுத்துகிறது. கோட்பாடு என்பது பயப்படும் அளவிற்குப் பேயோ பிசாசோ பூதமோ அல்ல. அது ஒரு வாதக் கலை. தர்க்க ஒழுங்கில் வாதம் செய்யும் ஓர் அறிவு வெளிப்பாடு; அவ்வளவு தான்.

இங்குப் பிரச்சினை என்னவென்றால் கோட்பாடுகளை இறக்குமதி செய்வதற்குப் பதிலாக, நாமே சுயமாகச் சிந்தித்து சுதேசியமாக முன்னெடுக்க வேண்டும் என்பதுதான். தமிழ்ச் சிந்தனை மரபில் அப்படி ஒரு நிலை உரையாசிரியர் மரபுவரை இருந்தது. காலனிய ஆட்சி ஏற்பட்டதால் அது அற்றுப்போனது. பண்டைய சுதேசி மரபை நாம் மீட்டெடுக்க வேண்டும். இந்தத் தடத்தில் பஞ்சு முனைப்புடன் பயணித்திருக்கிறார்.

பஞ்சுவின் கோட்பாட்டு முயற்சி

இலக்கியத்தில் பொதுவான விதிகள் அதனுடைய அடி ஆழத்தில் இயங்கிக்கொண்டிருக்கின்றன. அவற்றை இனங்கண்டு விளங்குவதுதான் இலக்கியத் திறனாய்வு என்கிறார் பஞ்சு (2022: 53). பொதுவான விதிகளே கோட்பாட்டிற்கான அடிப்படைகளாக அமையும் என்பதை இங்குப் பஞ்சு மறைமுகமாக உணர்த்துகிறார். விதிகளே பொதுமையாக்கம் செய்வதற்கான அடிப்படைகள். பொதுமையாக்கமே கோட்பாட்டிற்கான அடிப்படைகள். ஆகவே இந்த நுட்பங்களை நன்குணர்ந்த பஞ்சு தம் திறனாய்வு களிலும் ஆய்வுகளிலும் இலக்கிய விதிகளை இனங்காண முயன்றுள்ளார்.

பஞ்சு தாம் மேற்கொண்ட ஒவ்வோர் ஆய்விலும் இந்தக் கோட்பாட்டு உருவாக்கத்திற்கான கூறுகளை முன்னெடுத் துள்ளார். மேலும், பிற ஆசிரியர்கள் எழுதிய நூல்களுக்கு வழங்கிய முன்னுரைகளிலும் மதிப்புரைகளிலும் (2022) அந்த நூலின் இலக்கிய விதிகளுக்கான சாராம்சங்களை இனங்கண்டு அந்த நூலை வாசகர்களுக்கு அறிமுகம் செய்வார். கடமைக்காக முன்னுரைகள் எழுதாமல், ஆழ்ந்த வாசிப்புடனும், நுட்பமான தேடலுடனும் அதைச் செய்ததால் அவருடைய புலமை பலம் தொடர்ந்து கூடிக்கொண்டே வந்துள்ளது.

பானை சோற்றுக்கு ஒரு சோறு பதம் என்பது போல ஓர் எடுத்துக்காட்டைக் காண்போம். படைப்பிலக்கிய ஆய்வுகளிலும், கி.ரா.வின் கதைகளிலும், சிற்பியின் கவிதைகளிலும் மிகப் பெரும் புலமையாளர் பஞ்சு. 1990களில் மறுவாசிப்பில் கி.ரா. (1996) எனும் ஆய்வைச் செய்தார். கி. ராவின் இடைசெவல் கிராமத்தையும் கரிசல் தேசத்தையும் தம் நிஜக் கண்களால் காணாமல் அந்த நூலை எழுதக்கூடாது என்று முடிவு செய்து இடைசெவல் எனும் புவிப்பரப்பை நேரில் சென்று இலக்கிய வாசிப்பு செய்தார் (2022: 25). மண், மக்கள், இலக்கியம் ஆகிய மூன்றையும் இணைத்தே மறுவாசிப்பில் கி. ரா. எனும் ஆய்வை முன்னெடுத்தார். மறுவாசிப்பு ஆய்வுகளில் இதுவே முன்னோடி. அதில் திறனாய்வு விஞ்சி நின்றாலும் கிராமிய வழக்காறுகளையும் வாழ்வியலையும் பண்பாட்டுப் பொருள்முதல்வாதக் கூறுகளோடு விவாதித்துள்ளார் பஞ்சு.

இன்னும் சில இடங்களில் தாம் எழுதிய முன்னுரையின் தலைப்பிலேயே பொதுமையாக்கத்தை முன்மொழிகிறார். எ-டு: ‘சொல்வதன் மூலம் சொல்ல முடியாததைச் சுட்டிக்காட்ட முயலுதல்’ (மேலது: 167). ஆய்வைப் பரந்து விரிந்த நிலையில் செய்து முடித்து இறுதி நிலையில் பொதுமைப்படுத்துதலே கோட்பாட்டின் முதன்மையான அம்சமாகும். ஆக, ‘சொல்வதன் வாயிலாகச் சொல்ல முடியாததைச் சொல்லுதல்’ என்பது மொழிதல் கோட்பாட்டின் ஒரு பொதுமையாக்கமாகும். கவிஞர் எஸ். சண்முகத்தின் கவிதை நூலுக்கு எழுதியுள்ள முன்னுரையில் பஞ்சுவின் இந்த அலாதியான மொழிதல் கோட்பாட்டின் சுதேசித் தேடுதலைக் காணலாம்.

ஓரிடத்தில் பஞ்சு இவ்வாறு முன்மொழிகிறார் ‘இந்த மாயக் கவிதைகள்தான் மொழியை வெட்டியும் ஒட்டியும் சுருக்கியும் வெவ்வேறு வகையில் பிணைத்து உருக்கியும், வகுத்திருக்கும் இலக்கணத்தை மீறியும் முரண்பட்டும் இயங்கிப் பழகிப் போன மொழியைப் புதுப்பித்துப் புத்துயிர் ஊட்டிய வண்ணம் இருக்கிறது. இந்தத் தன்மையால், மொழியால் ஆனது கவிதை என்பது தலைகீழாகி, கவிதையினால் ஆக்கப்படுவது மொழி என்ற நிலை வந்து நேர்கிறது (மேலது: 167). மொழிதல் கோட் பாட்டில் இத்தகைய தலைகீழாக்கம், கவிதையால் ஆக்கப்படுவது மொழி என்ற நிலை வந்து சேர்கிறது’ (மேலது: 167), மொழிதல் கோட்பாட்டில் இத்தகைய ‘தலைகீழாக்கம்’ ஒரு சுதேசியான தேடுதலாகவும், ஓர் அகவயமான கருத்தாக்கமாகவும் உள்ளது. பஞ்சுவின் மொழி பற்றிய அகவய மீளுருவாக்கம் முற்றிலும் ஒரு சுதேசியான தேடுதலாகும். கோட்பாட்டு உருவாக்கத்தில் அல்லது நமக்கான சுதேசியான கோட்பாட்டு ஆயத்தப்படுத்தலில் பஞ்சு ஒரு பேரான தடத்தில் பயணிக்கிறார் எனலாம்.

தொல்காப்பிய ஆய்வு

தொல்காப்பியத்தை எண்ணற்ற அறிஞர்கள் பல்வேறு அணுகு முறைகளோடு ஆராய்ந்துள்ளனர். அதைப் பஞ்சு எடுத்துரைப்பியல் (நேரடோலஜி)நோக்கில் ஆராய்ந்திருக்கிறார். இது ஒரு புதிய முயற்சி. தமிழ் இலக்கண மரபை உலகளாவியத்தோடு (யூனிவேர்சலிசம்) இணைத்தறிவது ஓர் ஒப்பியல் பார்வையை

வழங்கும். தொல்காப்பியத்தின் நுட்ப திட்பங்களையும் தனித்துவங் களையும் வெளிக்கொணரலாம். எடுத்துரைப்பியல் நோக்கில் தொல்காப்பியத்தை ஆராய்ந்த பஞ்சுவைப் பாராட்ட வேண்டும்.

மொழியானது எழுத்துகள், சொற்கள், தொடர்களால் ஆனதல்ல என்பது எடுத்துரைப்பியல் கோட்பாட்டின் அடித்தளம். மொழியை விதிகளின் தொகுப்பாக / வார்ப்பாகப் பார்க்கக் கூடாது என்றும், அதனை இயங்கும்போதே அறிய வேண்டும் என்றும் சொல்கிறது எடுத்துரைப்பியல். அதாவது மொழியைப் பேசும் போது எழுதும்போது அறிய வேண்டும் என்கிறது. இன்னொரு வகையில் சொல்வதானால் ஒரு மனிதனை வெறும் உடல் தோற்றத்தை மட்டும் வைத்துக்கொண்டு புரிந்துகொள்வதைவிட அவன் செயல்படும்போது அவனது குணாதிசயங்களை அறிவது தான் உண்மையான புரிதலாக இருக்கும். அவ்வாறே மொழிவழியாக நாம் நினைப்பதை எடுத்துரைக்கும் போது அதை விளங்கிக் கொள்ள வேண்டும் என்கிறது எடுத்துரைப்பியல். ரஷ்ய அறிஞர் மிகையில் பக்தினின் 'கூற்றுக் கோட்பாடு' (தியரி ஆஃப் அட்டரன்ஸ்) எடுத்துரைப்பியலில் மிக முக்கியமானது.

இந்த மேலைக் கோட்பாட்டைத் தொல்காப்பியம் வழி நின்று தமிழ் மரபின் எடுத்துரைப்பியலை மிகவும் விசாலமான பார்வையில் விளக்கிக் காட்டியிருக்கிறார் பஞ்சு. அகத்திலும் புறத்திலும் நிகழ்வனவற்றை 32 உத்திமுறைகள் மூலம் எடுத்துரைத்த தொல்காப்பியரை ஓர் அச்சு அசலான 'ஆதி எடுத்துரைப்பியல் அறிஞர்' என உயர்த்திப் பிடிக்கிறார்.

தொல்காப்பியக் கவிதையியலில் உள்ள எடுத்துரைப்பியல் நுட்பங்களையும் நுணுக்கங்களையும் அணுஅணுவாக அலசி இருக்கிறார். எடுத்துக்காட்டாக, தொல்காப்பியர் எடுத்துரைக்கும் காமம், காதல் கோட்பாட்டைப் பஞ்சு எப்படி அலசியிருக்கிறார் எனப் பார்ப்போம்.

மொழியிலுள்ள சொற்கள் வழியேதான் நாம் நம்முடைய உணர்வுகளை வெளிப்படுத்துகிறோம். குளிர்ப் பிரதேச மக்கள் 'warm welcome' என்கிறார்கள். நாமோ 'அன்பான வரவேற்பு' என்கிறோம். இரண்டு வகையான எடுத்துரைப்பும் மொழி வழிதான் வெளிப்படுகின்றது. இத்தகைய எடுத்துரைப்பின்

மூலம் தொல்காப்பியர் காமம், காதல் இரண்டையும் எவ்வாறு மொழியாடி இருக்கிறார் என்பதை விளக்குகிறார் பேராசிரியர் பஞ்சு.

தொல்காப்பியர் தமிழில் உள்ள சொற்கள் அனைத்தையும் பெயர், வினை, இடை, உரி என வகுத்தது போல உவமைகள் அனைத்தையும் வினை, பயன், மெய், உரு என நான்காக வகுத்தது போல மனிதர்களின் பாலியல் செயல்பாடுகள் அனைத்தையும், அன்பின் ஐந்திணை, கைக்கிளை, பெருந்திணை எனும் ஏழு பிரிவுக்குள் வகுத்துக் கொள்கிறார். கைக்கிளை (அகத்திணை, 53), பெருந்திணை (அகத்திணை, 54) ஆகிய இரண்டும் பழைய விலங்குநிலையின் மிச்ச சொச்சம் எனச் சொல்லி அவற்றை முதன்மைப்படுத்தாமல் தள்ளி வைத்து விடுகிறார் தொல்காப்பியர். தொல்காப்பியரின் மற்ற எடுத் துரைப்பியல் கோட்பாட்டையும் பஞ்சு இலக்கண நுட்பங்களுடன் விளக்கியிருக்கிறார்.

இன்றைய நவீன மேலைக் கோட்பாடாகிய எடுத்துரைப்பியல் தமிழ்ச் சிந்தனை மரபில் எவ்வாறுள்ளது என்பதை ஆராய்ந் துள்ளதன் மூலம் பேரா. பஞ்சு ஓர் ஒப்பியல் கோட்பாட்டு ஆய்வாளராகப் பரிணமித்திருக்கிறார். தமிழ் பெற்ற நற்பேறு இது. இதுமட்டுமல்ல, எடுத்துரைப்பியல் நோக்கில் நச்சினார்க் கினியரின் தொல்காப்பிய உரையையும் பேரா. பஞ்சு ஆராய்ந் திருக்கிறார். சங்க இலக்கியத்தையும் சிலப்பதிகாரத்தையும் இந்த நோக்கில் ஆராய்ந்திருக்கிறார். இவற்றால் தமிழில் எடுத்துரைப்பியல் ஆய்வுகளின் முன்னோடியாக விளங்குகிறார்.

சங்கக் கவித்துவம்

சங்க இலக்கியத்தைப் புதிய கோட்பாட்டு நோக்கில் ஆராய்ந் திருக்கிறார் பேரா. பஞ்சு. இந்த ஆய்வுகளில் முதலில் சங்கக் கவித்துவம் பற்றி அவருடைய பார்வையை அறிவோம். இலக்கியத்தில் மரபிற்கான இடம் பற்றி டி.எஸ்.எலியட் போன்றவர்களின் கட்டுரைகள் அழுத்தமாக எடுத்துரைத்துள்ளன. தொல்காப்பியர் அன்றே ‘மரபு நிலைதிரியின் பிறிது பிறிதாகும்’ என்று முன்மொழிந்துவிட்டார். மனித வாழ்வும் இயற்கையும் கணந்தோறும் மாறிக்கொண்டே இருந்தாலும் அவற்றிடையே இந்த மாறுதலை இயக்கும் ஆற்றலை உடைய மாறாத நிலை

களான மரபுக் கூறுகளைச் சங்க இலக்கியங்கள் அமைத்துக் கொண்டதுதான் அதன் கவித்துவத்தின் வெற்றிக்குக் காரணமாக அமைந்துவிடுகிறது; மூல முன்மாதிரிகள் வாயிலாக இந்த மரபுகளை அமைத்ததால்தான் இன்றைய புதுக்கவிதை எழுது கிறவர்கூட நிகழ்கால அர்த்தத்தை மூல முன்மாதிரிகளுக்குள் செலுத்தி, எதையும் கலையாக்கிவிட/கவிதையாக்கிவிட முடிகிறது என்கிறார் பஞ்சு.

மூல முன்மாதிரிகளுக்கும் மரபுகளுக்கும் இருக்கக்கூடிய இந்த வரலாற்று இணைப்பு முறையைத் தொன்மவியல் திறனாய்வு மூலம் புரிந்துகொள்ளத் தவறியதால்தான் ஜேசுதாசன் போன்றோர் (ஜேசுதாசன் 1961) 'மரபுகளின்-விதிகளின் இறுக்கம் சங்க இலக்கியங்களுக்கு ஊறு விளைவித்துவிட்டது; கவிஞனைச் சுதந்திரமாகக் கைவீசி நடக்கவிடாமல் செய்துவிட்டது; அதனால் தான் ஒரே மாதிரியான கவிதைகள் பல தோன்றி வாசகனுக்குள் சலிப்பைத் தரும் அளவிற்கு அமைந்து கிடக்கின்றன' என்ற கருத்தைப் பஞ்சு விவாதிக்கிறார். தம் கோட்பாட்டுப் புலமையின் மூலம் இதற்குத் தகுந்த பதிலையும் முன்வைக்கிறார்.

ஆதிகாலக் கவிதைகள், நாட்டுப்புறப் பாடல்கள், வீரயுகப் பாடல்கள் ஆகியவற்றில் திரும்பத் திரும்ப ஒரே மாதிரி வருதல் (ரெகரிங்) அதன் தன்மையாகும்; அதுவே அன்றைய கவித்துவம். 'வாசித்தல்' என்பது அருகியும், 'கேட்டல்' என்பதே பெருகியும் காணப்படுவதற்கான வாய்ப்பு மட்டும் இருந்த ஒரு சமூகத்தில் திரும்பத் திரும்ப வருதல் என்பது ஒன்றுதான். மேலும் 31 கதைகளின் பல்வேறு வடிவங்கள்தான் உலகில் நிலவுகின்ற லட்சக்கணக்கான கதைகள் என்கிறார் விளாடிமிர் பிராப். சங்க இலக்கியங்களின் கவித்துவமும் கைவிட்டு எண்ணக்கூடிய சில குறிப்பிட்ட சொல்லல் முறைகளை வைத்துக்கொண்டுதான், எண்ணி மாளாத, சுட்டி அடையாளப்படுத்த முடியாத பல அரூபமான நுண்மையான உணர்வுக் கணங்களையும் மொழிப் படுத்தியுள்ளது. எனவே திரும்பத் திரும்ப வருவதைக் கவித்துவக் குறைபாடாகச் சொல்லிவிட முடியாது; இயற்கையே அதைத்தான் செய்துகொண்டிருக்கிறது; மேலும் கலை இலக்கியக் கவித்துவ உணர்வுகளும், உடைமை உணர்வுகள் போல 'வரலாற்றால்' வந்து சேர்ந்தவைதான்; ஆகவே சங்க இலக்கியங்களின் கவித்துவத்தையும்

வரலாற்றினுள் வைத்துதான் காண வேண்டும் என்கிறார் பஞ்சு. உலகளாவியத்தின் (யூனிவேர்சலிசம்) ஊடாகத் தமிழின் அமைப்பியல் புகளின் தனித்துவத்தைக் காட்டுவது (பர்டீகுலரிசம்) பஞ்சுவின் கோட்பாட்டுப் புலமை எனலாம்.

வீரயுகச் சமூகம்

பாணர்களுக்கும் புலவர்களுக்கும் மன்னர்கள் வாரி வழங்கும் பரிசில் முறை பற்றிய பஞ்சுவின் பார்வை அவருடைய சுதேசியக் கோட்பாட்டியல் தேடுதலைக் காட்டுகிறது. 'வழங்குதல், பெறுதல் என்கின்ற மனிதச் செயல்பாடு ஆதிகாலச் சமூகத்தின் அதாவது சொத்துடைமைச் சமூகம் உருவாகுவதற்கு முந்திய காலத்தில் சமூகத்தின் உயிரோட்டமான பகுதியாக விளங்கியுள்ளது' என்கிறார் பஞ்சு. இந்த உயிரோட்டமானப் பகுதியைத்தான் சொத்துடைமைச் சமூகம், தன் அதிகாரத்தைக் கட்டுவதற்கான வழிமுறையாகப் பயன்படுத்திக்கொண்டது என்கிற வரலாற்று மாற்றங்களைத்தான் சங்கப் பாடல்கள் நமக்குப் புலப் படுத்துகின்றன என்கிறார் பஞ்சு. எப்போதுமே அதிகாரமும் உடைமையாளர்களும் சமூகக் கூறுகள் அனைத்தையும் தங்களுக்குச் சாதகமாக மாற்றிப் படைத்துக்கொள்வார்கள். எனவே சொத்துடைமையும், அதிகாரமும் உருவாகிக்கொண்டிருந்த காலகட்டத்தில் சங்க இலக்கியங்கள் தோன்றியவை என்பதால் 'வழங்குதல்-பெறுதல்' என்கிற இந்த ஆதி உறவைத் தன் காலத்தேவைக்கு ஏற்பத் தலைவர்களை உருவாக்கும் முயற்சிக்குப் பயன்படுத்திக்கொள்கின்றன என்பது பஞ்சுவின் புரிதலாகும் *(2007:16-17)*.

> இவ்வாறு ஏறத்தாழ இரண்டாயிரம் ஆண்டுகளுக்கு முன்பு போட்ட அடித்தளம் இன்றுவரை தமிழ் இனத்தின் கூட்டு நனவிலி மனத்திற்குள் புகுந்துகொண்டு தன் அதிகாரச் செயல்பாட்டைத் தொடர்ந்து நிகழ்த்திக்கொண்டிருக்கிறது. எனவேதான் வள்ளல்கள் உருவாக்கமும் நிகழ்கிறது. இரவலர் கூட்டம் கூடிக்கொண்டே போகிறது. இதன் விளைவாக அதிகார அரசியலும் கொஞ்சம்கூட ஆடாமல் அசையாமல் மனித வாழ்வோடு வாழ்வாக வாழ்ந்துகொண்டு தான் இருக்கிறது. மொழியும் மொழிபுனையும் கருத்தாக்கங்களும் எவ்வளவு

வலுவானவை என்பதை அறிந்து வியந்து நிற்க நேர்கிறது (மேலது: 17).

பஞ்சுவின் இந்தப் பார்வையை அவருடைய மூல நூலில் (2007) விரிவாகக் காணலாம்.

புறநானூற்றில் வீரத்தாய்மார்கள்

இந்தத் தலைப்பில் பஞ்சு முன்னெடுத்துள்ள ஆதித்தாய் பற்றிய கருத்தாக்கம் மிக முக்கியமானது. இது உலகளாவிய தாய்வழிச் சமூகம் பற்றிய விவாதத்தில் தமிழ்ச் சூழலின் வகிபாகம் பெறுமதியானது என்பதைக் காட்டுகிறது.

நைல்ஸ் என்ற மானுடவியல் அறிஞர் பாலியல் உறவு, தாய்மை என்பனவெல்லாம் புனிதமாகக் கருதப்படாத ஆதிகாலச் சமூகத்தில் குழந்தை பெறுவது என்பது இன்று போல் வேதனை தரத்தக்கதாக அமைந்திருக்காது. பாலியல் இன்பம் போல் ஓர் இன்பம் தரத்தக்க ஒன்றாக அமைந் திருக்கும். இந்த இன்பம் காரணமாகவே பெண்கள் குழந்தை பெற்றுக்கொண்டார்கள் என வாதிடுகின்றார் (எலிசபெத் ஃபிஷர், 1979). இந்த வாதத்தை ஏற்றுக்கொண்டால் 'ஈன்ற ஞான்றினும் பெரிது உவந்தனளே' (புறம், 277, 278) என்ற புறநானூற்றுப்பாடல் வரிகளுக்குப் புதிய பொருள் கிடைக்கிறது. அதாவது அந்தப் பழங்காலத்து மனோபாவத்தை இந்தப் பாடல் பதிவு செய்துள்ளது எனக் கருதலாம். மேலும் புறநானூற்றில் 'நரைவெண் கூந்தல் காதலம் சிறாஅன்' (புறம். 276) என்றும், 'மீன் உண் கொக்கின் தூவி அன்ன கூந்தல் முதியோள் சிறுவன்' (புறம். 277) என்றும் வரும் வரிகள் பெண்கள் நரைவிழுந்த காலத்தில்கூடக் குழந்தை பெற்றுக்கொண்டார்கள்; அதாவது தங்களால் முடிகிற காலம்வரை குழந்தை பெற்றுக்கொண்டார்கள் என அறிய முடிகிறது. இந்தச் செய்தியும் மேற்கண்ட கருத்தை வலியுறுத்துவதாக அமைந்துள்ளது.

இவ்வாறு ஆதிகாலக் கூறுகளைப் பதிவு செய்துள்ள புற நானூற்றுப் பாடல்கள் ஆதிக்க அதிகார, அரசியல் உறவு முறைகள் உருவாகிவிட்ட வீரயுகச் சமூகத்தில் தாய்-சேய் உறவு எவ்வாறு வடிவமைக்கப்பட்டது என்பதையும் பஞ்சு விவாதிக்கிறார்.

புறநானூற்றுப் பாடல்கள் தாய்-சேய் உறவில் சேயை மையப் படுத்தி, பெண்ணைப் பெண்ணாகப் பார்க்காமல் தாயாக ஆக்கிக் கொண்டாடுகின்றன. இப்படிப் பெண்ணைத் தாயாகக் கொண்டாடும் போதெல்லாம் பெண் பெரிய அளவில் சிதைவுக்கு உள்ளாக்கப்பட்டிருக்கிறாள் என்கிறார் பெண்ணியத் திறனாய்வாளரான 'சிமோன் தெ பெவார்' (மேலும் இதழ், மே 1991). இன்றைக்கும் பெண்ணை அடிமைப்படுத்துவதற்கு இந்தத் தாய்மை பற்றிய கொண்டாட்டம்தான் அடிப்படையாக அமைந்துள்ளது என்பது கவனத்திற்கொள்ளப்படவேண்டிய ஒன்றாகும்'

என்கிறார் பஞ்சு (2007: 22). இவ்வாறு தாய்மை கொண்டாடப் படுவது எதற்கு என்று எண்ணிப் பார்த்தால், அது அரசு முதலிய அதிகார சக்திகளின் திட்டமிட்ட செயல்பாடு என்பது இன்று வெளிக் கொணரப்பட்டு இருக்கிறது. புறநானூற்றுப் பாடல்களும் இதைத் தெளிவுபடுத்துகின்றன.

இத்தகைய செய்தியின் மூலம் குடும்பத்தின் மையமான தாய்-சேய் உறவில்கூட அதிகார அரசின் அரசியல் புகுந்து விட்டதைக் காணலாம். அதிகார அரசியல் நிலவும் ஒரு சமூகத்தில் போர் புனிதப்படுத்தப்படுகிறது. இதன்மூலம் 'கொலை' யானது புகழ்ச்சிக்கு உரியதாகிறது. தாய்க்கும் சேய்க்கும் நடுவே உள்ள நெருக்கத்தையும் அன்பையும் தனக்கு ஏற்ப வளைத்துப் போட்டுக்கொள்கிறது அரசு. தாயைத் தியாகம் செய்யவும் அரசின் விருப்பத்திற்கேற்ப மகனை வளர்த்துக் கொடுக்கவும் முன்வந்து நிற்கும்படியாகத் தாயின் மனோ பாவத்தை வடிவமைக்கிறது. இந்தப் பணியைத் தன் காலத்துப் புலவர்களின் மூலம் நிறைவேற்றிக்கொள்கிறது எனவிவாதிக்கிறார் பஞ்சு (மேலது: 23).

வரலாறு சமூகத்தைக் கட்டமைக்கிறது என்பதைவிட, அரசு சமூகத்தைக் கட்டமைக்கிறது என்று நிறுவுகிறார் பஞ்சு.

இவ்வாறு பிள்ளை பெறுவதும், பிள்ளையை வளர்ப்பதும், போர்க்களத்தில் போரிடத் தயார்படுத்துவதும், ஆண்குழந்தை முதன்மை பெறுவதும், பெண்குழந்தை உடைமைப் பொருளாகக் கொள்ளப்பெறுவதும் ஆகிய இந்தத் தாய்-சேய்

உறவுமுறைகள் எல்லாமே 'குடும்பம்' என்கிற நிறுவனத்தை அதிகார அரசுக்குப் பணி செய்யும் ஒரு முறையில் அமைக்கிற முயற்சிதான்,

என்று மேலும் வாதிடுகிறார் பஞ்சு (2007: 26). இவ்வாறு ஒரு வீரயுகக் காலத்தில் பிள்ளைப் பேற்றைக் கொண்டாடும் புறநானூற்றுச் சொல்லாடல், அதே பிள்ளைகளை மன்னனுக்கான போர்க்களத்தில் விழுப்புண் தாங்கி இறக்க வேண்டுமெனச் சொல்லாடுவதும் கவனத்துக்குரியதாகிறது. தாய்க்கு மகனாகப் பிறந்தவனின் கடமை அரசனுக்காகப் போர்க்களத்தில் களிறு எறிந்து பெயர்தல் (புறம். 312) என அந்தத் தாயாலேயே கடமை கற்பிக்கப்படுகிறது.

ஒரு மகன் அல்லது இல்லோளாக (279) இருந்தாலும் சரி, எவ்வளவு சிறியவனாக அவன் இருந்தாலும் சரி, அந்தத் தாயும் அவனைப் போர்க்கு அனுப்பத் தயாராகிறாள். செத்துக்கிடக்கும் மகன் மார்பின்மேல் வேல்தாங்கி இறந்திருக்கிறானே என அறிந்து தாய்மையின் இயல்புக்கு மாறாக மகிழ்வதாகக் காட்டுகிறது ஒரு புறநானூற்றுப் பாடல் (272).

புறநானூறு பின்வரும் பல கருத்தாக்கங்களையும் வலியுறுத்து கிறது. வீணே இறக்காமல் களிறு பல கொன்று இறந்தானே (277) என ஈன்ற பொழுதைவிடப் பெரிதும் மகிழ்கிறாள் மற்றொரு தாய். வெள்ளாட்டுக் கிடாக்கள் போல இளைஞர்கள் பல இருந்ததால் மன்னனுக்காகச் சாவதற்கு என் மகனுக்கு வழி யில்லாது போயிற்றே! மகன் கொடுத்து வைக்கவில்லையே (286) என வருந்துகிறாள் ஒரு தாய். ஈன்ற வயிறோ இதுவே! தோன்றுவன் மாதோ போர்க்களத்தானே (86) என ஒரு தாய் பெருமிதம் கொள்கிறாள்.

என் மகன் போரில் புறமுது காட்டி இறந்திருப்பானேயானால், அவனுக்குப் பாலூட்டிய மார்பை அறுத்தெறிவேன் (278) என்கிறாள் மற்றொரு தாய். மற்றொருத்தி மகனின் போர்க்கள வீரம்கண்டு வாடிக்கிடந்த மார்பு ஊறிச் சொரிந்தது என்கிறாள் (295). இத்தகைய சொல்லாடல்கள் குடும்பத்தின் மையமான தாய்-சேய் உறவில்கூட எவ்வளவு நுட்பமாக அதிகார அரசியல் நிகழ்த்தப் படுகிறது என்பதைத்தான் காட்டுகின்றன என்கிறார் பஞ்சு (2007: 37).

ஆக, மொத்தத்தில் அதிகாரக் கட்டுமானம் குறித்த சிந்தனைகள் மிக நுட்பமாக வெளிவந்திருக்கும் இன்றைய சூழலை முன் வைத்துப் புறநானூற்றுப் பாடல்களை ஆராயும் போது, புறநானூற்றுக் காட்சிகள் அனைத்தும் அப்படியே வரலாற்று நிகழ்வுகள் அல்ல; மாறாக உலகியல் வழக்குகளை நாடக வழக்குகளாகப் புனைந்து காட்டுவதன்மூலம் சமூகத்தில் அரசு, மன்னன் எனும் அதிகாரத் தளங்களை மக்கள் மனத்தில் உற்பத்தி செய்கிற முயற்சியாகவே படுகிறது. நோம் சாம்ஸ்க்கி இன்று சொல்வது போல, மக்களை அதிகாரம் செய்வதற்கு மக்களிடமே சம்மதத்தை வடிவமைக்கிற சொல்லாடலாகத்தான் புறநானூற்றுப் பாடல்கள் அமைந்துள்ளன (2007: 27) என்கிறார் பஞ்சு. தமிழ்ச் சமூகப் படிமலர்ச்சியில் வீரத்தாய், அதிகாரம் ஆகியன எவ்வாறு தொழிற்பட்டன என்பதைப் பஞ்சு கோட்பாட்டாக்கம் செய்யும் முயற்சி நம் கவனத்தைக் கோருகிறது. அவருடைய முறையியலும் அணுகுமுறையும் தரவுகளிலிருந்து கோட்பாடு நோக்கிச் (ஃப்ரம் டேட்டா டு தியரி) செல்கிறது.

அதிகாரக் கட்டமைப்பு

புறநானூறு கட்டமைக்கும் குடும்பம், சமூகக் கட்டுமானம் ஆகிய இரண்டையும் பேரா. பஞ்சு ஆராயும் முறை அச்சு அசலானது. உலகளாவிய ஆண் மையச் சமூக உருவாக்கத்தில் தமிழ்ச் சூழலை வெகுநுட்பமாக ஆராய்ந்திருக்கிறார். பண்டைத் தமிழ்ச் சமூகத்தில் குடும்பம், ஆண் ஆதிகாரம் இரண்டும் எவ்வாறு கட்டமைக்கப்பட்டன எனும் பஞ்சுவின் முன்னெடுப்புகள் சுதேசியானவை; கோட்பாட்டுப் பெறுமதி கொண்டவை.

புறநானூற்றுப் பாடல்களில் வெளிப்படும் மற்றொரு முக்கியமான சொல்லாடல் குடும்பம் என்கிற நிறுவனத்தைக் கட்டமைத்துள்ள ஒரு பாங்காகும். சமூகக் கட்டுமானத்தின் அடிப்படை அலகாகவும், மிகவும் தொன்மை வாய்ந்ததாகவும் கருதப்படுவது பாலியல் உறவினால் அமைந்த குடும்பம் என்கிற நிறுவனம்தான். இந்த நிறுவனத்தில் ஆணின் அதிகாரத்தை நிலைநாட்டுகிற முயற்சியாக அகப்பாடல்களின் செயல்பாடு அமைந்துள்ளது என்றால், குடும்பம் குறித்த புறப்பாடல்களின் செயல்பாடு, தலைமையின் அதிகாரத்தைக் கட்டமைப்பதாக

அமைந்துள்ளது. சான்றாகக் குடும்பத்தில் உள்ள தாய்-சேய் உறவைப் புறநானூற்றுப் பாடல்கள் எவ்வாறு கட்டமைக்கின்றன என ஆராய்கிறார் பஞ்சு.

குடும்பம் என்று வந்தவுடன் பெண் என்பவள் குழந்தையைப் பெற்றுத்தரும் ஒரு கருவியாக வடிவமைக்கப்படுகிறாள். ஆண்-பெண் உறவில் பாலுணர்வு இன்பம் என்ற முதல்நிலை இரண்டாம் நிலைக்குத் தள்ளப்பட்டுக் குழந்தையைப் பெற்றுத் தருவதுதான் இந்த உறவிற்கான அர்த்தம் என்பது முதன்மைப் படுத்தப்படுகிறது. பெண் தனக்கான உயர்ந்த மதிப்பையும் மரியாதையையும் சமூகத்தில் பெறவேண்டுமென்றால், அவள் வெறுமனே பாலுணர்வு இன்பம் அடையும் ஒரு உயிர் என்பதைத் தாண்டி, மனித இனத்தை உருவாக்கித் தருகின்ற தாய் என்ற தளத்தில் சிறந்து விளங்க வேண்டும். இந்த நிலையில், தாயால் சேய்க்குப் பெருமை என்பது அல்ல, சேயால்தான் தாய்க்குப் பெருமை ஏற்படுகிறது என்று சமூகத்தில் உறவு தலைகீழாக மாறுகிறது. இதைத்தான் பொன்முடியாரின் பாடல் 'ஈன்று புறந்தருதல் என்தலைக் கடனே' (புறம். 332) எனப் பதிவு செய்கிறது. மேலும் 'படைப்புப் பல படைத்துப் பலரோடு உண்ணும் உடைப்பெரும் செல்வராயினும் மயக்குறு மக்களை இல்லோர்க்குப் பயக்குறை இல்லைத் தாம் வாழும் நாளே' (புறம். 188) என மன்னன் அறிவுடைநம்பி வலியுறுத்துகிறான்.

அதுபோலவே போர் தொடங்கும் போதும் பொன்போற் புதல்வர் பெறாதவர்கள் போரிலிருந்து ஒதுங்கிக்கொள்ளுங்கள் எனப் பிள்ளை பெற்ற பிறகுதான் நீங்கள் இறக்க உரிமை யுடையவர்கள் என்ற அறிவிப்பு நிகழ்த்தப்படுகிறது (புறம். 9).

மேலும் மகளிரின் கருவைச் சிதைத்தல் பெரும் குற்றமென அறம் பாடுவதாக அறிவிக்கப்படுகிறது (புறம். 34). மேலும் வாரிசு பெற்றெடுத்த பிறகுதான் இறக்க உரிமையுடையவர்கள் என்ற நிலை ஆண்களுக்கும் இருந்ததை வடக்கு நோக்கி உண்ணாவிரதம் இருந்த கோப்பெருஞ்சோழனோடு வடக்கிருக்க முயன்ற தனது நண்பர் பொத்தியாரை நோக்கிப் 'புகழ்சால் புதல்வன் பிறந்த பின் வா' (புறம். 222) என்று கூறுவதன் மூலம் அறியலாம் என்கிறார் பஞ்சு (மேலது: 151).

இவ்வாறு வீரயுகக் காலத்தில் பிள்ளைப் பேற்றைக் கொண்டாடும் புறநானூற்றுச் சொல்லாடல், அதே பிள்ளைகளை மன்னனுக்கான போர்க்களத்தில் விழுப்புண் தாங்கி இறக்க வேண்டுமெனச் சொல்லாடுவதும் கவனத்துக்குரியதாகிறது. தாய்க்கு மகனாகப் பிறந்தவனின் கடமை அரசனுக்காகப் போர்க்களத்தில் களிறு எறிந்து பெயர்தல் (புறம். 312) என அந்தத் தாயாலேயே கடமை கற்பிக்கப்படுகிறது.

மேலும் மன்னனை மனிதர்களுள் வல்லவனாகக் காட்டுவதும், ஐம்பெரும் பூதங்களைவிட வலுவாகக் கட்டமைப்பதும் (51), நெற்றிக் கண்ணுடைய சிவன் முதலிய நாற்கடவுளோடு ஒப்பிட்டுப் புகழ்வதும் (55, 56), இதன் உச்சமாக நெல்லும் உயிரன்று, நீரும் உயிரன்று, மன்னன் உயிர்த்தே மலர்தலை உலகம்; யானுயிரென்ப தறிகை, வேன்மிகு தானை வேந்தற்குக் கடனே (186) எனச் சொல்லாடுவதும் தலைமைக் கட்டமைப்பிற்கான புறநானூற்றுப் பாடல்களின் மொழியாடல் எந்த அளவிற்குத் தமிழரின் மனவியலை இன்றுவரை மிகவும் நுட்பமாக இயக்கிக் கொண்டிருக்கிறது என்பதை அறிய உதவுகின்றன. தலைவர்கள் இறந்தால், கூடவே உயிர்விடும் வழக்கம் தமிழ்நாட்டைத் தவிர வேறெங்கு அதிகம்? (மேலது: 152).

இத்தகைய தலைமைக் கட்டுமானத்திற்கான முயற்சிகளுக்கு எதிரான குரலும் புறநானூற்றில் பதிவாகி இருக்கிறது என்பது ஆர்வம் தரத்தக்கச் செய்தியாகும். சோழன் நலங்கிள்ளியைப் புகழவந்த உறையூர் முதுகண்ண சாத்தனார் ஓரிடத்தில் இவ்வாறு பதிவு செய்கிறார்.

> மன்னா! எப்பொழுதும் வெறுப்பில்லாத அலங்காரத்தை உடைய கோயில் முற்றத்தின் கண்ணே இனிய முரசு ஒலிக்கத் தீயோரைத் தண்டஞ் செய்தாலும், நடுவுநிலைமையை உடை யோர்க்கு அருள் பண்ணுதலாகிய இடையறாத முறைமையில் சோம்புதலை அடையாது இருப்பாயாக. மேலும் நல்லதன் நலனும், தீயதன் தீமையும் இல்லை என்போருடன் இனமாகக் கூடிவிடாமல் வாழ்வாயாக (புறம். 29)

எனப் புகழ்கிறார். இதன் மூலம் அன்றைய அரசு அதிகாரம் கட்டுகின்ற நல்லது, தீயது என்ற கருத்தாக்கங்களைப் பொய்யென்று மறுத்தவர்களும் இருந்திருக்கிறார்கள் என்பதை அறிய முடிகிறது.

அகம், புறம் பற்றிய கருத்தாக்கங்கள்

தமிழிலக்கியத்தின் மிகப்பெரும் தனித்துவமாக விளங்கும் 'அகம் × புறம்' கோட்பாடு ஓர் இலக்கியக் கோட்பாடு என்பதைத் தாண்டி சங்ககாலச் சமூக உருவாக்கத்தில் அது எவ்வாறு தொழிற்பட்டது என்பதைப் பஞ்சு மிகவும் நுட்பமாக அலசுகிறார்.

நிலத்தை உடைமையாக்க ஆணின் உடலைக் கொண்டாடுவது புறத்தின் மொழியாடல் என்றால், பெண்ணை உடைமையாக்கப் பெண்ணின் உடலை ஒடுக்குவது அகத்தின் மொழியாடலாக அமைகிறது. அதிகாரம் செயல்படும் முதல்களமாக உடல்தான் பயன்படுத்தப்படுகிறது. இவ்வாறு உடலை வைத்து ஆடப்படும் இந்த மொழியாடு களத்தில் பெண்களும் சங்க இலக்கியக் காலத்திலேயே பங்கேற்றிருக்கிறார்கள் என்பது சிறப்பாகச் சொல்லத்தக்க ஒன்றாகும். அந்தப் பெண் கவிஞர்களின் அகப் பாடல்களை மட்டும் இன்றைய கலை இலக்கியக் கோட்பாடுகளில் பெரிதும் பேசப்படும் பெண்ணியப் பார்வையில் பார்க்க முயல்கிறார் பேராசிரியர் பஞ்சு (2007: 109).

சங்க இலக்கியம் அகம் புறமென இரண்டாகப் பிரிக்கப்பட்ட மனித உறவுகளை அதிகாரத் தேவைக்கேற்பக் கட்டமைக்க முயல்வதாகப்படுகிறது. இயற்கையாய்க் கிடந்த நிலப்பரப்பை ஓர் இனத்திற்கான நாடு என்ற பேரில் உடைமைப் பொருளாக வடிவமைக்க முயல்வது புறம் என்றால், இயற்கையாய் அமைந்த ஆண்-பெண் உறவை அதிகார அமைப்பிற்குள் உட்படுத்தி ஆணுக்கான உடைமைப் பொருளாக-துய்ப்புப் பொருளாகப் பெண்ணை வடிவமைக்கிற முயற்சிதான் அகமெனப்படுகிறது.

ஆண்நலம் சார்ந்த சங்க இலக்கியங்களும் தொல்காப்பியமும் பெண்ணின் உடலை அச்சம், மடம், நாணம், பயிர்ப்பு கொண்டவை எனப் புனைந்து குறிப்பிட்ட ஒழுக்கத்திற்குள் கொண்டுவர முயல்வதை ஒருவர் எளிதாக உணர்ந்து கொள்ளலாம். உயிரைவிட நாணம் சிறந்தது என்பது சங்க இலக்கிய மரபு. ஆனால் பெண்பாற் புலவர்களின் பாடல்களில் இந்த ஒழுக்கத்திற்கு எதிரான மீறல்கள் பதிவாகியுள்ளன. உடலை எழுதுதல் என்பதை நோக்கி நகரும் போது கட்டு, விதி, வழக்கு, சாத்திரம் என்ற அதிகாரச் செயல்பாடுகள் காணாமல் போவதைப் பார்க்க முடிகிறது (மேலது: 113).

இவ்வாறு மொழியின் விளையாட்டாக உருவாகியிருக்கும் சங்க இலக்கியம், அகம் புறம் என இரண்டு எதிரிணைகளாகப் பிரிக்கப்பட்ட மனித உறவுகளை சமூக அதிகாரத்திற்கேற்ப கட்டமைக்கும் பணியையும் செய்கிறது என்கிறார் பஞ்சு (மேலது: 109). பஞ்சுவின் இத்தகைய கருத்துருவாக்கங்கள் பண்டைத் தமிழ்ச் சமூக உருவாக்கத்தில் 'அதிகாரக் கட்டமைப்பு' எனும் கோட்பாட்டிற்குப் பெரிதும் பயன்படும். இதை அவருடைய மூல நூலில் விரிவாகப் பேசியிருக்கிறார்.

உடன்போக்கு

மனிதகுல வரலாற்றில் ஆதிப் பொதுவுடைமையைப் பேசுவது உடன்போக்கு. பண்பாட்டின் பிற தளங்களில் பொதுவுடைமை காணப்பட்டாலும் திருமணம் எனும் நிறுவனத்தில் ஆதிப் பொதுவுடைமை மிக விரிவாகக் கிடைக்கிறது. சங்க இலக்கியத்தில் இதனை நன்கறியலாம். இங்கு உடன்போக்கின் பரிமாணங்கள் பன்மியப்பட்டுள்ளன.

உடன்போக்கை அறிவித்தல், உடன்படல், உடன்படுத்துதல், ஓம்படைக்கூறித் தலைவனோடு போக்குவித்தல் முதலியவை உடன்போக்கில் முன் நிகழ்ச்சிகளாகும்.

தலைவனும் தலைவியும் உடன் செல்லுதல், கண்டோர் இரங்கிக்கூறல், நற்றாய் புலம்புதல், செவிலித்தாய் புலம்புதல், உடன்போக்கின் இடையீடு, தலைவனும் தலைவியும் மீண்டு வருதல், நற்றாயும் செவிலித்தாயும் எதிரேற்று வரவேற்றல் முதலியவை பின் நிகழ்ச்சிகள்.

பண்டைத் தமிழ்ச் சமூகத்தின் மண முறைகளில் தனித்துவமாக விளங்கும் உடன்போக்குப் பற்றிப் பல்வேறு வண்ணனை ரீதியான ஆய்வுகள் (டிஸ்க்ரிப்டிவ் ஸ்டடீஸ்) நம்மிடம் உள்ளன. நயம் பாராட்டும் நூல்களுக்குப் பஞ்சமில்லை. ஆனால் பஞ்சு இதைப் பகுப்பியல் சார்ந்த ஆய்வாகவும், கோட்பாட்டு ரீதியான ஆய்வாகவும் முன்னெடுத்திருக்கிறார். அதனை அவருடைய எழுத்துகள் வழிக் காண்போம்.

'உடன்போக்கை முன்மொழிபவனாகத் தலைவன் முன்னிறுத்தப் படுகிறான். தலைவி முன்மொழியும் முயற்சி இல்லாமல்

ஆக்கப்படுகிறது. மேலும் தொல்காப்பியர் போன்று உடன்போக்கை ஒரு மணமுறையாக ஏற்கத் தயங்குவதும் தெரிகிறது.

அதற்குப் பின்னால் வந்த நம்பி அகப்பொருளில் தோழிதான் 'உடன்போக்கை' முன்மொழிபவளாகக் காட்டப்படுகிறாள்; உடன் போக்கை ஒருவகையான மணமுறையாக ஏற்றுக்கொண்டு வரைவியலில் விரிவாகப் பேசப்படுகிறது.

அகநானூறு 284ஆவது பாடலில் தலைவி உடன்போக்கைத் தேர்ந்தெடுக்கிறாள்; தோழி அந்தக் கருத்தைத் தலைவனுக்குக் கூறி உடன்படுத்துகிறாள். ஐங்குறுநூறு 364ஆவது பாடலில் தலைவன் உடன்போக்கை முன்மொழிகிறான்; தோழி அதைத் தலைவிக்குக் கூறி உடன்படுத்துகிறாள்.

வ. சுப. மாணிக்கம் உடன்போக்கிற்குக் காரணம் தாய்தான் என விளக்குகிறார். சங்க இலக்கியப் பாடல்கள் சிலவற்றில் தாயே உடன்போக்கிற்கு ஏற்பாடு செய்வதைப் பார்க்கிறோம். மகள் போக்கியவழித் தாயிரங்கு பத்து என்றொரு துறையிலேயே பத்துப் பாடல்களை ஓதலாந்தையார் பாடியுள்ளார்:

மள்ளர் கொட்டின் மஞ்ஞை ஆலும்
உயர் நெடுங் குன்றம் படு மழை தலைஇச்
சுரம் நனி இனிய ஆகுகதில்ல
அறநெறி இது எனத் தெளிந்த என்
பிறை நுதற் குறுமகள் போகிய சுரனே! (ஐங். 371)

உடன்போக்குப் பயணத்தில் இத்தகைய உரையாடல்களே காட்சியாகின்றன (நற். 202, 264). தலைவி மொழியற்றவளாகவே காட்டப்படுகிறாள். இதுவும் ஓர் ஆண் மேலாண்மையை வடிவமைக்கும் முயற்சிதான் எனக் கருதலாம். அதிகாரத்தைக் கட்டமைப்பவர்கள் முதலில் செய்வது தனது அதிகாரத்திற்கு உள்ளாகிறவர்களின் மொழியை முழுவதும் இன்மைக்குள் தள்ளிவிடுவதுதான் என்கிறார் பஞ்சு.

சங்க இலக்கியத்தில் உள்ள 122 உடன்போக்குத் துறைப் பாடல்கள் மேற்கண்டவாறு அழகியலின் களஞ்சியமாகவும், ஆண்-பெண் உறவில் ஆண் மிக நுண்ணிய தளத்தில் மேலாண்மை யைக் கட்டமைக்கின்றவையாகவும் விளங்குகின்றன. களவுப் பாடல்களில் ஏழில் ஒரு பகுதி இது. இந்த உடன்போக்குத் துறை

நெருக்கடியான ஒரு சூழலில் எடுக்கப்படும் மிக வன்முறையான, ஆபத்தான நெறிமுறையாகும். இடைச் சுரத்தில் ஏற்படும் இயற்கையான ஆபத்துகள் பலப்பல; அப்படியான சில பாடல்களும் சங்க இலக்கியத்தில் உள்ளன.

உடன்போக்குப் போய்க் கொண்டிருக்கும் போது தலைவன் இறந்துவிடுகிறான். அவனைக் கட்டிப்பிடித்துக் கதறவும் முடியாமல் (கதறினால் காட்டுப்புலி தாக்கும்), அகன்ற மார்புடைய அவனைத் தூக்கவும் முடியாமல் தன்னந்தனியாளாய்த் தவிக்கும் ஒரு பெண், எனக்கு இத்தகைய துன்பத்தைத் தந்த கூற்றம் இதுபோல் என்னைப் போலவே ஒரு கொடுங் காட்டில் சிக்கிப் பெருவிதுர்ப்புறுக எனச் சாபமிடுகிறாள். ஆனால் காதல் எந்தக் காரணம் கொண்டும் கற்பில் முடியாமல் இடைப்பட்டு முடிந்து விடக் கூடாது என்று அக இலக்கிய மரபு பேசுவதால் இந்தப் பாடலை முதுபாலை என்று புறத்தில் சேர்த்துள்ளனர். இத்தகைய இயற்கைத் துயரம் தவிரத் தலைவியைத் தேடிவரும் தமரினால் இடைச்சுரத்தில் பல கொடூரங்கள் நிகழ வாய்ப்புள்ள ஒரு துறை இந்த உடன்போக்குத் துறை. இதையும் ஒரு பாடல் பதிவு செய்துள்ளது. கூடவரும் தலைவியிடம் தலைவன் இவ்வாறு பேசுகின்றான்:

'உயிருள்ள பாவை போல என்னோடு நடந்துவரும் நீ, உன்னுடைய தந்தையின் இல்லத்து எல்லையை மீறி என்னோடு வந்துள்ளாய்! மேகங்கள் சூழும் இந்தக் காட்டில் கடுஞ் செம்மூதாய் கண்டும் கொண்டும் நீ விளையாடிக்கொண்டே வருவாயாக! நானோ மணல்கள் கரையிட்டுள்ள இருபக்கமும் மறைந்தே நடந்து வருவேன். எதிரிகள் வந்தால் அஞ்சேன்! அவர்களை அழிப்பேன்! ஆனால் உன்னுடைய உறவினர்கள் வந்தால் அவர்களை ஒன்றும் செய்யேன்! நான் மறைந்து கொள்வேன்' (நற். 362) எனப் பேசுகிறான்.

எனவே உடன்போக்கு என்பது எத்தகைய மோதல்களை எல்லாம் உண்டாக்கக்கூடிய செயல்பாடு என்பதைக் காட்டுகிறார் பஞ்சு. ஆனாலும் எந்தக் காரணங்கொண்டும் களவொழுக்கம் தோற்றுவிடக் கூடாது: பெற்றோரின் எதிர்ப்பு வெற்றிபெற்று, அவள் மற்றொரு ஆடவரின் ஆளுகைக்கு வந்துவிடக்கூடாது

என்பதினால் சங்கச் சான்றோர் இந்த உடன்போக்குச் செயலை அறநெறிப்பட்ட ஒரு வழக்காறாகவே கொண்டாடி இதைச் செவ்வியல் மரபிலும் இணைத்துள்ளனர். வழக்கில் இருக்கிறது என்பதற்காக, எந்தக் காரணங்கொண்டும் 'அறக்கழிவுடையன வற்றை ஏற்கலாகாது' (தொல். பொருள்: 216) எனப் பேசும் தொல்காப்பியர், இதை அறநெறியாகவே ஏற்றுக்கொள்கிறார். மேலும் 'ஒருத்திக்கு ஒருவன்தான்' என்ற அக இலக்கியக் கோட் பாட்டை நிலைநிறுத்தும் இந்த இடம் மிகவும் நெருக்கடியான ஒரு சூழலை அமைத்துக் கொடுக்கிறது. இத்தகைய ஒரு சூழல்தான், கவிதையாக்கத்திற்கு அற்புதமான களமாகும். இந்த இரண்டும் உண்மைதான் என்பதை உடன்போக்குத் துறைப் பாடல்கள் இன்றைக்கும் உறுதிப்படுத்திக்கொண்டிருக்கின்றன. ஆனால், இதை அறநெறியாக ஏற்கத் தயங்குகின்ற சூழல், இடைக்காலத்தில் இறையனார் களவியல் உரைகாரர் காலத்தில் தோன்றிவிட்டதெனத் தெரிகிறது என்கிறார் பஞ்சு.

ஏறத்தாழ ஏழாம் நூற்றாண்டு தொடங்கி இன்றுவரை அது தொடர்கிறது. எனவேதான் இன்றும் உடன்போக்குப் பலவிதமான கலவரங்களுக்கும் கொலைகளுக்கும் காரணமாக நீள்கிறது. இந்த இடத்தில் ஒரு கேள்வி எழுகிறது. பாசம்மிக்க தங்கள் குடும்பத்திற்கு எதிராக உடன்போக்கைத் தேர்ந்தெடுத்து ஆபத்தான ஒரு நெறியைக் கடைப்பிடித்தே தீரவேண்டிய ஒரு நெருக்கடி ஏன் ஏற்படுகிறது. பெற்றோர்களிடம் இத்தகைய எதிர்ப்புணர்வு தோன்றுவதற்குக் காரணம் என்ன? சங்க இலக்கியப் பாடல் களிலும் இலக்கணங்களிலும் இதற்கான பதில் இல்லை. இதற்கான சமூகக் காரணங்கள், தனிமனித உளவியல் காரணங்கள் எனப் பல இருந்திருக்கலாம். இன்றைக்கு இருப்பதைப் போலவே வர்க்க வேறுபாடு, குடிமை வேறுபாடு, இன வேறுபாடு, இட வேறுபாடு எனப் பல வேறுபாடுகளால் உருவாகும் ஒவ்வாமை, வெறுப்பு ஆகியவற்றால் பெற்றோர் எதிர்த்திருக்கலாம்.

எல்லாவற்றுக்கும் மேலாக ஆண்-பெண் உறவு என்பது அதில் ஈடுபடும் எந்தவொரு ஆணையும் பெண்ணையும் மட்டுமே சார்ந்ததாக இல்லை என்றாகிவிட்ட ஒரு சமூகச் சூழலில், இந்த உடன்போக்கு என்பது தான் எண்ணியதை முடித்தே காட்ட வேண்டும் என்கின்ற பெற்றோர், தலைவன், தலைவி ஆகியோரின்

‘நான்’களின் தீவிரமான மோதல் களமாக மாறுகிறது. எனவே சமூகக் காரணத்தைவிட இயற்கையாகவே செயல்படும் பொறாமை என்கின்ற உளவியல் காரணம்தான் இந்தக் காதலுக்கான எதிர்ப்பை உருவாக்குகின்ற காரணியாக இருக்க முடியும்.

காதலுக்கும் பொறாமைக்கும் அப்படியொரு பொருத்தம் என்பது வரலாறு. இத்தகைய பொறாமையில் விளைந்த எதிர்ப்பைத்தான் உடன்போக்கு என்ற துறை மூலம் வெற்றிபெற வழிகாட்டுகிறது சங்க இலக்கியப் பாடல்கள். பொதுவாகவே சங்க இலக்கிய அகப்பாடல்கள் மிகத் தீவிரமான, ஆழமான உளவியல் கல்வி சார்ந்த ஆய்வைக் கோரி நிற்கின்றன. உண்மையில் பின்காலனித்துவத் தமிழ்ச் சமூகத்தில் ஆங்கில மொழிநீக்கம் நடந்து, உளவியல் கல்வி உட்பட அனைத்துமே தாய்மொழிக் கல்வி வழியாக வழங்கப்பட்டிருக்குமானால் அக இலக்கியப் பாடல்களும் மிக ஆழமான உளவியல் கல்வி ஆய்விற்கு என்றைக்கோ உள்ளாகியிருக்கும்; அதன் மூலம் பல அழகியல் அற்புதங்களைக் கண்டு எடுத்திருக்க முடியும் என்கிறார் பஞ்சு (2017: 121-132). ஆதியில் இனக்குழுச் சமூகங்களில் தோன்றிய உடன்போக்கையும், சங்க இலக்கியம் காட்டும் உடன் போக்கையும் ஒப்பிட்டு அறிய பஞ்சுவின் இந்தப் பகுப்பாய்வு புதிய கண்திறப்பாக அமைகிறது. என் போன்ற இலக்கிய மானிடவியல் களத்தில் ஆராய்பவருக்குப் புதிய வாயில் திறக்கப் பட்டிருக்கிறது.

கொற்றவை பற்றிய கருத்தாக்கம்

ஆதி தாய்த் தெய்வம் பற்றிய ஒரு கருத்தாக்கத்தை முன்னெடுக் கிறார் பஞ்சு (2017). அகத்திணைப் பாடல்களில் அச்சம் தரும் தெய்வமாகவும், புறத்திணைப் பாடல்களில் வெற்றிதரும் தெய்வ மாகவும் ‘ஒரு பெண் தெய்வம்’ உருவாவதற்கான சமூகச் சூழல் என்னவாக இருந்திருக்க முடியும். இந்த வினா மிகவும் ஆர்வம் தரத்தக்க ஒன்றாகப்படுகிறது என்று தொடங்குகிறார் பஞ்சு.

சிலப்பதிகாரத்தில் கொற்றவை ‘வைதீகமதக் கடவுளாக’ மேனிலையாக்கம் பெற்றதன் அடையாளமே வரிப்பாடல் காட்சிகள்

எனச் சிலம்பு நா.செல்வராசு கருதுகிறார் (நா. செல்வராசு, ப.123). ஆனால் சங்க இலக்கிய மரபில் போர்க்களத்தோடும் குறிஞ்சி மற்றும் பாலை நிலத்தோடும், நிலவறைத் தெய்வமாக அறியப் படும் இந்தப் பெண் தெய்வத்தின் அடையாளத்தைத் தாய் வழிச் சமூகத்தின் அழிவிலும், தந்தைவழிச் சமூகத்தின் நிலை நிறுத்தத் திலும் தேடி அடைய வாய்ப்பு இருப்பதாகக் கருதலாம் என்கிறார் பஞ்சு.

சங்க இலக்கியப் பாடல்கள் ஏறத்தாழ ஐந்நூறு ஆண்டுக் காலங்களில் பாடப்பட்ட பாடல்களில் இருந்து தேர்ந்தெடுக்கப் பட்ட தொகுப்பாகும். இந்தத் தொகுப்பில் ஆதி இனக்குழுச் சமூகக் கூறுகளும், அரசு, அதிகாரம் உருவாவதற்கான நிலவுடைமைச் சமூகக்கூறுகளும் பரவலாகப் பதிவாகியுள்ளன.

இந்தத் தொகுப்புப் பாடல்களின் மூலம் அகத்தில், பெண்ணின் உடம்பை ஒடுக்கி ஓர் ஆணின் கட்டுப்பாட்டிற்குள் கொண்டு வருவதும் புறத்தில், ஆணின் உடம்பைக் கொண்டாடி அதிகார அரசை உருவாக்கி நிலைநிறுத்துவதும்தான் அவற்றின் கருத்தாக்க அரசியலாக அமைந்துள்ளது. இந்தச் சூழலுக்கு நேர்மாறாக தாய்வழிச் சமூகத்தில் மேலாண்மை கொண்டிருந்த பெண் உடம்பின் குறியீடாகத்தான் 'கொற்றவை' என்கிற பெண் தெய்வம் உருவாக்கம் பெற்றிருக்க வேண்டும். அழித்தொழிக்கப்பட்ட தாய்வழிச் சமூகம் குறித்த 'அச்சத்தின்' குறியீடே கொற்றவை வழிபாடு.

வருத்தும் தெய்வமாக அகத்திணைப் பாடல்களில் பெரு வாரியாக 'அணங்கு' என்ற சொல்லால் சுட்டப்படுகிறாள். மேலும் மனித உயிர்ப்பலி, குருதிப்பலி கொடுப்பதன் மூலமாக வெற்றி தேடித்தரும் தெய்வமாகப் புறத்திணையில் புனைந்து வழிபடுவதன் மூலம், ஒடுக்கப்பட்ட தாய்வழிச் சமூகத்தின் நினைவை, தந்தைவழிச் சமூக உருவாக்கத்திற்கான உரமாகத் தகவமைத்துக் கொள்ள முடிந்திருக்கிறது. இத்தகைய தகவமைக்கிற தந்திரங்களுள் ஒன்றுதான் முருகன் என்கிற ஆண் கடவுளுக்குத் தாயாகக் கொற்றவையைப் புனைந்துகொள்ளுவது. முருகனை 'வெற்றி வெல்போர்க் கொற்றவை சிறுவ' (வரி. 258) என்கிறது திருமுருகாற்றுப்படை. எனவே கொற்றவை வழிபாடு என்பது தாய்வழிச் சமூகத்தின் அழிவிலிருந்தும் தந்தைவழிச் சமூகத்தின்

நிலைநிறுத்தலில் இருந்தும் தோற்றம் கொண்டிருக்கலாமெனக் கருத வாய்ப்பிருக்கிறது. எனவே அழிந்துபோன தாய்வழிச் சமூகத்தின் மிச்ச சொச்ச அடையாளமே சங்க இலக்கியத்தில் காணப்படும் கொற்றவை குறித்த குறிப்புகளாகும் (பஞ்சு 2017: 100-106).

கொற்றவை குறித்து இன்னும் மானிடவியல் ரீதியாக ஆராய்வதற்குக் களங்கள் உள்ளன என முடிக்கும் பஞ்சு (மேலது: 106) இந்த ஆய்வில் ஒரு கருத்தாக்கத்தை முன்னிருத்துவது முக்கியமாகிறது. அழித்தொழிக்கப்பட்ட தாய்வழி சமூகத்தின் அச்சமே கொற்றவை எனும் குறியீடு என்கிறார் (மேலது: 105). இது ஒரு புதிய கருத்தாக்கமாகும்.

புதிய திணைக் கோட்பாடு

திணைக் கோட்பாட்டைப் பலரும் விவாதித்திருக்கின்றனர். பஞ்சுவும் இது பற்றிப் பேசியிருக்கிறார். சங்க இலக்கியம்: புதிய கோட்பாட்டு நோக்கில் (2007) எனும் ஆய்வில் பஞ்சுவின் புதிய முன்னெடுப்பைப் பின்வருமாறு நோக்குவோம்.

> பரந்து கிடந்த நிலத்தைப்/பகுத்துப் பெயரிட்டுத் தனது ஆளுகைக்குள் கொண்டுவருவதைக் திணைக்கோட்பாடு முன் வைக்கிறது. நிலம் என்பது வெறுமனே தரை மட்டுமா? மண் மட்டுமா? வகுக்கப்பட்ட ஒவ்வொரு நிலமும் தனக்கேயான தனித்தன்மைகளைக் கொண்டு விளங்குகின்றது. அந்தத் தனித் தன்மைகள் இந்தப் பகுப்பிற்கான நியாயங்களை, மனிதப் பகுத்தறிவு மூளைக்கு எடுத்துச் செல்வதன் மூலம் நிலமும் பொழுதும் மனிதமயமாதல்வழி வேகப்படுகிறது.
>
> ஒவ்வொரு நிலமும் தனக்கென 'பொழுதை' மட்டுமல்ல; ஒவ்வொன்றும் தனக்கேயான தெய்வத்தை, உண்ணும் உணவு முறையை, விலங்குகளை, மரத்தை, பறவைகளை, பூக்களை, தொழிலை, பறையை, இசையை, ஆற்றைக்கொண்டு விளங்கு கின்றன. எனவே அவை அனைத்திற்கும் 'பெயரிடும்' வேலையை மனித சமூகம் நிகழ்த்திக் காட்டுகிறது. பெயரிடுவதன் மூலம் நிலம் சார்ந்த அத்தனை பொருட்களையும் தனது நினைவு மண்டலத்திற்குள் இலக்கியங்கள் மூலமாகச் சேமித்துக்

கொள்ளும் போது, 'நிலம்' மனிதர்களின் ஆளுகைக்கு உட்படுகிறது; மனிதமயமாகிறது. சங்க இலக்கியத் திணைப் பாடல்கள் இந்த மாபெரும் பணியைத்தான் செய்து முடிக்கத் திட்டமிட்டு இயற்றப்பட்டுள்ளன. இந்தத் திட்டம், மிக வெளிப்படையாகத் தெரிவது குறிஞ்சிப்பாட்டில் கபிலர் 99 பூக்களை அடுக்கிக் கூறும் பாங்கிலும், ஆற்றுப்படை நூல்களில் வரும் ஆற்றிடைக் காட்சி வர்ணனைகளிலும் ஆகும்.

மேலும் அகப்பாடல்களில் கருப்பொருட்களை வைத்துப் பின்னப் படும் உள்ளுறை, இறைச்சி ஆகிய உத்திகளின் மூலம் இந்த நிலமும் அதன் பொருட்களும் அறிவு மண்டலத்தையும் தாண்டி, உணர்வு மண்டலத்திற்குள் செலுத்தப்படுகின்றன (மேலது: 137).

'இவ்வாறு 'நிலத்தை', அதன் மற்ற பொருட்களைப் பெயரிடுவதன் மூலம் தங்கள் ஆளுகைக்குள் கொண்டுவந்த மனிதர், தாங்கள் அமைத்துக்கொண்ட ஆண்-பெண் உறவில், சமூக வாழ்வில் தங்களுக்கு எற்படும் உணர்ச்சிக் கொந்தளிப்புகளை நிலத்தோடும் அதன் பொருட்களோடும் இணைத்து அடையாளம் கண்டனர்; இந்த அணுகுமுறைதான் இன்னும் வேகமாக நிலமும் பொழுதும் மனிதவயப்படுவதற்கு ஏதுவாக அமைந்தது. அதே நேரத்தில் மனிதர்கள் நிலமயப்படுவதற்கும் ஏதுவாயிற்று.

மனிதர்களைப் பெரிதும் பாடாய்ப்படுத்தும் பிரிவு உணர்ச்சியை வறண்ட 'பாலை' நிலத்தோடும் கோடை வெயிலோடும் கொற்றவை, பாம்பு, பட்ட மரம், கள்ளி, பருந்து, அறுநீர்க்கூவல் முதலிய கருப்பொருட்களோடும் இணைத்தனர்.

மனிதர்கள் கூடி வாழும் இன்ப வாழ்வையும் ஊடலையும் வளமான நீர்நிலை மலிந்த மருதநிலத்தோடும் வைகறை, விடியல் என்கிற அழகு கொட்டும் காலைப் பொழுதோடும் இந்திரன், நெல், அன்னம், எருமை, தாமரை, ஆற்று நீர், பொய்கை நீர் முதலிய கருப் பொருட்களோடும் இணைத்தனர்.

இதுபோலவே, எதிர்பார்த்து இருத்தல் உணர்ச்சிக்கு முல்லை நிலத்தையும், கூடியிருத்தல் உணர்ச்சிக்குக் குறிஞ்சி நிலத்தையும், இரங்கல் உணர்ச்சிக்கு நெய்தல் நிலத்தையும் இணைத்தனர்.

இவ்வாறு நிலத்தையும் அதன் கருப்பொருட்களையும் மனித உணர்ச்சிகளோடு இணைத்துப் பின்னிவிடும்போது இயற்கைப் பொருட்கள் ஒவ்வொன்றும் மனிதர்களுக்கானதாக மாறி விடுகின்றது. சிறுகோட்டில் பெரும் பழம் தொங்குவது, மனிதப் பெண்ணெனும் சிறு கிளையில் காமமெனும் பெரும் பலாப்பழம் தொங்குவதாகக் காட்சிப்படுத்தப்படுகிறது (குறுந். 18). 'குக்கூ' என்று கோழி கூவுவது கூடத் தலைவனைப் பிரிக்கும் குரலாய் மாறுகிறது (குறுந். 157). பிரிந்த காதலர் நம்மிடம்தான் சொல்ல வில்லை. காதலுக்குத் துணையாய் நின்ற தோட்டத்து வேங்கை மரத்திடம் கூடவா சொல்ல மறந்தார்? (குறுந். 266) என்று மரம்கூடத் தோழமையாகிறது; நற்றிணைப் பாடலொன்றில் 'மரம்' (புங்கை), கூடப்பிறந்த சகோதரியாகிறது; களவுக் காலத்தில் இனியவராக இருந்தவர் கற்புக்காலத்தில் இன்னா செய்கிறவராக மாறிவிட்டார்.

இது இயற்கைதான்; கண்ணுக்கு எவ்வளவு அழகாக இருந்தது இந்த நெருஞ்சிப்பூ: இதற்குள்ளிருந்து இப்படியொரு 'முள்' பிறக்குமென்று யாராவது எண்ணித்தான் பார்க்க முடியுமா? எனவே நெஞ்சமே வருந்தாதே—இப்படி இயற்கையைப் பார்த்து இதயத்தைத் தேற்றிக்கொள்ள வாய்ப்பு கிடைக்கிறது. சங்க இலக்கியப் பாடல்கள் முழுவதும் இப்படித்தான். நிலப் பொருட்கள் அனைத்தின் மேலும் மனித உணர்ச்சிகளை ஏற்றி, மனித வயப்படுத்தியுள்ளன. திணைக்கோட்பாட்டின் அடிப்படை நோக்கமே இதுதான்; நிலத்திற்கு ஒரு குணம் இருக்கிறது; நிலம் சார்ந்துதான் மனிதர்களுக்கும் குணம் அமைகிறது; எனவே மனிதர்களைக்கூட, தெய்வங்களைக்கூட இந்தத் திணைக் கோட்பாடு நிலம் சார்ந்து வகுத்துள்ளது; குறிஞ்சி நில மனிதர்கள் குலத்தால் குறவன்-குறத்தி என்றும் தலைமக்கள் என்ற அடிப்படையில் வெற்பன், சிலம்பன் எனவும் பெயரிடப்பட்டனர்.

முல்லை நில மனிதர்கள் ஆயர், வேட்டுவர் என்றும், நாடன் என்றும் பெயர் பெற்றனர். பாலை நில மனிதர்கள் எயினர், எயிற்றியர் என்றும், மீளி, விடலை என்றும், மருதநில மனிதர்கள் உழவர், உழத்தியர் என்றும், ஊரன், மகிழ்நன் என்றும், நெய்தல்நில மக்கள் நுளையர் நுளைச்சியர் என்றும், சேர்ப்பன், துறைவன் என்றும் பெயர் பெற்றனர். இந்த இடத்தில் ஓர்

ஆச்சர்யம் நிகழ்ந்துள்ளது. நிலத்தை மனிதமயப்படுத்த முயன்ற மனிதர்கள் தலைகீழாகத் தாங்களும் நிலவயப்படுத்தப்பட்டனர். மனிதர்களை இவ்வாறு நிலவயப்படுத்தி, நிலத்தைப் புரிந்து கொள்வதன் மூலம் மனிதர்கள் மாபெரும் நிலப்பரப்பைத் தமது அதிகாரத்திற்குள், தனது ஆளுகைக்குள் கொண்டுவந்துள்ளனர். தமிழர்களின் திணைக் கோட்பாட்டினுடைய அன்றைய தேவை இதுதான்.

அகத்திணைக் கோட்பாடு மிக நுண்ணிய உணர்வுத்தளத்தில் மறைவாக இயங்கியதென்றால் புறத்திணைக் கோட்பாடு பருமனான தளத்தில் வெளிப்படையாக மன்னன், நாடு, நகரம், ஊர், மலை, ஆறு என்ற பெரிய தளத்தில் இயங்கி, அதுவும் நிலத்தை மனிதவயப்படுத்துகிற மாபெரும் பணியைத்தான் செய்து முடித்துள்ளது. இது உடைமைச் சமூகம் வலுப்பெற்ற அடுத்தகட்ட வளர்ச்சியில் ஏற்பட்டது. பத்துப்பாட்டையும் புறநானூற்றையும் இந்தக் கோணத்தில் விரிவாக விளக்க வாய்ப்பிருக்கிறது. திருமுருகாற்றுப்படை முருகனின் ஆறுபடை வீட்டைக் காட்சிப்படுத்துகிறது; சிறுபாணாற்றுப்படை சேர, சோழ, பாண்டியர்களையும் கடையெழு வள்ளல்களையும் நிலைநிறுத்துகிறது. பெரும்பாணாற்றுப்படை எயினர், எயிற்றியர் உணவு, உழவர்-உழத்தியர் உணவு முதலியவற்றை விளக்குகிறது. பொருநராற்றுப்படையும் பட்டினப்பாலையும் காவிரி ஆற்றையும், மதுரைக்காஞ்சி வையை ஆற்றையும் மனிதர்களின் நினைவுலகத்திற்குள் செலுத்துகின்றன. பூம்புகார் நகரத்தைப் பட்டினப்பாலையும், மதுரை மாநகரத்தை மதுரைக்காஞ்சியும் மனிதர்களின் உலகத்திற்குள் அழைத்து வருகின்றன.

ஆக, திணைக் கோட்பாடு, பரந்து கிடந்த நிலப் பரப்பையும் பொழுதையும் மனிதவயப்படுத்துவதிலும், பெருகிக் கிடந்த மனிதர்களை நிலவயப்படுத்துவதிலும் பெரும்பங்கு ஆற்றியுள்ளது என்பதை உணர முடிகிறது. இன்றைக்கு ஏற்பட்டுள்ள பல உலகப் பிரச்சினைகளுக்குக் காரணமே மனிதர்கள் தங்கள் தங்கள் நிலம், பொழுது சார்ந்து நிலவயப்பட்டவர்களாக வாழாமல் வேர் இழந்தவர்களாய்ப் போனதுதான் காரணம் என்று விளக்குவதற்கு நிறைய வாய்ப்பு இருக்கிறது' *(மேலது: 139-140).*

பஞ்சுவின் இந்தப் பார்வை புதியது மட்டுமல்ல; சங்க இலக்கியத்தை சமகாலப்படுத்தும் முயற்சியும்கூட. செவ்வியல் இலக்கியத்தைச் செல்நெறி இலக்கியமாக அர்த்தப்படுத்தும் முயற்சியும்கூட. தமிழ்ச் சமூக அசைவியக்கத்தில் திணைக் கோட்பாடு பன்மியப் பரிமாணம் கொண்டது. அதனைச் சமகாலத்திற்குக் கடத்தி வருவதற்குப் பஞ்சு பங்காற்றியிருக்கிறார். கூடவே திணையை 'மனிதமயப்படுத்தல்' எனும் ஒரு புதிய கருத்தாக்கத்தையும் பின்வருமாறு முன்னெடுத்துள்ளார்.

மனிதமயமாக்கம்

மனிதகுல வரலாற்றில் மனிதமயமாக்கல் பல்வேறு தளங்களில் நிகழ்ந்து வந்துள்ளது. பண்டைக் காலத்தில் காணப்பட்ட இயற்கையிகந்த ஆற்றல்களைப் பின்னாளில் மனித சமூகம் மனிதப்பண்பேற்றி (ஆந்த்ரபோமோர்பிசம்) உயர்நிலைப்படுத்தியது. இது பரவலாகக் கவனம் பெற்ற நிகழ்வாகும். சங்க இலக்கியப் பரப்பில் மனிதமயமாக்கத்தின் அசைவியக்கத்தைப் பேரா. பஞ்சு பேசியிருக்கிறார். அதை அவருடைய சொந்த எழுத்து வழிக் காண்போம் (2017: 49-50).

> சங்க இலக்கியப் பாடல்கள் முழுவதும் இப்படித்தான் இயற்கைப் பொருட்கள் அனைத்தின் மேலும், மனித உணர்ச்சிகளை ஏற்றி மனிதவயப்படுத்தியுள்ளன. இதன்மூலம் மனித உணர்ச்சிகளைப் பருப்பொருள் ஆக்கிக் காட்டுவதோடு மட்டுமல்லாமல், நாடகப் பாங்காகவும் படைத்துக்காட்டி நமது வாழ்வையே நாம் பார்வையாளராகப் பார்த்துப் பழகும் பக்குவத்தை ஏற்படுத்த முயன்றுள்ளன. சங்க இலக்கியத் திணைமரபின் மிகப் பெரிய சாதனை இதுவென்று கொண்டாடத் தோன்றுகிறது.
>
> சங்க இலக்கிய அகப்பாடலில் மட்டுமல்ல; இந்தத் திணைமரபு என்பது புறத்திணைப் பாடல்களிலும், பத்துப்பாட்டுப் பாடல் களிலும், சிலப்பதிகாரம் போன்ற காப்பியங்களிலும், பக்திப் பாடல்களிலும், அறுபத்து மூன்று நாயன்மார்களின் வரலாற்றைக் கூறுகிறேன் என்ற பெயரில் தமிழகத்தின் நிலப்பரப்பு முழுவதையும் வர்ணிக்கும் சேக்கிழாரின் பெரிய புராணத் திலும், சிற்றிலக்கியங்களிலும், தல புராணங்களிலும்,

புராணங்களிலும், இருபதாம் நூற்றாண்டுப் புத்திலக்கியங்களிலும் தொடர்ந்து வருவதைக் காணலாம்.

> வடவேங்கடம் தென்குமரி ஆயிடைத் தமிழ்கூறும் நல்லுலகம் என்று தமிழர்களுக்கானதாகச் சொல்லப்பட்ட நிலம், வரலாற்றுக் காலம் தொட்டுத் தொடர்ந்து கடல்கோள் முதலிய இயற்கைச் சீற்றத்தினாலும், வேற்று நாட்டினரின் படையெடுப்பினாலும் பெரிதும் பாதுகாப்பற்ற ஒரு நிலையிலேயே இருந்து வந்துள்ளது. எனவே ஆதிகாலத்தில் தொடங்கப்பட்ட இந்த நிலம் சார்ந்த திணைமரபு தமிழர்களின் உளவியல் மரபாகத் தொடர்ந்து நிலைபெற்று வருகிறது எனக் கருதத் தோன்றுகிறது. இன்றைக்கு உலகமயமாதல் சூழலிலும், மிகப்பெரும் உலக வர்த்தக நிறுவனங்களின் நில ஆக்கிரமிப்புப் பெருவாரியாக நிகழ்கின்ற சூழலிலும் இந்த 'நிலம் சார்ந்த' பற்றும் உணர்வும் மக்களிடையே பெரும் விழிப்புணர்வாகப் பெருக்கெடுப்பதைப் பார்க்க முடிகிறது. இந்தப் போக்கின் விளைச்சலாகத்தான் தங்கள் தங்கள் நிலப்பகுதி சார்ந்த புதினங்கள் பல தமிழ்ச் சூழலில் வரத் தொடங்கியுள்ளன என்றும் கருதலாம் (சோளகர் தொட்டி, ஆழிசூழ் உலகு, கொற்கை, காவல் கோட்டம், மறுபக்கம், மீன்காரத் தெரு முதலியன). எனவே தமிழர்களின் திணைமரபு சங்க காலத்தோடு முடிந்துவிடவில்லை; இன்றும் தொடர்கிறது. அதற்கான சமூகப் பண்பாட்டு அரசியல் தேவைகளும் இருக்கின்றன (மேலது: 49-50).

மனிதமயமாக்கம் பற்றிய விரிவான கருத்தாடலை பஞ்சுவின் மூல நூலில் காணலாம். பண்டைத் தமிழிலக்கியத்தின் இலக்கியப் புவியியலைப் பஞ்சுவின் இந்தக் கருத்தாக்கம் முன்னெடுக்கிறது.

பண்பாட்டுவயமாக்குதல்

மனித சமூகம் இயற்கையிலிருந்து மெல்ல மெல்ல நகர்ந்து பண்பாட்டுவயப்பட்டு (என்கல்சுரேஷன்) நாகரிகம் அடைந்தது. அத்தகைய நீண்ட நெடிய அசைவியக்கத்தில் பண்டைத் தமிழ்ச் சமூகம் எவ்வாறு பண்பாட்டுவயமாக்கலை எதிர்கொண்டது? அதிலும் இலக்கியத் தளத்தில் எவ்வாறு நிகழ்ந்தது? இத்தகைய வினாக்களைப் பஞ்சு புதிய கோட்பாட்டு நோக்கில் பழந்தமிழ்

இலக்கியம் (2017) என்னும் நூலில் பேசுகிறார். ஆயத்தக் கோட்பாடுகளிலிருந்து விலகி சுதேசியான கோட்பாடுகளை உருவாக்கும் முயற்சியில் பின்வரும் விவாதங்களை முன் வைக்கிறார்.

முதற்பொருள், கருப்பொருள், மனிதவாழ்வு என்றொரு முக்கோண வடிவத்தை அமைத்துக்கொண்டு இயற்கையை மொழிப்படுத்துதல் என்பது சங்க இலக்கிய கால கட்டத்தில் மிகத் தீவிரமான ஒரு போக்காகச் (இன்று பெண்ணியம், தலித்தியம் போல) செயல்பட்டுள்ளது என்பதைச் சங்க இலக்கியப் பாடல்களை வாசிக்கிற எளிய ஒரு வாசகர்கூடப் புரிந்து கொள்ளலாம். அந்த அளவிற்கு ஒவ்வொரு பாடலிலும் இயற்கை, வார்த்தைகளால் எழுதிப்பார்க்கப்பட்டுள்ளது. புயல், இடி, மின்னல், மழை, வெயில், குளிர், கடல், காடு, விலங்கு, வானம், நெருப்பெனப் பல்வேறு வடிவத்தில் மனிதப்பிடிக்குள் அடங்காத பிரமாண்டமாக நின்ற இயற்கையின் முன்னால் தன் இருப்பை நிகழ்த்திக்காட்ட வேண்டிய நெருக்கடிக்குள் சிக்கிக்கொண்ட மனித உயிர், அவைகளைத் தனது மொழியால் எழுதிப்பார்த்துப் புனைவதன் மூலம் தனது இருப்பிற்கு உடனடித் தேவையாக வேண்டப்பட்ட 'பாதுகாப்பு உணர்வை' பெற்றுக்கொண்டது எனக் கருதலாம். தன்னைச் சுற்றியுள்ள இயற்கைப் பொருட்களுக்குத் தனது மொழியினால் பெயர் சூட்டி, அந்தப் பெயர்களைத் தன் மூளைக்குள் சேகரித்து வைத்துக்கொள்ளக் கையாண்ட தந்திரம்தான் இயற்கையை— அதன் நிகழ்வுகளை மொழிப்படுத்திப் பார்த்தல் என்பது. மொழியின் பெயர்ச் சொற்கள் என்பவை வெறுமனே பொருள் களைச் சுட்டி நிற்கும் குறிப்பான்கள் மட்டும் அல்ல; அந்தப் பொருட்களின் மேல் மனித அதிகாரத்தை நிலைநிறுத்த முயலும் மானுடத்தின் முதன் நடவடிக்கையும் ஆகும் (மேலது: 155).

மொழிதல் கோட்பாட்டில் அச்சு அசலான தமிழ்ச் சிந்தனை மரபின் தொடர்ச்சியைப் பஞ்சு புதுவிதமாக முன்னெடுத்திருக்கிறார். மேலும் எழுதுகிறார்:

நெடுநல்வாடையில் நக்கீரர் இந்த நிலத்தை எவ்வாறு எழுதுகிறார் என்பதைக் காணலாம். இயற்கை செறிந்த காடு

என்றும் செயற்கை நிறைந்த நகரம் என்றும் வகுத்துக் கொள்கிறார்; இயற்கையான காட்டில் என்ன நிகழ்கிறது, செயற்கையாக மனிதன் உருவாக்கிய நகரத்தில் என்ன நிகழ்கிறது என்று வர்ணிக்கிறார். காட்டில் என்ன நடக்கிறது? அந்த நிலத்தில் மழை பெய்கிறது; வையகமே பனித்து விடுகிறது; (குளிர்ந்துவிடுகிறது); கூடவே காட்டு வெள்ளம் பெருக் கெடுக்கிறது; காட்டு வெள்ளத்தின் திசையை மனிதர்கள் நிர்ணயிக்க முடியாது. ஆபத்தான சூழல். எனவே ஆடு, மாடுகளை நம்பி வாழும் கோவலர்கள் மழையை/ வெள்ளத்தை வெறுத்தவர்களாய்த் தங்கள் ஆடுமாடுகளைக் கண்போலக் காப்பாற்றப் புலம்பெயர்கிறார்கள்; நாடோடிகளா கிறார்கள்; பழகிய நிலத்தைவிட்டுப் புதிய நிலத்திற்குப் பெயர்தல் என்பது என்ன அவ்வளவு எளிதா? எனவே புலம்புகிறார்கள்; தாங்கள் சூடியிருந்த காந்தள் மலராலான கண்ணியில் தங்கிய நீரும் மழைத்துளிகளும் வெளியே சிதறிவிட்டு, உள்ளே அவ்வளவு துக்கத்தையும் சுமக்கிறாள். அந்த ரோகிணி நட்சத்திரமும் சந்திரனும் போலப் பிரியாமல் சேர்ந்துவாழ வாய்க்கவில்லையே எனப் புலம்புகிறாள்; பிரிவு மட்டுமா இங்கே துன்பம்? பிரிந்திருப்பது போரின் பொருட்டல்லவா? போருக்குப் போனவன் திரும்பி வந்தால் தான் நிச்சயம்! அந்த நிச்சயமற்ற தன்மைதானே இவள் துன்பப் பெருக்கிற்கான மூல ஆதாரம்!

ஆக, மனிதன் வடிவமைத்த செயற்கை வாழ்விலும் அவர்களுக்குத் துன்பத்திலிருந்து விடுதலை இல்லை; நிச்சயமான வாழ்வு இல்லை; காட்டில், வெள்ளப்பெருக்கில், கூதிர் வாடையில் மனிதவாழ்வு எப்படி அமைதியாக இல்லையோ அதே போலத்தான் நல்வாழ்வை நோக்கி என்று சொல்லிக் காட்டை அழித்துக் கோட்டை கட்டிய நகர வாழ்விலும் அமைதியான வாழ்வு கிட்டவில்லை; என்ன காரணம்? நகர நாகரிக வாழ்வோடு கூடவே ஒட்டிக்கொண்ட மண்ணாசை—பொருளாசை—நுகர்வு வெறி ஆகியவைதான் காரணம்! இதன் விளைவுதான் வெடிக்கும் போர்க்களம்! இந்தப் போர்க் களத்தில் குருதியும் புண்களும் வெட்டிய உடம்புகளும் எழுப்பும் முனங்கல் வலியோசை நள்ளிரவிலும் கேட்ட வண்ணம் இருக்கின்றது; கோட்டை,

மதில், அரண்மனை, காவல், படை, நாடு, அமைச்சு என நகர நாகரிகம் கண்ட அரசனாலும் நிம்மதியாய்த் தூங்க முடிய வில்லை.

காட்டு வாழ்க்கையில் உடலாலான வாழ்வு; எனவே உடல் வாதைதான் அங்கே. ஆனால் நகரம் கண்ட நாகரிக வாழ்க்கையில் (காம) உடல் வாதை, மனவாதையாக மாறுகிறது; மனமெனும் மாயப் பிசாசிடம் மனிதர்களைப் பிடித்துக்கொடுத்துவிட்டது நகர நாகரிகம்; அன்று தொடங்கி வரலாறு முழுக்க இந்த மாயப் பிசாசுக்கு மனிதர்கள் கொடுத்துவருகிற பலிகடாக்கள் கொஞ்ச நஞ்சமல்ல.

இயற்கையெனும் அந்தக் காட்டு வாழ்வில், உடல் வாதைக்குத் தீர்வு உடனே கிடைத்தது. உடலை வேறு புலத்திற்குக் கடத்தி விடுவதன் மூலமாகவும் உடலால் கூட்டமாகக் கூடுவதன் மூலமாகவும், நெருப்புக் கொள்ளியைக் கையில் ஏந்துவதன் மூலமாகவும் தீர்வு காணப்பட்டது; ஆனால் நகர வாழ்வில் மனம், கையறு நிலையில் தனி உடலாய்ப் புலம்ப நேர்கிறது. என்ன நேருமோ என்று இருளில் கிடந்து தவிக்கிறது; உடல்வலியை விட, இந்த மனவலி, உயிரின் வாதையாய் நீட்சி பெற்று வாட்டி எடுக்கிறது; இவ்வாறு பாதை தெரியாத நிலையில் தெய்வத்திடம் (கொற்றவை) போய் மண்டியிட்டு மன்றாட நேர்கிறது. இந்த மன்றாட்டு மனவாதையின் தீவிரத்தைக் காட்டுகிறது; மனித நாகரிகம் மனிதர்களை இப்படி நிறுத்தியிருக்கிறது. நக்கீரர் கேட்கிறார், உனது செயற்கை உலகம் அதாவது நகர நாகரிகம் உனக்குச் சாபமா, வரமா? சுற்றுச்சூழல் அறிஞர்களால் இன்று கேட்கப்படும் இந்தக் கேள்வியைத்தான் இரண்டாயிரம் ஆண்டுகளுக்கு முன்பே நக்கீரர் மனித சமூகம் நோக்கிக் கேட்டுவிட்டார் எனத் தோன்றுகிறது. தன்னுடைய இந்த மனிதவாழ்வு குறித்த விமர்சனத்தைத்தான் இப்படிக் கலைவடிவமாக்கித் தந்துள்ளார்; எப்போதுமே உன்னதமான கவிஞர்கள் கருத்துகளைக் கலை வடிவமாக்கப் பயன்படுத்தும் முதல்தரமான உத்தியே இதுதான்; அதாவது நேரடியாகப் பேசாமல், காட்சிகளைக் கண்முன்னே காட்டிவிட்டுத் தன் தடம் தெரியாமல்—தன் கருத்தாக்கம் தெரியாமல்—நகர்ந்துகொள்வது. நெடுநல்வாடை

இப்படியொரு எழுத்தாக்கமாக அமைந்துள்ளது (மேலது: 155-66, விரிவுக்கு மூல நூலைக் காண்க).

பொருட்களின் மீது மனித அதிகாரம் கட்டமைக்கப்படும் இந்தப் பாங்கைப் பஞ்சு ஒரு புதிய கருத்தாக்கமாக முன்னெடுத்திருப்பது அவருடைய கோட்பாட்டுப் பார்வையைக் காட்டுகிறது.

பின்னியம்பல்

சங்க இலக்கிய ஆய்வுகளில் பேராசிரியர் பஞ்சு அவர்கள் ஆற்றியுள்ள பங்களிப்பை ஓர் ஒப்பீட்டு நோக்கில் மதிப்பிடுவது மிகவும் பொருத்தமாக இருக்கும் என எண்ணுகிறேன்.

சங்க இலக்கியம் பற்றி மேலை அறிஞர்கள் கமில் சுவலபில், ஜான் மார், அலெக்சாண்டர் தூபியான்ஸ்கி, ஜார்ஜ் எல். ஹார்ட், ஜரோஸ்லவ் வாச்சக், நார்மன் கட்லர், டேவிட் ஷூல்மன், பிரான்ஸ்வா குரோ, மார்தா செல்பி, டேவிட், பெலிகிரிணி, ஈவா வில்டன், பாண்டானூரஸ் ஆய்விதழில் எழுதியுள்ள ஆய்வாளர்கள், இன்னும் சிலர் ஆராய்ந்துள்ளனர். இவர்கள் சங்கச் செவ்வியல் இலக்கியத்தில் பேசப்பட்டுள்ள இயற்கை, மொழி, இலக்கிய, சமூக, பண்பாட்டு, சமயப் போக்குகளைக் கோட்பாட்டு ரீதியாக முன்னெடுத்துள்ளனர்.

மேற்கூறிய அறிஞர்கள் ஒரு புறமிருக்க, நமது மரபில் தனி நாயகம் அடிகள், ஏ. கே., ராமானுஜன், க. கைலாசபதி, கா. சிவத்தம்பி, நா. வானமாமலை, கோ. கேசவன், ராஜன் குருக்கள், அய்யப்ப பணிக்கர், வி.எஸ். ராஜம், க. பஞ்சாங்கம், ராஜ்கௌதமன், தமிழவன், இந்திரா மனுவேல், இந்தக் கட்டுரை யாசிரியர் முதலானவர்கள் கோட்பாடுகள் சார்ந்த ஆய்வுகளை மேற் கொண்டனர்.

இந்த மேலை அறிஞர்களின் பார்வையை 'அயல் பார்வை' என்றும், தமிழ் அறிஞர்களின் பார்வையை 'இயல் பார்வை' என்றும் ஓர் எதிரிணையாக இங்கு நாம் சுருக்கிக் கொள்ளலாம். இந்த இரண்டு பார்வைகளையும் ஒப்பிட்டுப் பார்க்கும் போது, தமிழ் அறிஞர்களில் பஞ்சு மேற்கொண்ட ஆய்வுகளை மட்டும் இந்தக் கட்டுரையின் தேவை கருதி கணக்கில் கொள்வோம்.

இந்தியா பற்றி மேலைத்தேய அறிஞர்கள் மேற்கொண்ட தேடல் 'கீழைத்தேயவியம்' (ஓரியண்டலிசம்) எனப்படும்;

கீழ்த்திசை நாடுகளைப் பற்றிய மேலை அறிஞர்களின் அறிவு என்பது இதன் பொருள். மேலை அறிஞர்கள் முன்னெடுத்துள்ள ‘கீழைத் தேயவியம்’ என்பது அடிப்படையில் ஒரு பெருங் கதையாடல் வகையைச் சார்ந்தது. இதில் தமிழ்ச் செவ்வியல் இலக்கியங்களை அறியும் போக்குப் பருநிலையில் (மேக்ரோ-லெவல்) அமைந்தது. பஞ்சுவின் அணுகுமுறையானது இந்தப் பெருங்கதையாடல் அல்லது பருநிலை அணுகுமுறையைத் தாண்டியதாக அமைகிறது.

பஞ்சு, அடிப்படையில் ஓர் அகவயவாதி. தம் சொந்த இலக்கியத்தை அணுகியுள்ளவர். இவருடைய அறிதலும் புரிதலும் பெருங்கதையாடலாக இல்லாமல் நுண் கதையாடலாக (மைக்ரோ-லெவல்) உள்ளது. மேற்குலக அறிஞர்கள் செவ்விலக்கியப் பாடலடிகளை வரி வரியாகப் படித்தவர்கள் என்றால், பஞ்சாங்கம் வரிகளுக்கிடையில் சொற்களுக்கிடையில் புதைந்துள்ள உவமை, உவமேயம், உள்ளுறை இறைச்சி, மொழியாடல், கருத்தாடல் உள்ளிட்ட எல்லா நுண்கதையாடல்களையும் ஆய்வுக்கு உள்படுத்து கிறார். அயல்புலத்தார் பருநிலை முடிவுகளை நோக்கிச் செல்ல, பஞ்சாங்கம் பன்மை முடிவுகளை நோக்கிச் செல்கிறார். இது பற்றிய ஒப்பீடுகளை இன்னும் விரித்துப் பேசவேண்டி யுள்ளது. கட்டுரையின் அளவு கருதி இந்த அளவில் நிறுத்திக் கொள்வோம்.

பஞ்சுவின் கோட்பாட்டு ஆய்வுகளில் இன்னுமொரு முக்கியமான போக்கை இங்குக் குறிப்பிட வேண்டும். ஒன்று: எடுத்துரைப்பியல் எனும் மேலைக் கோட்பாட்டின் வழி சங்க இலக்கியத்தை ஆழ்ந்த நுட்பங்களுடன் அணுகியிருக்கிறார். இரண்டு: சங்க இலக்கியம் பற்றிய பிற ஆய்வுகளில் தன்னிலையாக, அகவயமாக, சுதேசிய மாகத் தமிழ் மரபில் நின்று கோட் பாட்டாக்கப் புரிதலை உருவாக்கியிருக்கிறார். பல புதிய கருத்தாக்கங்களை முன்னெடுத் திருக்கிறார்.

சங்கக் கவிதைகளுக்குள் உறைந்துள்ள, அடியாழத்தில் புதைந்துள்ள தமிழ்ச் சமூகத்தின் பண்பியல் அசைவியக்கக் கூறுகளைத் தோண்டி எடுத்து, பட்டை தீட்டி, புதிய வெளிச்சத் துடன் நமது பார்வைக்குக் கொண்டுவந்திருக்கிறார்.

இங்குக் கோட்பாடு பற்றிய ஒரு புரிதல் தேவை. கோட்பாடு என்பது பரந்துபட்ட நிகழ்வுகளை அல்லது எண்ணக் கருக்களை ஒரு புள்ளியிலிருந்து தொகுத்துப் பகுத்தளிப்பதாகும் (டிடக்டிவ் அண்ட் இண்டக்டிவ்). சிதறுண்டு பரவியுள்ள பலவற்றையும் ஒரு பொதுச் சட்டகத்தில் நின்று அறிவதே கோட்பாடாகும். இதைத் துறைபோகிய புலமையால் மட்டுமே உருவாக்க முடியும்.

உட்சபட்ச புலமையின் குறியீடு கோட்பாடு. கோட்பாட்டு ஆய்வுகளே உயர்தரமான ஆய்வுகள். அது சார்ந்த புரிதலே மிகச் சிறந்த புரிதல். இத்தகைய கோட்பாட்டு ஆய்வுகளில் பேராசிரியர் பஞ்சு பெரிதும் ஈடுபட்டிருக்கிறார். அவர் கண்டுள்ள பொருள் கோடல்களும் புதுப்பார்வைகளும் பல திறப்புகளைச் செய்துள்ளன. தமிழ்ச் சூழலில் கோட்பாட்டு ஆய்வாளர்கள் மிகக் குறைவு. நல்வாய்ப்பாகப் பஞ்சு புதுச்சேரியிலிருந்து இத்தகைய பணிகளைச் செய்திருப்பது புதுவைக்குப் பெருமை சேர்ப்பதாகும்.

கோட்பாடுகள் புதிது புதிதாக உருவாகுவதற்கான காரணங் களையும் சூழல்களையும் பஞ்சு உணர்கிறார். ‘சமூக மாற்றத்திற்கு எற்பச் சமூக மனித அனுபவமும் மாறுவதால், இலக்கியம் குறித்த கொள்கைகளும் மாற்றத்திற்கு உள்ளாகின்றன’ என்கிறார் (பஞ்சாங்கம், க. 2022: 53). இந்தப் புலத்தில் சங்க இலக்கியத்தைப் பல்வேறு கோணங்களில் ஆராய்ந்து புதிய புரிதல்களையும் கருத்தாக்கங் களையும் உருவாக்கியிருக்கிறார். கோட்பாட்டுக்கான பல உதிரி பாகங்களைத் தயாரித்துள்ளார். அவை கோட்பாடாக உருவாக்கப்பட வேண்டும்.

பேரா. பஞ்சுவின் சங்க இலக்கிய ஆய்வு என்பது அவருடைய பங்களிப்பில் நான்கில் ஒரு பகுதியாக இருக்கலாம். அதைப் பற்றி மட்டுமே இங்கு நான் பேசியிருக்கிறேன். அவர் செய்துள்ள சிலப்பதிகாரத் திறனாய்வு உள்ளிட்ட பிற பங்களிப்புகள் கணிசமானவை. *சிலப்பதிகாரம்: சில பயணங்கள்* (2002) எனும் ஆய்வு முற்றிலும் புதுமையானது. *பயணம்* (2001) எனும் கவிதை நூல் ‘எதிர் அமைப்பியம்’ எனும் கோட்பாட்டுத் தளத்தில் இயற்றப்பட்ட ஒரு படைப்பாகும். மேலும், நவீன இலக்கியம் குறித்த கோட்பாட்டு ஆய்வுகளும் திறனாய்வுகளும் புதிய பார்வையில் அமைந்தவை. இத்தைய முயற்சியில் பஞ்சு காட்டும்

தடங்கள் புதியவை. இவற்றையெல்லாம் இந்தக் கட்டுரையில் பேச முடியவில்லை. அவற்றையும் கவனத்தில் கொண்டால் பேராசிரியர் பஞ்சுவின் ஆய்வு, திறனாய்வு ஆகிய இரண்டிலும் செய்துள்ள பங்களிப்பை முழுமையாக அறிய இயலும்.

உசாத்துணை

பஞ்சாங்கம், க. 1996. மறுவாசிப்பில் கி.ரா. சென்னை: காவ்யா.

—. 2001. பயணம். புதுச்சேரி: செல்வன் பதிப்பகம்.

—. 2002. சிலப்பதிகாரம்: சில பயணங்கள். சென்னை: காவ்யா.

—. 2002. சிலப்பதிகாரத் திறனாய்வுகள். சிதம்பரம்: மெய்யப்பன் தமிழாய்வகம்.

—. 2003. நவீனக் கவிதையியல்: எடுத்துரைப்பியல். சென்னை: காவ்யா.

—. 2004. தலித்துகள், பெண்கள், தமிழர்கள். புதுச்சேரி: வல்லினம்.

—. 2007. சங்க இலக்கியம்: புதிய கோட்பாட்டு நோக்கில். சென்னை: காவ்யா.

—. 2008. நவீன இலக்கியக் கோட்பாடுகள். சென்னை: காவ்யா.

—, 2010. க. பஞ்சாங்கம் கட்டுரைகள் II: இலக்கியத் திறனாய்வு. சென்னை: காவ்யா.

—. 2017. புதிய கோட்பாட்டு நோக்கில் பழந்தமிழ் இலக்கியம். தஞ்சாவூர்: அன்னம்.

—. 2022. மதிப்புரைகளும் முன்னுரைகளும். தஞ்சாவூர்: அன்னம்.

ரவிக்குமார், பா. 2021, அர்த்தமின்மையின் அழகும் அர்த்தங்களின் மெய்ம்மையும் (திறனாய்வாளர் க. பஞ்சாங்கத்துடன் ஒரு நேர்காணல்). சென்னை: பரிசல்.

3

உலகளாவிய முதல் தேசவழமை சாசனம்
திருக்குறளைப் பின்காலனியத்தில் வாசித்தல்

பின்காலனிய மானிடவியலின் இலக்கு மகத்தானது. உலகம் முழுவதிலும் மனித சமூகங்கள் எண்ணற்றவை என்றாலும் அவற்றில் உயர்வு தாழ்வு இல்லை என்பதையும், உலகளாவிய மனித நேயத்தையும் கற்பித்தலே அதன் இலக்காகும். இதன் பொருட்டு மானிடவியல் மனித குலத்தின் எல்லா சமூக, பண்பாட்டு நிறுவனங்களையும் அறிவியல்முறையுடன், கோட்பாட்டுப் பார்வையுடன் அணுகுகிறது. வள்ளுவமும் ஒரு மானிடவியலாக உயர்ந்து நிற்கிறது. வள்ளுவத்தை மானிட வியலாக வாசிப்பது அறிவின் பயன் எனலாம். அதன்மூலம் உலகளாவிய மானுடத்தை அனுமானிக்கலாம்; வழிநடத்தலாம்.

வள்ளுவ மானிடவியல்

திருக்குறளை இன்றைய நவீன இலக்கிய முறையியலாக விளங்கக்கூடிய 'இலக்கிய வரலாறெழுதியல்' (லிடெரரி ஹிஸ்டோரியோகிராபி) கண்ணோட்டத்தில் விளங்கிக்கொள்ள வேண்டும். இதன் அடித்தளம் புதிய இலக்கியவாதம் (நியூ லிடெரரிசிசம்) ஆகும். இந்த முறையியல் என்பது மேலிருந்து கீழாகவும், கீழிருந்து மேலாகவும் அலசுவதோடு தமிழ்ச் சமூகத்தின் வரலாற்று அசைவியக்கங்களை இலக்கியத்தின் வளர்ச்சியோடு தேடுவதாகும். இலக்கிய வரலாறெழுதியல் அறிஞர்கள் இலக்கியத்தின் வரலாற்று அம்சங்களைப் பல்வேறு கோட்பாட்டு அணுகுமுறைகளுடன் ஆராய்கின்றனர் (சிவத்தம்பி, கா. 1988).

ஒரு பனுவலின் தோற்றம் (ஓரிஜின்) பன்மியம் சார்ந்தது. வரலாறு, பண்பாடு, சமயம், தத்துவம் முதலான காரணிகள் இலக்கிய விளைச்சலுக்குப் பின்புலமாக உள்ளன. அதுவரை தமிழுலகம் மதத்தாலும் தத்துவத்தாலும் பிளவுபட்டுக் கிடந்தது. தர்க்கங்கள் அளவு கடந்து விரிந்து நின்றன. ஆசிவகம், சமணம், பௌத்தம், வைதிகம், தமிழர் சமயங்கள் ஆகிய யாவும் சமூக அசைவியக்கத்தை முரண் இயங்கியலுடன் கூறுபடுத்திக்கொண்டு இருந்தன.

தமிழ்ச் சமூகத்தின் இந்த முரண் இயக்கத்தைத் தம் அனுபவ அறிவால் ஆராய்ந்த வள்ளுவர், ஒரு புதிய அகிலத்தை உருவாக்க வேண்டுமெனத் தீர்க்கமாகச் சிந்தித்தார். தமிழர்கள் சமய மார்க்கங்களால் கிளையாறுகள் போல் ஓடிக்கொண்டிருக் கிறார்கள்; இவர்கள் ஒரு ஜீவநதியாக ஒன்றுபட வேண்டும்; அது உலகத்திற்கே முன்மாதிரியாக அமைய வேண்டும் என்ற மாபெரும் இலட்சியத்தோடு திருக்குறளை இயற்றினார். பழைய மதங்களையும் தத்துவங்களையும் புதிய வடிவில் உருவாக்கினால் மட்டுமே ஒன்றுபட்ட மானுடத்தைக் கட்டமைக்க முடியும் எனக் கருதினார். 'முரண் இயங்கியல் ஒரு கட்டத்தில் சமநிலையைத் தேடும்' எனும் சமூகக் கோட்பாடு வள்ளுவரிடம் போய்ச் சேர்ந்தது எனலாம். வள்ளுவர் இந்தச் சவாலை ஏற்றுக்கொண்டார்.

வள்ளுவரின் புலமைப் பரப்பு

வள்ளுவர் தாம் உருவாக்க விரும்பிய இலட்சியத்திற்கு அதுவரை பேசப்பட்ட புலமை வாதங்களை எல்லாம் கசடறக் கற்றுத் தேர்ந்தார். அவருடைய புலமைத் திறத்தைத் திருக்குறளின் அகச் சான்றுகளில் இருந்தே அறிய இயலும்.

> பகுத்துண்டு பல்லுயிர் ஓம்புதல் நூலோர்
> தொகுத்தவற்றுள் எல்லாம் தலை *(322)*

என்றார். தர்க்க நூல்கள் யாவற்றையும் கற்றுத் தெளிந்ததன் மூலம் 'நூலோர் தொகுத்தவற்றுள் எல்லாம் தலை' என்று கூறினார். 'நுண்ணிய நூல்' *(373)*, 'நிரம்பிய நூல்' *(401)*, 'இலங்கு நூல்' *(410)*, 'உரை சான்ற நூல்' *(581)* என்று வள்ளுவர் நிரல்படுத்துவதன் மூலம் அவர் பல்வேறு அணுகுமுறைகளையும் கைக்கொண்டார் என்பது புலனாகிறது. அவருடைய புலமைப் பரப்பு அதுவரை

யாரும் அடையாத ஆகச்சிறந்த உச்சம் எனலாம் (அண்ணாமலை, மு. 1979; அருளப்பா, இரா. 1987; சுப்பிரமணியன், பெ. 2023).

உலகம் தழுவிய மானுடமே வள்ளுவரின் இலட்சியம். இதன் பொருட்டு அவர் உருவாக்கிய தன்னிகரில்லாக் கோட்பாடே 'உலகளாவியம்' அல்லது 'பொதுமையாக்கம்' (ஜெனரலைசேஷன்). இந்த உலகில் இயற்றப்பட்ட நூல்களிலே இதுவரை அதிக அளவுப் பொதுமையாக்கம் செய்யப்பட்ட நூல் திருக்குறள் மட்டுமே. வள்ளுவர் முன்னெடுத்த பொதுமை யாக்கங்களில் பின்வரும் மூன்று தடங்களை மட்டும் இந்தக் கட்டுரையில் காண்போம். அவை:

1. வள்ளுவர் கண்ட சமயம்
2. வள்ளுவர் கண்ட சமூகம்
3. வள்ளுவர் கண்ட பண்பாடு

சமூகப் பண்பாட்டு மானிடவியலில் சமயம், சமூகம், பண்பாடு ஆகிய மூன்று களங்கள் மிக முக்கியமானவை. ஆகவே இந்த மூன்று களங்களை மட்டும் இங்குக் காண்போம்.

வள்ளுவர் கண்ட சமயம்

வள்ளுவம் மதங்களைக் கடந்தது. மானுடத்துக்கான பொது மதத்தை முன்னெடுக்கிறது. மனித குலத்தில் சமயமானது ஆவி வழிபாடு (அநிமிசம்), மீவாற்றல் வழிபாடு (அநிமாடிசம்), இயற்கை வழிபாடு (நேட்சரிசம்), குலக்குறி வழிபாடு (டோட்டெமிசம்), முன்னோர் வழிபாடு (அன்செஸ்டர் வொர்ஷிப்), பல கடவுள் வழிபாடு (பாலிதீசம்). ஒரு கடவுள் வழிபாடு (மோனோதீயசம்) எனும் நிலைகளில் வளர்ச்சி பெற்றுவந்துள்ளது. இறுதியாக உருவான ஒரு கடவுள் வழிபாட்டில் அந்தந்த மதங்களின் கடவுள் 'தனிப்பெரும் கடவுள்' அல்லது 'முழுமுதற் கடவுள்' எனும் வடிவத்தைப் பெற்றது (பக்தவத்சல பாரதி, 2019, 2020).

வள்ளுவர் முன்னெடுத்த ஓரிறையானது எந்த மதத்திற்கும் சொந்தமானதல்ல. மனித குலம் முழுமைக்குமானது. இதனை 'உயர்தனிக் கடவுள்' (அப்சொல்யூட் காட்) எனலாம். இத்தகைய கடவுளை அதுவரை யாரும் முன்வைத்துப் பேசியதில்லை. வள்ளுவர் இந்தக் கடவுளை இறைவன், இறை, தெய்வம் எனும்

சொற்களால் புலப்படுத்தினாலும் அதனைத் திரிபு வடிவங்களில் சுட்டுகிறார் (ஜகந்நாதன், கி. வா. 1963; முருகரத்தினம், தி. 1974, மோகனராசு, கு. 1983).

வள்ளுவர் காணும் இறைவனின் திரிபு வடிவங்கள் வருமாறு:

1. 'ஆதிபகவன்' - உலகத்துக்கு முதல்வனாக நிற்பவன் (1)
2. 'வாலறிவன்' - தூய அறிவின் வடிவமாக இருப்பவன் (2)
3. 'மலர்மிசை ஏகினான்' - தன் அருளை வேண்டுவோரின் உள்ளத் தாமரையில் அமர்பவன் (3)
4. 'உலகியற்றியான்' - இந்த உலகைப் படைத்தவன் (1062)
5. 'வேண்டுதல் வேண்டாமையிலான்' - விருப்பு வெறுப் பற்றவன் (4)
6. 'பொறிவாயில் ஐந்தவித்தான்' - பொறிகளுக்கு அப்பாற் பட்டுத் தொடர்பின்றி இருப்பவன் (6)
7. 'தனக்குவமை இல்லாதான்' - தனக்கு இணையாக யாரு மில்லாதவன் (7)
8. 'அறவாழி அந்தணன்' - அறத்துக்கும் அருளுக்கும் உடையவன் (8)
9. 'எண்குணத்தான்'- எட்டுவகைக் குணங்களால் அடியார்க்கு அருள் செய்பவன் (9)
10. 'பற்றற்றான்' - பற்று அற்று நிற்பவன் (350)
11. 'வகுத்தான்' - வினையின் அளவறிந்து இன்ப துன்பங்களை வகுப்பவன் (377)
12. 'சார்பு' - எல்லா உயிர்க்கும் நிலையான உண்மைக்குச் சார்பாக இருப்பவன் (350)
13. 'உள்ளது' - என்றும் உள்ளவன் (357)

உலகின் பல்வேறு மதங்கள் இறைவனை மானிட உருவில் (ஆந்த்ரபோமோர்பிசம்) திருநிலைப்படுத்தியிருக்கின்றன. இதன் தொடர்ச்சியாகவே ஓரிறை மதங்களும் இறைவனை உருவ வடிவில் போற்றுகின்றன. வள்ளுவர் மட்டுமே இறைவனைப்

பண்புகள் அடிப்படையில் தரிசிக்கிறார். அவர் முன்னெடுத்த உலகப் பொதுமைக்குப் பண்பு வடிவங்கள் மிகச் சிறப்பானவை. வடிவம் உலகளாவியது இல்லை; பண்புகள் உலகளாவியவை (மோகனராசு, கு. 1983).

மேற்கூறிய இறைவனின் பெயருடன் தாமரைக் கண்ணான் என்கிறார் (1103). இந்தப் பெயர்கள் அனைத்தும் 'அன்' விகுதியில் முடிகின்றன. இவை ஆண் தெய்வங்களை முதன்மைப்படுத்து கின்றன. உலகளாவிய மரபிலும் சரி, தமிழ் மரபிலும் சரி வள்ளுவர் தாய்த் தெய்வங்களை எவ்வாறு கணக்கில் கொண்டார் என்பது இங்கு ஆர்வமூட்டுவதாக உள்ளது.

திருமாலின் தேவியாகிய திருமகளைச் சில இடங்களில் குறிப்பிடுகிறார். 'திரு' என்றும் (179, 519, 920), 'செய்யவள்' என்றும் (84, 167), 'தாமரையினாள்' என்றும் (617) கூறுகிறார். திருமகளின் தமக்கையாகிய மூதேவியைத் 'தவ்வை' என்றும் (167), 'முகடி' என்றும் (617, 936) குறிப்பிடுகிறார். திருமகள் செந்நிறத்தவ ளாகவும், தவ்வை கருநிறத்தவளாகவும் காணமுடிகிறது.

பூமியை நிலமெனும் நல்லாள் என்கிறார் வள்ளுவர் (1040). பூமிதேவியின் பழைய வழக்கை இது நமக்கு நினைவூட்டுகிறது. பிதிரு தேவதைகளாகிய தென்புலத்தாரும் (43), தெய்வமகளாக விளங்கும் அணங்கும், தீண்டி வருத்தும் தாக்கணங்கும் வள்ளுவத்தில் வருகின்றன (918, 1081, 1082). காமன் பற்றியும் வள்ளுவர் குறிப்பிடுகிறார் (1197). காமன் மக்களின் உள்ளத்தில் காமத்தை ஊட்டுபவன். தலைவனை விடுத்துத் தன்னை மட்டும் அவன் வருத்துவதாகத் தலைவி கூறுகிறாள் (1197).

அறக்கடவுளை வள்ளுவர் 'அறம்' என்றே கூறுகிறார். இத்தெய்வம் அன்பில்லாதவரைத் துன்புறுத்தும் (77), அடக்க மானவனுக்குத் துணைநிற்கும் (130), தீமை செய்பவனுக்குக் கெடுதல் விளைவிக்கும் (204).

உடலிலிருந்து உயிரைப் பிரித்தெடுக்கும் எமனை (காலன்) வள்ளுவர் 'கூற்றுவன்' என்கிறார். இவனைக் 'கூற்றம்' என்றும், 'கூற்று' என்றும் சில இடங்களில் குறிப்பிடுகிறார். இவனுடைய பண்புகளை வேறு சில குறட்பாக்களிலும் (269, 326, 765, 894, 1050, 1083, 1085) கூறுகிறார்.

தன் காலம்வரை மதங்கள் கொண்டிருந்த கடவுளரையும், மக்கள் வழிபட்ட முறைகளையும் ஆழ்ந்து ஆராய்ந்தவர் வள்ளுவர். ஆசீவகம், சமணம், பௌத்தம், வைதிகம், தென்னிந்திய சைவம், வைணவம் ஆகிய மதங்களில் வணங்கப்பெற்ற தெய்வங்களை எல்லாம் பொதுமைப்படுத்தி ஓர் இலட்சிய வடிவில் காட்ட முனைந்தார். அது இலட்சியவாத நெறிப்பட்ட பயனாக்க முறையாகும் (ப்ரக்மாடிசம்).

சங்க காலத்தில் அணங்கு, சூர், சூலி, கூற்று, காலன், பேய், பூதம், முருகு போன்ற தீண்டி வருத்தும் தெய்வங்கள் இருந்தன. மேலும் மலையுறை, கானுறை, நீருறைத் தெய்வங்களும் இருந்துள்ளன. இயற்கை வழிபாடு, குலக்குறி வழிபாடு, முன்னோர் வழிபாடு, ஆப்பி வழிபாடு (சாணத்தை வணங்குதல்), கந்து வழிபாடு முதலானவையும் இருந்துள்ளன. ஐந்து திணை களிலும் தனித்தனித் தெய்வங்களும் வழிபடப்பட்டன.

கடவுள் அறிவுமயமானவர் என்கிறார் வள்ளுவர். இதனை அளவையியல் தர்க்கத்துடன் காட்டுவதே வள்ளுவரின் தனிச் சிறப்பு. கடவுளைத் தினந்தோறும் பூசைகள் செய்து வழிபட்டால் ஒருவர் தானாக முன்னேறிவிட முடியுமா? அதனால்தான் 'அறிவுடையார் எல்லாம் உடையார்' என்கிறார். அறிவுதான் மக்களின் எல்லா முன்னேற்றத்திற்கும் அடிப்படை என்கிறார். அந்த அறிவுதான் கடவுள் என்கிறார் (அர்த்தனாரி, தமிழ்நேயம். 22: 35). கடவுளை அறிவுமயமாகக் காட்டும் வள்ளுவரின் தர்க்கம் அறிவாராய்ச்சியில் ஓர் உச்சம் எனலாம் (கந்தசாமி, சோ. ந. 2001; மீனாட்சிசுந்தரன், தெ. பொ. 1959; சுந்தரம், பி.எஸ். 1990).

வள்ளுவம் மதங்களைக் கடந்து நிற்கின்றது என்பதே அதன் தனிச் சிறப்பாகும். ஒவ்வொரு மதமும் திருக்குறளை 'எமது நூல்' என்கின்றன. இந்த வாதங்களில் எல்லாம் ஓர் 'ஒப்புமைவாதம்' (அனலாஜிகல் ரீசனிங்) காணப்படுகிறது. அது உண்மையில் மீ-அளவையியல் (மெட்டாலோஜிக்) சார்ந்தும் வெற்றிட ஆதாரம் சார்ந்தும் எழும் தர்க்கமாகும். எங்கள் மதக் கருத்துகள் திருக்குறளில் உள்ளன எனும் வாதத்தைப் பல மதத்தாரும் முன்வைக்கின்றனர். ஆனால் திருக்குறளோ அதனை இல்லாததாக்குகிறது. 'இருக்கிறது என்கிற ஒன்றை இல்லாததாக்குவதே' வள்ளுவத்தின் மதச் சார்பின்மையாகும்.

வள்ளுவர் முதல் குறளில் கூறும் 'ஆதி பகவன்' யார் என்பதை எவராலும் வரையறுக்க இயலவில்லை. ஆசீவகம், சமணம், பௌத்தம், இந்து மதம், கிறிஸ்தவம், இஸ்லாம், பொருள் முதல்வாதம் என எல்லாமும் ஆதி பகவனைத் தம் கடவுள் எனப் பொருள்கொள்கின்றன. இது பற்றிய வாதங்களைப் பல அறிஞர்கள் (தண்டபாணிதேசிகர், ச. 1983; மாணிக்கம், வ.சுப. 2015; வையாபுரிப்பிள்ளை 1988; பாலசுப்பிரமணியன், கு.வெ. 2016; இன்னும் பலர்) பேசியுள்ளனர். கடவுள் பற்றிய ஓர் இறை யுண்மையை வள்ளுவர் புதிதாக உருவாக்கியிருக்கிறார்.

வள்ளுவரின் ஆதி பகவன் எனும் கருத்துருவாக்கத்தைப் புரிந்து கொள்ள இரண்டாம் குறள் துணை செய்கிறது. தூய அறிவின் வடிவமாக விளங்கும் வாலறிவனைத் தொழாமல் கற்ற கல்வியால் எந்தப் பயனும் இல்லை என்கிறார். இவ்வாறே கடவுள் வாழ்த்தில் உள்ள மற்ற எட்டுக் குறள்களையும் வாசிக்க வேண்டும். வள்ளுவரின் முறையியல் மிகவும் ஆழமானது, நுட்பமானது. அவர் கையாளும் முறையியலைத் தனியாக ஆய்வு செய்ய வேண்டும். முன்மொழிவு தர்க்கம் ஒருபுறம் இருந்தால், இன்னுமோர் இடத்தில் தூண்டல் அனுமானங்கள் முன்னிலை பெறுகின்றன. ஓரிடத்தில் ஆதார தர்க்கம் இருந்தால், இன்னோர் இடத்தில் 'மீவியல் தர்க்கம்' (மெட்டாலோஜிக்) இருக்கும். சில இடங்களில் கூட்டிப் பெருக்கும் வாதங்கள் இருக்கும். தொகுப்பியல் முறை (டிடக்டிவ் மெதட்), பகுப்பியல்முறை (இண்டக்டிவ் மெதட்) ஆகிய இரண்டையும் தன் குறள்களில் வெகுநுட்பமாக கையாளுகிறார். அதனால்தான் ஆதி பகவன் எனக் குறிப்பிட்டார்.

பண்டைத் தமிழ் மரபின் மத நெறிகளுக்குச் சரியான கருத்தியலை வள்ளுவர் முன்வைத்தார். இறைவன் உண்டென்ற கொள்கையை ஏற்றுக்கொண்டார். ஆனால் அந்த இறைவனுக்கு உருவத்தையோ, பெயரையோ கற்பிக்கவில்லை. தொல்குடிகளின் இயற்கை வழிபாட்டுக்கும் அதில் இடம் கொடுத்துள்ளார். இவ்வுலக உயிரினங்களுக்கும் வாழ்வியலுக்கும் சூரியனே ஆதாரம். அதனால்தான் தொல்குடி தொடங்கி தமிழக விவசாயிகள் வரை (பொங்கல் பண்டிகையின்போது சூரியனை வணங்குதல்) சூரியனை வணங்குகின்றனர். வள்ளுவத்தில் பொருள்முதல் வாதம் ஓங்கியிருப்பதால் ஐம்புலன்களால் உணரக்கூடிய

ஆற்றலான சூரியனையும் குறிப்பதாகலாம் (இரத்தினசபாபதி பிரேம்குமார் 2022: 52).

திருக்குறளில் பூசனை (16), தென்புலத்தார் ஓம்பல் (43), வேள்வி (259), அவியுணவு (413) முதலான வழிபாட்டு முறைகள் கூறப்படினும் இவை கடவுள் வாழ்த்து அதிகாரத்தில் இடம் பெறவில்லை. கடவுள் வாழ்த்தில் இடம்பெறும் அடி அல்லது தாள் சேர்தல் (3, 4, 7, 8, 10), தாள் வணங்கல் (2, 9), பொருள்சேர் புகழ் புரிதல் (5), பொய்தீர் ஒழுக்க நெறி நிற்றல் (6) ஆகிய நான்கு கருத்து நிலைகளை அறியமுடிகிறது. இவற்றில் சேர்தல் என்பது ‘உயிர்கள் மனத்தால் இறைவனை மறவாது நினைத்தல்’ என்பது புலனாகிறது.

ஆக வள்ளுவரின் மதச்சார்பின்மை அல்லது பொதுமையாக்கம் ஒரு பொது இறைவனை முன்வைக்கிறது எனலாம். இது அகிலம் அனைத்துக்குமான பொதுமையாக்கமாகவும் அமைந்துள்ளது.

வள்ளுவர் உலகிலுள்ள எல்லோரும் ஏற்றுக்கொள்ளத்தக்க ஓர் ‘இறையொருமைப்பாட்டை’ உருவாக்கிப் பெரும் புரட்சி செய்திருக்கிறார். அவருக்கு முன்பு மற்ற மதங்கள் இறைமயப் படுத்தியதை வள்ளுவர் அறமயப்படுத்தினார்.

வள்ளுவர் கண்ட சமூகம்

சங்க காலத்தின் தொடக்கத்தில் தமிழ்ச் சமூகம் ‘குடி’ச் சமூகமாக இருந்தது. இன்றைய பழங்குடிச் சமூகங்கள் (ட்ரைபல் கம்யூனிடீஸ்) போல அது படிநிலையற்று இருந்தது. அதன்பிறகே அது சாதிக்கு அருகில் வந்து ஒரு ‘சுற்றுமுகச் சமூக’மாக (சர்குலர் சொசைட்டி) உருமாறியது. அப்போது குடிகள் மன்னனைச் சுற்றிக் கிளை நிலையில் (ஹொரிசாண்டல்) இயங்கிவந்தன. அதன் பின்னர் இறுதியாக அது செங்குத்து நிலையில் தீட்டு, தீண்டாமை உள்ளிட்ட படிநிலைத் தன்மைகொண்ட சாதியச் சமூகமாக உருப் பெற்றது (பக்தவத்சல பாரதி, 2018).

திருக்குறள் சங்க காலத்திற்குப் பிந்தையது என்பது பரவலாக ஏற்றுக்கொள்ளப்பட்ட கருத்து. இலக்கியம் சார்ந்த காலத்தைவிட சமூகப் படிமலர்ச்சி (சோசியல் ஏவொலூஷன்) சார்ந்து திருக்குறளின் காலத்தை வரையறுப்பது முக்கியமாகும். அதன்படி பார்த்தால்,

நிலவுடைமை நிலைபெற்று விட்ட சமூகத்தையே திருக்குறள் பேசுகிறது. மன்னனுக்கும் குடிகளுக்கும் ஒரு வாழ்வியல் வழிகாட்டு நெறியை வள்ளுவம் வலியுறுத்திப் பேசுகிறது.

சங்க காலத்தின் தொடக்கத்தில் புராதன இனக்குழுச் சமூகம் இருந்தது. அது குறிஞ்சி, முல்லை, நெய்தல், பாலை ஆகியவற்றில் அந்தந்தத் திணைகளுக்கு ஏற்பத் தகவமைந்து காணப்பட்டது. மருதத்தில் வேளாண் சமூகம் உருவானது. அதன் சமூகமுறையும் வாழ்வியல்முறையும் இனக்குழுச் சமூகத்திலிருந்து மாற்றம் பெற்றன (பக்தவத்சல பாரதி 2018).

மருதத் திணைக்கு முன்பு மற்ற நான்கு திணைகளிலும் சீறூர் மன்னர்கள், முதுகுடி மன்னர்கள், குறுநில மன்னர்கள் சிறுசிறு நிலப் பகுதிகளை ஆட்சி செய்தனர். அதனைச் 'சிறுகுடியாட்சி' அல்லது 'தலைவனாட்சி' (சீஃப்டன்ஸிப்) எனலாம். மருதத் திணையில் முதன்முறையாக வேந்தராட்சி உருவானது. இதனூடாகவே அன்றைய தமிழகத்தில் மூவேந்தர்கள் உருவானார்கள். தமிழகம் முதல்முறையாக மூன்று பெரும் தேசங்களாக உருவாயின. பல குடிகளும் ஒரு தேசத்தில் வாழ வேண்டியவர்களாக மாறின (மேலது: 2018).

இத்தகைய பேரரசு உருவாக்கத்தின்போது 'புதிய தேச வழமை' தேவைப்பட்டது. அதுவரை தமிழகம் பல்வேறு மதங்களின் பிடியில் இருந்தது. மத முரண்பாடுகள் மக்களைத் துன்புறுத்தின. இந்தச் சூழலில் வள்ளுவர் ஒரு புதிய தேசவழமையை உருவாக்க முயன்றார். அதனை வள்ளுவத்தின் வாயிலாகக் கட்டமைத்தார்.

வள்ளுவர் காலத்தில் பேரரசு தோன்றிவிட்டது; நிலவுடைமை நின்று நிலைத்துவிட்டது. இந்த இரண்டும் அன்றைய வேளாண் நாகரிகத்தில் எவ்வாறு தொழிற்பட வேண்டுமென்ற தேச வழமையை வள்ளுவமாக இயற்றினார். முடியாட்சி, நிலவுடைமை ஆகிய இந்த இரண்டு நிறுவனங்களும் திறம்பட இயங்குவதற்காக அறம் வகுத்தார். அவர் வகுத்த தேசவழமையில் அறமே அடிப்படை ஆகும்; மிக முக்கியமாகும் (அறிவுமணி, சோ. 2013; இராம கிருஷ்ணன், எஸ். 1991).

வள்ளுவம் அடிப்படையில் அறம் பேணும் வாழ்வியல் சாசனமாகும். நிலவுடைமைப் பொருளியலை அறத்தின் மூலம்

வலுப்படுத்தி அது உன்னதமாகச் செயல்பட வேண்டுமென்ற இலட்சியத்தை வள்ளுவர் வகுத்துள்ளார். நிலவுடைமை உற்பத்தி உறவுகளில் மன்னனும் குடிகளும் சிறந்து விளங்க வேண்டு மென்ற ஒரு சித்தாந்தமாக வள்ளுவம் உருவாக்கப்பட்டது. மிகச்சுருக்கமாகச் சொல்ல வேண்டுமானால், முடியாட்சியின் தேசவழமையாகவும் வேளாண் சமூகத்தின் தேசவழமையாகவும் வள்ளுவம் உருவானது. இன்றைய இந்திய அரசியல் சாசனம் போல, அன்றைய வேளாண் வாழ்வியல் சாசனமாக வள்ளுவம் அமைந்தது.

வள்ளுவர் கால வேளாண் நாகரிகத்தில் உலகில் எவ்வளவு தொழில்கள் இருந்தும் அனைவரும் உழவையே பெரிதும் நம்பியிருந்தனர். அதனால்தான் 'சுழன்றும்ஏர்ப் பின்ன துலகம்' (1031) என்றார் வள்ளுவர். உழவர்கள் உழுதல், உண்ணல், உதவுதல் ஆகிய மூவகை நெறிகளைப் பேண வேண்டும் என்றார். இந்த மூன்று நெறிகளை உழவர்கள் பின்பற்றவில்லை என்றால் இல்லறம் பேணுபவர்களும் துறவறம் பேணுபவர்களும் இந்த உலகில் நிலைபெற முடியாது என்பதைப் பின்வரும் குறள்வழித் தெளிவுபடுத்தினார்.

உழுதுண்டு வாழ்வாரே வாழ்வார்மற் றெல்லாம்
தொழுதுண்டு பின்செல் பவர் (1033)

உழவினார் கைம்மடங்கின் இல்லை விழைவதூஉம்
விட்டேம்என் பார்க்கும் நிலை (1036)

வள்ளுவர் தம் காலத்தில் இருந்த அத்தனை சமூகங்கள் அல்லது சாதிகளின் பெயர்களைப் பட்டியலிட்டுப் பேசவில்லை. அவற்றுக் கிடையே நிலவிய ஏற்றத்தாழ்வுகளையும் பேசவில்லை. திருக் குறளுக்கு முன்பே தோன்றிய சங்க இலக்கியத்தில் இருபதுக்கும் மேற்பட்ட நிலைகுடிகளைக் காண்கிறோம். ஏறக்குறைய அதே அளவிலான அலைகுடிகளைக் (பாண் சமூகத்தார்) காண்கிறோம். கிட்டத்தட்ட நாற்பதுக்கும் மேற்பட்ட குடிகளின் பெயர்களைச் சங்க இலக்கியத்தில் காண முடிகிறது (பக்தவத்சல பாரதி, 2020).

சங்க காலத்தில் மருதத் திணையில் வேளாண் நாகரிகம் தோன்றி வளர்ந்துவிட்ட காலத்தில் முப்பத்து மூன்று வகையான கைவினைச் சமூகங்கள் இருந்ததையும் காண்கிறோம் (விரிவுக்குக்

காண்க: பக்தவத்சல பாரதி 2018: 54-56) இவ்வளவு குடிகளின் பெயர்கள் தெரிந்தும் வள்ளுவர் அவற்றைக் குறிப்பிடவில்லை. வள்ளுவர் கண்ட சமூகமுறை முற்றிலும் வேறானது.

இன்றைய தமிழ்ச் சமூகம் 209 அகமணச் சாதிகளைக் கொண்டுள்ளது. சங்க காலத்திற்குப் பின்னர் நிலைகுடிகளின் எண்ணிக்கை பத்து மடங்கு விரிவு பெற்றுள்ளது. வள்ளுவர் காலத்தில் சங்க காலத்தில் இருந்த எண்ணிக்கை மேலும் கூடியிருக்கும். ஆனால் திருக்குறளில் மிகக் குறைந்த அளவு குடிகளை மட்டுமே காண முடிகிறது. குடிகளை நேரடியாக விளிக்காமல் செய்தொழிலின் மூலம் சமூகங்களை அடையாளப்படுத்தி இருக்கிறார். எவ்வாறு அவர் காலத்திய பல்சமயங்களைப் பொதுமைப்படுத்தினாரோ அவ்வாறே சமூகத்தையும் பொதுமைப்படுத்தினார் எனலாம்.

நிலவுடைமைச் சமூக உருவாக்கத்தில் ஒரு புதிய சமூகக் கட்டுமானத்தைக் காண விரும்பினார் வள்ளுவர். அடிப்படையில் சாதி / சமூக வேறுபாட்டை மறுத்தார்; சமத்துவம் காண விரும்பினார். இதனை வள்ளுவர் இரண்டு குறள்களில் மிகவும் சிறப்பாகக் கூறுகிறார்.

பிறப்பொக்கும் எல்லா உயிர்க்கும் சிறப்பொவ்வா
செய்தொழில் வேற்றுமை யான் (972)

மேலிருந்தும் மேலல்லார் மேலல்லர் கீழிருந்தும்
கீழல்லார் கீழல் லவர் (973)

மக்கள் அனைவரும் பிறப்பால் சமமானவர்; தொழிலால் மட்டுமே வேறுபடுகின்றனர் என்பது வள்ளுவரின் விழுமியக் கருத்தாகும். திருக்குறளில் பார்ப்பார், அந்தணர், உழவர், அரசர், ஆயர் முதலான இன்னும் பல பெயர்கள் வருகின்றன. இவர்கள் செய்யும் தொழிலுக்கான ஒழுக்கம் குறையும்போது அவர்தம் நிலை இழிவுபடும் என்கிறார். ஆகவே அறம் பேணும் வரையில் மட்டுமே மக்கள் தம்முடைய குடிப்பெயரைத் தக்க வைக்க முடியும். ஒழுக்கம் தவறும்போது அந்த நிலையை அவர்கள் இழக்க நேரிடும் என்கிறார்.

வள்ளுவரின் இந்தக் கோட்பாடு சாதிய சமூகத்தின் இன்றைய கோட்பாட்டிலிருந்து மாறுபட்டிருப்பதை இப்போது நாம் உணர

முடியும். இன்று சாதியச் சமூகம் ஒரு மூடிய அமைப்பாக (குளோஸ்டு சிஸ்டம்) உள்ளது. ஒரு சாதியில் பிறந்தவர் இறக்கும் வரை அந்தச் சாதிக்குரியவராகவே இருப்பார். இதிலுள்ள 'அகமண முறை' (எண்டோகமஸ் சிஸ்டம்) இந்த மூடியமுறையைக் கட்டிக்காக்கிறது. வள்ளுவர் கண்ட 'பிறப்பொக்கும் எல்லா உயிர்க்கும்' (972) என்பது திறந்த முறையாகும் (ஓபன் சிஸ்டம்). அறம் பேணும்வரை அந்த இடத்தில் இருக்கலாம். அறம் தவறும்போது தாழ்ந்த நிலைக்குப் போவார் என்கிறார்.

நிலவுடைமையை நெறிப்படுத்திய அதேவேளையில் வள்ளுவர் வணிக வர்க்கத்தையும் ஒழுங்கமைத்தார். வணிக வகுப்பாருக்கான ஒழுக்கவியல் முன்மாதிரிகளை உருவாக்கி அவர்களுக்கான அறத்தையும் வலியுறுத்தினார். வறுமையை வளர விடாமல் ஈகை, கொடை மூலம் செல்வந்தர்கள் செயல்பட வேண்டுமென்றார் (கந்தசாமி, சோ.ந. 2002).

ஈதல் இசைபட வாழ்தல் அதுவல்லது
ஊதியம் இல்லை உயிர்க்கு   (231)

வருவாயின் அளவை அறிந்து அதற்கேற்பக் கொடுக்க வேண்டும் என்பதையும் வள்ளுவர் வலியுறுத்துகிறார்.

ஆற்றின் அளவறிந்து ஈக அதுபொருள்
போற்றி வழங்கும் நெறி   (479)

அளவறிந்து வாழாதான் வாழ்க்கை உளபோல
இல்லாகித் தோன்றாக் கெடும்   (479)

வள்ளுவரின் வழிகாட்டுதலில் நேர்மறை, எதிர்மறை ஆகிய இரண்டு அணுகுமுறைகளும் உண்டு என்பதை மேற்கூறிய குறள்கள் வழி அறியலாம்.

நிலவுடைமைப் பொருளாதாரத்தில் பொருளாதார ஏற்றத் தாழ்வுகளைச் சமன் செய்யும் பொருட்டு வள்ளுவர் முன்னெடுத்த பொருளியல் கோட்பாடு சமூக சமத்துவம் (எகாலிடேரியனிசம்) ஆகும். வள்ளுவரின் இந்தப் பொருளியல் சிந்தனையைத் தமிழ்ச் சூழலின் படிமலர்ச்சியோடு பொருத்திப் பார்க்க வேண்டும்.

குறிஞ்சியில் இனக்குழு மக்கள் பெரிதும் பாதீடு (பங்கீடு), பாத்தூண் (சேர்ந்துண்ணுதல்), சமூகக்கடன் (கடப்பாடு) ஆகிய

பொதுவுடைமைக் கருத்தியலோடு வாழ்ந்தார்கள். அடுத்து, முல்லைத் திணையில் ஆயர் சமூகத்தினர் பண்டமாற்றத்தின் அடிப்படையில் வாழ்ந்தார்கள்.

சங்க காலம் வீரயுகக் காலமாக இருந்ததால் சீறூர் மன்னர்கள், முதுகுடி மன்னர்கள், குறுநில மன்னர்கள் பெரிதும் ஆநிரை கவர்தல், ஆநிரை மீட்டல் ஆகிய தொறுப்பூசல்களில் ஈடுபட்டனர். கூடவே அண்டைய நாட்டின் வளங்களைக் கொள்ளையடித்தும் நாசமாக்கியும் போரிட்டுக்கொண்டிருந்தார்கள். மன்னர்கள் தம்மிடம் குவிந்த பொருளையும் செல்வத்தையும் 'பரிசில்' கொடுத்துப் புகழ் ஈட்டினார்கள். வீரயுகத்தின் பொருளியல் கோட்பாடு இது (பக்தவத்சல பாரதி 2018).

இத்தகைய பரிசில்முறை மானிடவியல் வழக்கில் 'மறுபங்கீடு' (ரீடிஸ்ட்ரிபியூஷன்) எனப்படும். வீரயுகக் காலத்தில் நிலவிய ஆரம்ப கால நிலமானிய முறையிலும் சரி, வள்ளுவர் காலத்தில் நிலவிய வளர்ச்சிபெற்ற நிலமானியத்திலும் சரி மறுபங்கீடு என்பது மிக முக்கியமான பொருளாதாரச் செயல்பாடாக இருந்தது. இதுவே பின்னாளில் மூவேந்தர்கள் காலத்தில் பிராமணர்களுக்கு நிலமும் பிரம்மதேயங்களும் வழங்கும்முறையாக மாறியது. வள்ளுவர் முன்வைத்த மறுபங்கீடு என்பது, சமத்துவமற்ற சமூகத்தின் ஏற்றத்தாழ்வை அகற்றி சமூக சமத்துவம் நிலை பெறுவதற்கான முன்னெடுப்பாகும்.

வள்ளுவர் தம் காலத்தில் இருந்த சமூக வடிவங்களை எவ்வாறு கண்டார் என்பதை அறிந்தோம். அவற்றையெல்லாம் அனுமானித்த அவர் பின்வரும் வகையினங்களில் தமிழ்ச் சமூகத்தை முன்னெடுத்தார். இனம், குலம், குடி, தொழிற் குழு (முக்கியத் தொழிற் பிரிவினரைப் பொது நிலையில் அடையாளப்படுத்துதல்) ஆகிய முறையில் இனங்கண்டார். இது பற்றிக் காண்போம்.

இனம்

வள்ளுவர் இனம் எனும் சொல்லைப் பொது நிலையில்தான் கூறுகின்றார். இன்றைய மானிடவியல் வழக்கில் 'இனம்' என்றால் 'race' என்பது பொருள். கறுப்பினம் (நீக்ரோ), வெள்ளையினம் (காக்கேசியர்), மஞ்சள் இனம் (மங்கோலியர்) எனும் வகையில்

இனம் எனும் சொல் பயன்படுகிறது. ஆனால் வள்ளுவர் எந்தவோர் இடத்திலும் தனிப்பட்ட சமூகத்தை/ இனக் குழுவைக் குறிப்பதற்கு இந்தச் சொல்லைப் பயன்படுத்தவில்லை. எ-டு:

1. குன்றா இனன் (793) - குறைவில்லா சுற்றம் கொண்டவர்
2. தக்கார் இனம் (446) - தகுதியுடைய பெரியோர்
3. சிற்றினம் (451) - குறைவான பண்பு கொண்டோர்
4. நல்லினம் (460) - நற்பண்புடைய சான்றோர்
5. தீயினம் (460) - தீய பண்புடையோர்
6. தெரிந்த இனம் (462) - ஏற்கனவே அறிமுகமானோர்

குலம்

திருக்குறளில் வள்ளுவர் குலம், குடி, பழங்குடி முதலான மானிடவியல் கூறுகளைக் கையாண்டுள்ளார். ஐந்து இடங்களில் குலம் பற்றிப் பேசுகிறார் (சுப்பிரமணியன், பெ. 2023: 203-214).

> சலம்பற்றிச் சால்பில செய்யார்மா சற்ற
> குலம்பற்றி வாழ்தும் என்பார் (956)

மாசற்ற குலப்பெருமையைக் காத்து வாழ வேண்டும் என்கிறார். பண்டைய குல மரபின் தொடர்ச்சிக்குக் கேடு செய்தல் கூடாது என்பதை வலியுறுத்துகிறார்.

> நலத்தின்கண் நாரின்மை தோன்றின் அவனைக்
> குலத்தின் கண் ஐயப்படும் (958)

தம் குலம் பற்றிப் பற்றில்லாமல் ஒருவர் இருப்பாரானால் அவனை உலக மக்கள் ஐயப்படுவர் என்கிறார்.

> நலம்வேண்டின் நாணுடைமை வேண்டும் குலம்வேண்டின்
> வேண்டுக யார்க்கும் பணிவு (960)

ஒருவர் தனக்கு நன்மை கிடைக்க வேண்டுமானால் அவர் நாணத்தை விரும்புதல் வேண்டும். அதுபோல அவர் தம் குலம் பயனடைய விரும்பினால் அனைவரிடமும் பணிவாக இருக்க வேண்டும் என்கிறார்.

> நிலத்திற் கிடந்தமை கால்காட்டும் காட்டும்
> குலத்திற் பிறந்தார் வாய்ச்சொல் (959)

நிலத்தின் இயல்பை அந்த மண்ணில் முளைத்த செடிகொடிகள்

காட்டுவதுபோல், ஒரு குலத்தின் இயல்பை அந்தக் குலத்தில் பிறந்தவரின் வாய்ச்சொல் காட்டிவிடும் என்கிறார்.

குலஞ்சுடும் கொள்கை பிழைப்பின் நலஞ்சுடும்
நாணின்மை நின்றக் கடை *(1019)*

எந்த ஒருவரும் நாணம் இல்லாமல் வாழ்வாரானால் அது அவரது குடிப்பிறப்பின் சிறப்பைக் கெடுத்துவிடும் என்கிறார்.

குடி

ஒவ்வொருவருக்கும் ஒரு பரம்பரை, தொன்மரபு உண்டு என்கிறார் வள்ளுவர். இற்பிறந்தார், குடிப்பிறந்தார் முதலான பூர்வீக மரபைக் குறிக்கும் சமூகவியல் கலைச்சொற்களை,

ஒழுக்கமும் வாய்மையும் நாணும் இம்மூன்றும்
இழுக்கார் குடிப் பிறந்தார் *(952)*

எனும் குறளில் நல்ல குடியில் பிறந்தவர்கள் ஒழுக்கம், வாய்மை, நாணம் ஆகிய மூன்று குணங்களையும் இயல்பாகப் பெற்று இருப்பார்கள் என்கிறார். குடியும் குணங்களும் இயைபு பெற்றவை என்கிறார்.

நகைஈகை இன்சொல் இகழாமை நான்கும்
வகைஎன்ப வாய்மைக் குடிக்கு *(953)*

நகை, ஈகை, இன்சொல், இகழாமை ஆகிய நான்கு குணங்களும் 'வாய்மைக் குடி'யில் பிறந்தவர்களின் பண்புகளாகும் என்கிறார்.

குடிசெய்வல் என்னும் ஒருவர்க்குத் தெய்வம்
மடிதற்றுத் தான்முந் துறும் *(1023)*

என் குடியினை உயர்த்துவேன் என்று முயலும் ஒருவனுக்குத் தெய்வம் துணை நிற்கும் என்கிறார் வள்ளுவர்.

குடிசெய்வார்க்கு இல்லை பருவம் மடிசெய்து
மானங் கருதக் கெடும் *(1028)*

தம் குடியினை உயரச் செய்வோன் நல்ல காலம், கெட்ட காலம் எனக் காத்திராமல் பாடுபட வேண்டும்; கால நியதியைப் பார்க்கக் கூடாது என்கிறார்.

இவ்வாறு வள்ளுவர் குடிமை, குடிசெயல் வகை ஆகிய இரண்டு அதிகாரங்களில் நுட்பமான விடயங்களைக் கூறுகிறார்.

குடிமை என்பது குடிமக்களின் பண்புகளைக் கூறும் அதிகார மாகும். குடிசெயல் வகை என்பது தான் பிறந்த குடிக்காக உழைக்கும் திறத்தைக் கூறும் அதிகாரமாகும். மொத்தம் இருபது குறட்பாக்களில் குடி பற்றிப் பேசியுள்ளார்.

'குடி உயரக் கோல் உயரும்' என்பதுபோல் வள்ளுவர் காலத்தில் தனிப்பெரும் சமூக மரபுகொண்ட மக்கள் கூட்டத்தைக் 'குடி' என்று குறிப்பிட்டார் எனக்கொள்ளலாம். உமணர் குடி, ஆய்குடி, வேளிர்குடி, அதியன் குடி, மலையன் குடி என்பதுபோல தனி மரபு கொண்ட சமூகங்களைக் குடி எனக் குறிப்பிட்டார் எனக் கருதலாம்.

திருக்குறளில் வள்ளுவர் காட்டியுள்ள சமூக அமைப்பைப் பார்த்தால் அவருக்கு முந்திய காலத்தில் நிலவிய சமூகங்களை அவர் பேசவில்லை. அவருடைய காலத்தில் நிலவிய அத்தனை குடிகளின் பெயர்களையும் குறிப்பிடவில்லை. பொதுநிலையில் 'குடி' என்றே குறிப்பிடுகிறார். இன்று நாம் 'தமிழ்ச் சமூகம்' எனப் பொதுமைப்படுத்துவது போல அன்று 'குடி' என்று பேசி யிருக்கிறார்.

இன்று நாம் 'சமூகம்' (சொசைடி), 'சமுதாயம்' (கம்யூனிடி), 'சாதி', 'கிளைச்சாதி' (சப்கேஸ்ட்), 'குலம்' (கிளான்), பரம்பரை/ வகையறா/கூட்டம்/கரை/இல்லம் (லீனியேஜ்) முதலான சமூக வடிவங்களை இனங்காண்கிறோம். வள்ளுவர் இப்படியான அல்லது வேறுவகையான வடிவங்களைப் பேசவில்லை. தொழில் சார்ந்த குடிகளின் பெயர்களையும் குறிப்பிடுகிறார். ஒவ்வொரு தொழிற் பிரிவனரும் எப்படி இருக்க வேண்டும், அவர்கள் பேண வேண்டிய அறம் யாது என்பனவற்றைப் பேசுவதற்கே இந்தப் பெயர்களைக் கையாளுகிறார். சமூகங்களின் படிநிலை ஏற்றத் தாழ்வுகளை நிலைநிறுத்துவதற்கு வள்ளுவம் துணை நிற்கவில்லை என்பதை இங்கு நாம் கவனத்தில்கொள்ள வேண்டும். இது ஒரு சமத்துவம் / பொதுவுடைமை நோக்கிய பார்வையாகும்.

வள்ளுவர் கண்ட பண்பாடு

வள்ளுவம் ஒரு புதிய பண்பாட்டை முன்னெடுக்கிறது. இதை

அறியும் முன்பு மானிடவியல் நோக்கில் பண்பாடு பற்றிய அடிப்படைகளை அறிவோம்.

ஒவ்வொரு பண்பாடும் ஓர் ஒழுங்குமுறையாகக் (சிஸ்டம்) கட்டமைந்து இயங்குகிறது. இதனுள் எண்ணற்ற கூறுகள் ஒருங்கிணைந்து செயல்படுகின்றன. அவை: நெறிமுறைகள் (நோம்ஸ்), விழுமியங்கள் (வேல்யூஸ்), மரபாண்மைகள் (எதோஸ்), சான்றாண்மைகள் (மோர்ஸ்), குடியாண்மைகள் (ஃபோக்வேஸ்), பழக்கங்கள் (ஹாபிட்ஸ்), வழக்கங்கள் (கஸ்டம்ஸ்). இவை பற்றிய சுருக்கமான வரையறைகளைக் காண்போம்.

நெறிமுறை: நமது வாழ்வில் இது சரி, இது தவறு எனத் திட்டவட்டமாக வரையறுத்து மக்களை நெறிப்படுத்துவது நெறிமுறை. எ-டு.

எல்லா விளக்கும் விளக்கல்ல சான்றோர்க்குப்
பொய்யா விளக்கே விளக்கு (299)

யாகாவா ராயினும் நாகாக்க காவாக்கால்
சோகாப்பர் சொல்லிழுக்குப் பட்டு (127)

விழுமியம்: சமூக வாழ்வில் நீதி நெறியுடன், நியாய தர்மத்துடன் நல்வழியில் நடப்பதற்கு வழிகாட்டும் அனைத்தும் விழுமியங்களே. எ-டு.

கற்க கசடறக் கற்பவை கற்றபின்
நிற்க அதற்குத் தக (391)

உடுக்கை இழந்தவன் கைபோல ஆங்கே
இடுக்கண் களைவதாம் நட்பு (788)

மரபாண்மை: சமூகம் மரபுவழியாகக் கண்டுணர்ந்த நற் பண்புகள்; உயர்தனிப் பண்புகள், நம்பகத்தன்மை, உண்மை, நற்சான்று முதலானவற்றை உறுதிப்படுத்தும் செம்மாந்த பண்புகள் யாவும் மரபாண்மைகள் ஆகும்.

கண்ணுடைய ரென்பவர் கற்றோர் முகத்திரண்டு
புண்ணுடையர் கல்லா தவர் (393)

முறைசெய்து காப்பாற்றும் மன்னவன் மக்கட்கு
இறையென்று வைக்கப் படும் (388)

சான்றாண்மை: சமூகம் நீண்ட காலமாகப் போற்றும் சான்றோர் வழக்குகள். ஒரு வகையில் ஒழுக்க நெறி சார்ந்த தர மதிப்பீடுகள் இதில் அடங்கும் எனலாம்.

நன்றி மறப்பது நன்றன்று நன்றல்லது
அன்றே மறப்பது நன்று (108)

அடக்கம் அமரருள் உய்க்கும் அடங்காமை
ஆரிருள் உய்த்து விடும் (121)

குடியாண்மை: தொன்றுதொட்டு வருகின்ற குடியின் மரபு. ஒவ்வொரு குடிக்கும் ஒரு தொன்மரபு இருக்கும். அதுவே அதற்கான அடையாளமாகும். அதைப் பேணுவது வலியுறுத்தப் படுகிறது.

வழங்குவது உள்வீழ்ந்தக் கண்ணும் பழங்குடி
பண்பில் தலைப்பிரிதல் இன்று (955)

குடிசெய்வார்க்கு இல்லை பருவம் மடிசெய்து
மானங் கருதக் கெடும் (1028)

மேற்கூறிய அனைத்துக் கூறுகளின் ஒருங்கிணைந்த இயக்கத்தின் மொத்த வடிவமே பண்பாடு எனப்படும். மிகச் சுருக்கமாகச் சொன்னால் வாழ்வாகவும் வாழ்வுமுறையாகவும் வாழ்வின் அர்த்தமாகவும் அமைவது பண்பாடு. இதில் நெறிமுறைகளும் விழுமியங்களும் மிக முக்கியமானவை. இந்த இரண்டுக்காகவும் வள்ளுவர் அறம், பொருள், இன்பம் என முப்பாலை வகுத்து 133 அதிகாரங்களுடன் 1330 குறட்பாக்களை இயற்றியுள்ளார்.

வள்ளுவர் வகுத்துள்ள நெறிமுறைகள், விழுமியங்கள் யாவும் உலகளாவியவை; அறம் சார்ந்தவை; தத்துவம் சார்ந்தவை. இடம், காலம் கடந்து எல்லோருக்கும் பொருந்துபவை.

வள்ளுவர் காட்டும் பண்பாட்டில் விழுமியங்களே தலை யானவை. எண்ணற்ற விழுமியங்களை வலியுறுத்துகிறார். அவற்றை 'அறம்' எனும் பொதுமையாக்கத்தில் விளக்கிச் சொல்கிறார். வள்ளுவர் பேசும் அறம் பற்றிய கருத்தினங்கள் பலவாகும் (குணா, 1980; சௌரிராசன், பொன். 2005; தமிழண்ணல் 1999).

வாய்மை தனிப்பெரும் அறம் என்கிறார் வள்ளுவர். அதற்குப் பின்வரும் வரைவிலக்கணம் தருகிறார்.

வாய்மை எனப்படுவது யாதெனின் யாதொன்றும்
தீமை இலாத சொலல்   (291)

தீங்கு ஏற்படாதவற்றைப் பேசுவதே அறமாகும் என்கிறார். பொய்யாமையால் ஒவ்வொருவருக்கும் பெரும்புகழ் உண்டாகும் என்றும் கூறுகிறார்; ஏனைய அறப்பயனும் கிடைக்கும் என்கிறார்.

பொய்யாமை பொய்யாமை ஆற்றின் அறம்பிற
செய்யாமை செய்யாமை நன்று   (297)

ஒருவர் தன் வாழ்நாளில் பொய்யாமையைத் தவறாமல் கடைப்பிடித்து வருவாரானால், அவர் பிற அறங்களைச் செய்யாமலே நன்மைகள் விளையும் என்கிறார். 'அல்லவை தேய அறம் பெருகும்', 'பிறனில் விழையாமை', 'அவா அறுத்தல்', 'புறங் கூறாமை', 'இன் சொலினதே அறம்' எனப் பலவகைகளில் அறத்தின் மேன்மையை வலியுறுத்துகிறார் வள்ளுவர்.

திருக்குறள் ஒரு வாழ்வு நூல். நீதிநூல் என்று இதைச் சுருக்கிவிட முடியாது. நீதி நூல்கள் சமயச் சார்பும் அறநெறிச் சார்பும் உடையவை. திருக்குறளில் நீதி நூல்களின் சாயல் குறைவே.

வள்ளுவம் அடிப்படையில் விழுமியங்களையே போற்றுகிறது. நெறிமுறைகளையும் மற்ற மரபாண்மை, குடியாண்மை சான்றாண்மைக் கூறுகளையும் குறைவாகவே கொண்டுள்ளன. வள்ளுவம் இந்த விழுமியங்களைச் சமூகவயப்படுத்துவதிலும் பண்பாட்டு வயப்படுத்துவதிலும் தீவிரம் காட்டுகிறது. ஒரே ஒரு எடுத்துக்காட்டை மட்டும் இங்குக் காண்போம்.

கல்லாதவனைப் பார்த்து 'கற்க' என்கிறார். கற்பவனைப் பார்த்து 'கசடறக் கற்க' என்கிறார். கசடறக் கற்றவனை 'நிற்க அதற்குத் தக' என்கிறார். கற்க வசதியில்லாமல் போனதே என வருந்துபவனைப் பார்த்து 'கற்றிலனாயினும் கேட்க' என்கிறார். கேள்வி ஞானத்தில் ஆர்வம் உள்ளவர்களைப் பார்த்து 'எனைத் தானும் நல்லவை கேட்க' என்கிறார். காது கேட்கவில்லை, கண் தெரியவில்லை என்று வருந்துபவர்களைப் பார்த்து 'பொறி இன்மை யார்க்கும் பழியன்று' என்கிறார் (தமிழண்ணல் 1999).

இப்படி எத்தனை எத்தனையோ சமூகவயமாக்கம் / பண்பாட்டு வயமாக்கம் செயல்பாடுகளை வள்ளுவர் முன்னெடுக்கிறார்.

ஒருவரைப் பார்த்து 'நீ வறியவனாகிவிடாதே! உன் சொந்த முயற்சியில் வாழப் பழகு,' என்கிறார். 'ஐயோ, கடவுள் என்னை இப்படி இரந்து வாழும்படி படைத்துவிட்டாரே', எனக் கூப்பாடு போடும் நிலையைப் பார்த்தவுடன் 'இரந்தும் உயிர்வாழ்தல் வேண்டின் பரந்து கெடுக உலகியற்றியான்' (1063) எனக் கடவுளைத் திட்டுகிறார். இதை வள்ளுவத்தின் உச்சம் எனலாம். கடவுளையே வசைபாடும் உலக நூல் ஒன்றில்லை எனலாம்.

வள்ளுவம் அடிப்படையில் நீதிநெறி சார்ந்த அறநூல் என்பதால் அது விழுமியங்களையே பெரிதும் பேசுகிறது. வள்ளுவத்தில் ஒரு பாதி விழுமியங்களாகவே உள்ளன. மறுபாதியை மற்ற கூறுகளாகிய நெறிமுறைகள், மரபாண்மைகள், குடியாண்மைகள், சான்றாண்மைகள், பழக்க வழக்கங்கள் ஆகியவை பகிர்ந்துகொள்கின்றன.

விழுமியங்களிலும் முக்கால் பங்கு ஆக்கநிலை சார்ந்தவை (பொசிடிவ் வேல்யூஸ்); கால் பங்கு எதிர்மறை சார்ந்தவை (நெகடிவ் வேல்யூஸ்). ஓர் ஒழுங்கமைப்பு இயங்க வேண்டு மென்றால் ஆக்க நிலையும் தேவைதான்; எதிர்நிலையும் தேவைதான். வள்ளுவர் கூறும் சில எடுத்துக்காட்டுகளைக் காண்போம்.

ஆக்கநிலை விழுமியங்கள்

1. இனியவை கூறல்	11. பொறையுடைமை
2. ஊக்கமுடைமை	12. விருந்தோம்பல்
3. ஒழுக்கமுடைமை	13. இல்வாழ்க்கை
4. குறிப்பறிதல்	14. வினைத் திட்பம்
5. சுற்றந்தழால்	15. நடுவுநிலைமை
6. செய்ந்நன்றி அறிதல்	16. வினைத் தூய்மை
7. தீவினை அஞ்சுதல்	17. காலமறிதல்
8. மெய்யுணர்தல்	18. அறம்செய்தல்
9. பண்புடைமை	19. அடக்கமுடைமை
10. புலால் மறுத்தல்	20. நா காத்தல்

எதிர்மறை விழுமியங்கள்

1. அவா இன்மை	11. வெகுளாமை
2. இரவாமை	12. வெருவந்த செய்யாமை

3. இன்னா செய்யாமை	13. புறங்கூறாமை
4. கல்லாமை இன்மை	14. புல்லறிவின்மை
5. கள்ளுண்ணாமை	15. பகையின்மை
6. சிற்றினம் சேராமை	16. பாவமின்மை
7. பயனில் சொல்லாமை	17. கொல்லாமை
8. பிறனில் விழையாமை	18. இகல் இன்மை
9. மடியின்மை	19. பேதமை இன்மை
10. வெஃகாமை	20. பொய்யாதொழுகல்

வள்ளுவர் முன்னெடுத்த விழுமியங்களில் எண்ணற்றவை 'அடிப்படை விழுமியங்கள்' (பேசிக் வேல்யூஸ்). இவை ஒவ்வொரு வரின் அடிப்படை ஆளுமை உருவாகுவதற்குக் காரணமாக அமைகின்றன. இவையனைத்தும் சமூகமும் பண்பாடும் செழித்தோங்க உதவுபவை. இவற்றுள் பல வள்ளுவர் காலத் திற்கும் முன்பிருந்தும் வந்துகொண்டிருப்பவைதாம். ஆனால் பலவற்றை (எ-டு: கொல்லாமை, இரவாமை, பகையின்மை) வள்ளுவர் தம் உலகளாவிய பொதுமையாக்கத்தில் முக்கியத்துவம் கொடுத்துள்ளார்.

ஆனால் எதார்த்த வாழ்வில் மக்கள் பல விழுமியங்களைக் கடைப்பிடிக்க முடியாமல் 'உண்மை விழுமியங்கள்' (ட்ரூ வேல்யூஸ்) சிலவற்றை நடைமுறையில் பின்பற்றி வந்திருக்கலாம். அவற்றை வள்ளுவர் இலட்சிய விழுமியங்களாக (ஐடியல் வேல்யூஸ்) மாற்றுகிறார்.

வள்ளுவரின் இந்த இலட்சியக் குரல் (ஓண்டிக் டிஸ்கோர்ஸ்) உலகளாவிய மனிதகுலத்திற்கானது. மனித நேயம் வளருவதற்கான முயற்சி சார்ந்தது.

திருக்குறளை ஓர் உள்ளார்ந்த அகவயப் பார்வையில் நுணுகி ஆராய்ந்தால் அது பன்முக நோக்கிலான சமூகவயமாக்கத்தையும் பண்பாட்டுவயமாக்கத்தையும் நெறிப்படுத்துவதை அனுமானிக் கலாம். அவற்றில் முதன்மையானவை வருமாறு:

1. முதல்நிலை சமூகவயமாக்கம் (பிரைமரி சோஷியலைசேஷன்)
2. இரண்டாம்நிலை (செகண்டரி) சமூகவயமாக்கம்

3. சாத்தியமுள்ள (ஆண்டிசிபேடரி) சமூகவயமாக்கம்
4. மீள்சமூகவயமாக்கம் (ரீசோஷியலைசேஷன்)
5. அமைப்பார்ந்த (ஆர்கனைசேஷனல்) சமூகவயமாக்கம்
6. குழுசார் சமூகவயமாக்கம் (குரூப் சோஷியலைசேஷன்)
7. பாலினம்சார் (ஜெண்டர்) சமூகவயமாக்கம்
8. இனம்சார் (ரேசியல்) சமூகவயமாக்கம்
9. மொழிவழி (லிங்குஸ்டிக்) சமூகவயமாக்கம்
10. சட்டம், தண்டனை சார்ந்த சமூகவயமாக்கம்

இன்னும் சில வகையான சமூகவயமாக்கலையும் வள்ளுவம் முன்னெடுக்கிறது. கட்டுரையின் விரிவஞ்சி சுருக்கப்பட்டுள்ளது. சில விழுமியங்களை நாம் மரபார்ந்து புரிந்துகொள்கிறோம். ஆனால் வள்ளுவர் புதிய பார்வையில் அவற்றை முன்மொழிகிறார். 'அடக்கமுடைமை' என்றால் பணிந்து போவது, தலைமைக்கு அடங்கிப்போவது என்றுதான் கருதுவது வழக்கம். ஆனால் வள்ளுவரோ சினத்தை அடக்குதல், வாய்நீளாமல் அடக்குதல் முதலானவற்றைக் குறிப்பிடுகிறார்.

இவ்வாறே 'அறிவு' என்றால் என்ன என்றும், 'அறம்' என்பது என்னவென்றும், 'செல்வம்' என்பது என்ன என்றும் அவர் பல்வேறு இடங்களில் பல வகையான விளக்கம் தருகிறார். வள்ளுவரின் இந்த அணுகுமுறை பன்முகப் பயன்பாட்டை வலியுறுத்துவதாகும். இவ்வாறு திருக்குறள் முழுவதும் வள்ளுவரின் புதுமையான, பன்முக நோக்கிலான வரையறைகள் நம் கவனத்தை ஈர்க்கின்றன.

வள்ளுவத்தின் கோட்பாட்டை முழுதளாவிய மானிடவியல் நோக்கில் (ஹோலிஸ்டிக் அப்ரோச்) பார்த்தால், அது ஓர் உலகளாவிய வாழ்வுநூல்; வாழ்வை அறமாக முன்னெடுக்கும் நூல்; அறத்தை இல்லறமாகப் பேண வேண்டுமென உரைக்கும் நூல் என வரையறுக்க வேண்டியுள்ளது. வள்ளுவத்தில் முப்பாலையும், 133 அதிகாரங்களையும், 1330 குறள்களையும் தர்க்கவியல் நோக்கில் தொகுப்பியல் முறையிலும் (டிடக்டிவ் மெதட்), பகுப்பியல் முறையிலும் (இண்டக்டிவ் மெதட்) பார்த்தால் அது அன்றைய வேளாண் நாகரிகத்துக்கான தேசவழமையாக உருவாக்கப்பட்டது என்பதை அறியலாம். அதனை இடம், காலம் என அனைத்தையும்

கடந்த உலகளாவிய மானுடத்துக்கானதாக உருவாக்கப்பட்டுள்ளது. இது வள்ளுவரின் **மாபெரும்** சொல்லாடலாகத் *(கிராண்ட் நரேடிவ்)* தமிழுக்குப் பெருமை சேர்க்கிறது.

உன்னதமான சமூக வாழ்வுக்குக் குடும்பமும் இல்லறமும் செழிக்க வேண்டுமென்பது வள்ளுவத்தின் முன்மொழிவாகும். நாட்டில் அறம் தழைக்கவும், பொருள் செழிக்கவும், இன்பம் பெருகவும் அடிப்படை குடும்பத்திலிருந்தே தொடங்குகிறது என்கிறார் வள்ளுவர். சமூகத்தின் தலையாய நிறுவனம் குடும்பம் என்பதையும், அதில் இல்லறம் மிகவும் முக்கியமான செயல்பாடு என்பதையும் விளக்கும் மிகச் சிறந்த நூல் வள்ளுவத்தைவிட வேறொன்றில்லை எனலாம். வள்ளுவர் வகுத்த இல்லறத்தில் குடும்பமே முதன்மையான நிறுவனம். தமிழ் இலக்கியங்களில் முதன்முதலில் திருக்குறளில்தான் குடும்பம் எனும் சொல் (1029) வருகிறது. அதற்கு முன்பு இந்தச் சொல் தமிழ் இலக்கியப் பரப்பில் இல்லை.

சமூகத்தில் தனிமனிதராக ஒருவர் எவ்வாறு சிறக்க வேண்டும்? அவர் சார்ந்த குடியில் எவ்வாறு செயல்பட வேண்டும்? சமூகத்திற்கு எவ்வாறு பங்காற்ற வேண்டும்? உள்ளிட்ட சமூகவய மாக்கலைப் பரந்து விரிந்த தளங்களில் வள்ளுவர் வழிகாட்டுகிறார். இல்வாழ்க்கை, வாழ்க்கைத் துணைநலம், ஈகை உள்ளிட்ட இன்னும் பல அதிகாரங்களில் வள்ளுவர் இதைப் பேசுகிறார்.

இல்வாழ்வில் ஈடுபடும் தலைமக்கள் அறம், பொருள், இன்பம் ஆகியவற்றைப் பேண வேண்டும் என்கிறார். இல்லறத்தை நல்லறமாக்குவோர் துறவோரினும் சிறந்தவராவர் என்கிறார் வள்ளுவர். உலகில் எல்லா வகையான உயிரினங்களும் வணங்கும் மக்கள் சிறந்த இல்லறத்தாரே என்கிறார் *(260, 268).* இல்லறத்தால் சமுதாயம் பேறு பெறுகிறது. அத்தகைய பெறு பேற்றுக்குக் காரணமாகுபவர்கள் தெய்வமாகப் போற்றப்படுவர் என்றும் கூறுகிறார்.

வையத்துள் வாழ்வாங்கு வாழ்பவன் வானுறையும்
தெய்வத்துள் வைக்கப் படும் (50)

இல்லறத்தின் சிறப்புக்கு அதிக முக்கியத்துவம் கொடுக்கும் வள்ளுவர், மறுபக்கத்தில் குடும்பம் எனும் நிறுவனத்தின்

முக்கியத்துவத்தைப் பேசுகிறார் எனலாம். மானுட சமூகம் எப்படியானதாக இருக்க வேண்டுமென்ற இலட்சியப் பார்வையை வள்ளுவர் முன்வைக்கிறார்.

பின்னியம்பல்

மனித குலத்தின் படிமலர்ச்சியானது (ஏவொலூஷன்) இனக்குழுச் சமூகம், அடிமைச் சமூகம், நிலமானிய சமூகம், முதலாளித்துவ சமூகம் ஆகிய நிலைகளைக் கடந்து வந்துள்ளது. இது பொது வுடைமைச் சமூகமாக மாற வேண்டுமெனக் கார்ல் மார்க்ஸ் கனவு கண்டார். அது மிகச் சில நாடுகளில் சாத்தியப் பட்டாலும் இன்னும் உலகம் முழுவதும் சென்றடையவில்லை. இந்தப் பொதுவுடைமைச் சித்தாந்தத்தை முதன்முதலில் முன்னெடுத்தவர் வள்ளுவரே. மார்க்ஸ் இயங்கியல் பொருள்முதல் வாதத்தின்படி பொதுவுடைமையைக் கண்டார் என்றால், வள்ளுவர் தத்துவவியல் வாதத்தின்படி கண்டார் எனலாம். முந்தையது பொருளியல் கோட்பாடு என்றால், வள்ளுவரின் கோட்பாடு வாழ்வியல் சார்ந்த தத்துவக் கோட்பாடாகும்.

இந்த இருவரின் கோட்பாடுகள் மனித குலத்தின் அறிவுக் கோட்பாட்டின் வளர்ச்சிமுறையோடு ஒத்துப்போவதைக் காண வேண்டும். மனித குலத்தின் ஆரம்பகாலச் சிந்தனை மந்திரமாக (மேஜிக்) இருந்தது. மந்திரத்திலிருந்து சமயம் (ரெலிஜியன்) பிறந்தது. சமயத்திலிருந்து 'தத்துவம்' (ஃபிலோசோபி) வளர்ந்தது. தத்துவத்திலிருந்து 'அறிவியல்' (சயின்ஸ்) தோன்றியது.

அறிவியல் வளர்ச்சியால் உண்டான தொழிற்புரட்சி முதலாளி, பாட்டாளி வர்க்கங்களை உருவாக்கியது. இதன் விடுதலையை கார்ல் மார்க்ஸ் முன்னெடுத்தார். வள்ளுவரோ சமயத்தின் வளர்ச்சியால் உண்டான தத்துவத்தின் அடிப்படையில் மானுட விடுதலையை ஆராய்ந்தார். ஆக, தத்துவமும் அறிவியலும் அடுத்தடுத்த படிமலர்ச்சி நிலைகள்தாம். ஒவ்வொன்றும் ஒரு வகையான விடுதலையை முன்னெடுத்தது.

இன்றைய முதலாளித்துவத்தின் கோரமுகத்தைப் பார்க்கும் போது மானுட விடுதலைக்கு அறிவியல் உதவுமா என்பது கேள்வியாக உள்ளது. அறிவியலும் ஆன்மிகமும் எந்த இடத்திலும்

உலகளாவிய முதல் தேசவழைமை சாசனம் ✤ 95

இணையாமல் பயணிக்கும் இரயில் தண்டவாளம் போன்றவை. மானுட விடுதலைக்கு இரண்டுமே பங்காற்றுமா? ஏதோ ஒன்று விஞ்சி நிற்குமா? இனிவரும் காலத்தில் நிகழும் படிமலர்ச்சி இதற்கான விடையை அளிக்கும்.

வள்ளுவரின் பொதுவுடைமைச் சித்தாந்தம் இனம், மொழி, நாடு, மதம் என எல்லா எல்லைகளையும் கடந்துநிற்கும் அற்புதமாகும். வள்ளுவம் நனவாகும் காலம் மனிதகுலத்தின் பொற்காலமாக அமையும். அப்போது வள்ளுவம் காட்டும் உலக ளாவிய அன்புநெறி, அருள்நெறி, அறநெறி, தத்துவநெறி, பொதுவுடைமை நெறி என அனைத்தும் கோலோச்சும். இந்த மகத்தான வள்ளுவத்தை ஒரேயொரு சொல்லால் சுருக்கிவிட வேண்டுமென்றால் அது 'அறநெறி' சித்தாந்தமாகும். இதுவே வள்ளுவம் காட்டும் மானுட விடுதலைக்கான வழிகாட்டுதலாகும். பின்காலனியம் இதனையே பேசுகிறது.

உசாத்துணை

அண்ணாமலை, மு. 1979. *வள்ளுவர் தனித்தன்மை*. சென்னை: மணிவாசகர் நூலகம்.

அருணை வடிவேலு முதலியார், சி. 1992. *தெய்வப் பனுவல்களில் திருக்குறள்*. அண்ணாமலை நகர்: அண்ணாமலைப் பல்கலைக் கழகம்.

அருளப்பா, இரா. 1987. *திருக்குறள் புத்தாய்வு*. சென்னை: மெய்ப்பொருள் பதிப்பகம்.

அறிவுமணி, சோ. 2001. *அறனெனப்படுவது யாதெனின்: திருக்குறள் ஆய்வுக் கட்டுரைகள்*. மதுரை: ஏகலைவன் பதிப்பகம்.

இராமகிருஷ்ணன், எஸ். 1991. *திருக்குறள் ஆய்வுரை*. சென்னை: என்சிபிஎச்.

கந்தசாமி, சோ.ந. 2002. *திருக்குறள் கூறும் உறுதிப் பொருள்கள்*. சிதம்பரம்: மெய்யப்பன் தமிழாய்வகம்.

குணா. 1980. *தமிழர் மெய்யியல்*. சென்னை: பொதுமை வெளியீடு.

குழந்தைசாமி, வ.செ. 2000. *வாழும் வள்ளுவம்*. சென்னை: பாரதி பதிப்பகம்.

சிவத்தம்பி, கா. 1988. *தமிழில் இலக்கிய வரலாறு*. சென்னை: என்சிபிஎச்.

சுந்தரமூர்த்தி, இ. 1987. *திருக்குறள் நடையியல்*. சென்னை: ஐந்திணைப் பதிப்பகம்.

சுப்பிரமணியன், பெ. 2023. *திருவள்ளுவரின் பன்முகச் சிந்தனைகள்*. சென்னை: காவ்யா.

சௌரிராசன், பொன். 2005. *திருக்குறளில் பொதுநிலை உத்திகள்*. சென்னை: உலகத் தமிழாராய்ச்சி நிறுவனம்.

ஞானசம்பந்தன், அ.ச. 1994. *குறள் கண்ட வாழ்வு*. சென்னை: கங்கை புத்தக நிலையம்.

தண்டபாணி தேசிகர், ச. 1983. *திருக்குறள் அழகும் அமைப்பும்*. சென்னை: பாரி நிலையம்.

தமிழண்ணல். 1999. *திருவள்ளுவர் அருளிய திருக்குறள்*. மதுரை: மீனாட்சி புத்தக நிலையம்.

திருநாவுக்கரசு, க.த. 1977. *திருக்குறள் நீதி இலக்கியம்*. சென்னை: சென்னைப் பல்கலைக்கழகம்.

பக்தவத்சல பாரதி. 2018. *சாதியற்ற தமிழர், சாதியத் தமிழர்: சாதியத்துக்கு முந்திய பிந்தைய தமிழ்ச் சமூகம்*. சென்னை: பாரதி புத்தகாலயம்.

—. 2019 (2002). *தமிழர் மானிடவியல்*. புத்தாநத்தம்: அடையாளம்.

—. 2020. *பண்டைத் தமிழ்ப் பண்பாடு: மானிடவியல் நோக்கில் சங்க இலக்கியம்*. புத்தாநத்தம்: அடையாளம்.

பாலசுப்பிரமணியன், கு.வெ. 2016. *திருக்குறள் பேரொளி*. சென்னை: என்சிபிஎச்.

பிரேம்குமார், இரத்தினசபாபதி. 2022. திருக்குறளில் கடவுள் என்ற கருத்து: ஒரு பின்னமைப்பியல் வாத நோக்கு. *மொழிதல்* 9, 2: 41-54.

மருதநாயகம், ப. 2008. *ஒப்பில் வள்ளுவம்*. சென்னை: சாரதா பதிப்பகம்.

மாணிக்கம், வ.சுப. 1993. *வள்ளுவம்*. சென்னை: மணிவாசகர் பதிப்பகம்.

முருகரத்தனம், தி. 1974. *குறள் கூறும் இறைமாட்சி*. மதுரை: மதுரைப் பல்கலைக்கழகம்.

—. 1988. *குறள் நெறி*. மதுரை: எஸ்.என் பப்ளிகேஷன்ஸ்.

முருகன், ப. (ப-ர்). 1991. *வள்ளுவம்: பன்னோக்குப் பார்வை*. சென்னை: என்சிபிஎச்.

மோகனராசு, கு. 1980. *திருக்குறளில் மரபுகள்*. சென்னை: சென்னைப் பல்கலைக் கழகம்.

வரதராசனார், மு. 1956. *திருவள்ளுவர் அல்லது வாழ்க்கை விளக்கம்*. சென்னை: பாரதி நிலையம்.

ஜகந்நாதன், கி.வா. (ப-ர்). 1963. *திருக்குறள்: ஆராய்ச்சிப் பதிப்பு*. கோயம்புத்தூர்: ராமகிருஷ்ண மிஷன் வித்யாலயம்.

Kandasamy, S.N. 2001. *Tamil Literature and Indian Philosophy*. Chennai: IITS.

Maharajan, S. 1989. *Thiruvalluvar*. New Delhi: Sahitya Akademi.

Meenakshi Sundaran, T.P. 1969. *Philosophy of Thiruvalluvar*. Madurai: Madurai University.

Sundaram, P.S. 1990. *Tiruvalluvar, The Kurl*. New Delhi: Penguin Books.

Vaiyapuripillai, S. 1988. *History of Tamil Language and Literature*. Madras: New Century Book House.

4

ஆசிய உற்பத்தி முறையில் திராவிட முறை
மார்க்சும் பின்காலனிய மானிடவியலர்களும்

கார்ல் மார்க்ஸ் தம்முடைய தொடக்கக் காலத்தில் மேற்கத்தியர் அல்லாத சமூகங்களின் பொருள் ஈட்டும் முறையை 'ஆசிய உற்பத்தி முறை' (ஏசியாடிக் மோட் ஆஃப் புரொடெக்ஷன்) எனக் குறிப்பிட்டார். இந்தியா, சீனா, ஜப்பான் உள்ளிட்ட ஆசிய சமூகங்களின் பொருள் உற்பத்தி முறையை இவ்வாறு வரையறுத்தார்.

இந்த நாடுகளில் பண்டைக் காலத்தில் அரசு சர்வ வல்லமை பொருந்திய வல்லாட்சியாக இருந்தது. தேசத்தின் நிலம் அனைத்தையும் அரசு தன் அதிகாரத்தின் கீழ் வைத்திருந்தது. அரசு மட்டுமே நிலத்தை மானியமாக ஒதுக்க முடியும். இன்றுள்ளது போல் தனிமனிதர்கள் அதனை வழிவழியாகத் தமக்கென்று சொந்தமாக வைத்துக்கொள்ள இயலாது. தனியுடைமை என்ற பேச்சுக்கே இடமில்லை. கார்ல் விட்ஃபோஜெல் எழுதிய கீழைத்தேய வல்லாட்சி (ஓரியண்டல் டெஸ்போடிசம், 1957) எனும் நூலில் இந்த அரசு முறையை விரிவாகப் பேசுகிறார் (மேலும் விரிவுக்குக் காண்க: ஓ லேரி 1989; ஹபீப் 2022).

இந்த வகையான முடியாட்சிக்குப் பிறகு காலனியக் காலத்தின் நிலைமையையும் மார்க்ஸ் அவதானித்தார். 1853இல் 'இந்தியாவில் ஆங்கில ஆட்சியின் எதிர்கால முடிவுகள்' (த ஃபியூட்சர் ரிசல்ட்ஸ் ஆஃப் பிரிடிஷ் ரூல் இன் இண்டியா) எனும் கட்டுரையில் மார்க்ஸ் ஆங்கிலக் காலனி ஆட்சியானது இந்தியாவின் மரபார்ந்த சமூகக் கட்டமைப்பையும், உற்பத்தி முறையையும் சிதைத்துவிட்டது என முதலாளித்துவத்தைச் சாடினார்.

இந்தக் கட்டுரைக்குப் பிறகு மார்க்ஸ் மூன்று தொகுதிகளாக எழுதிய மூலதனம் (தாஸ் கேபிடல், 1867/1894) நூலில் இந்தக் கருத்தாக்கத்தை மேலும் விரிவுபடுத்திப் பேசினார். பண்டைக் காலத்தில் பல்வேறு புராதன சமூகங்களில் எவ்வாறு ஆசிய உற்பத்தி முறை செயல்பட்டது என்பதை விவாதித்தார். இதன் பின்னர் பலரும் இதனை விரிவாக விவாதிக்கத் தொடங்கினர்.

சீனா, இந்தியா, பெர்சியா, மெசபடோமியா முதலான இடங்களில் செயல்பட்ட ஆசிய உற்பத்தி முறைகளில் பின்வரும் மூன்று முக்கிய அம்சங்களை மார்க்சும் எங்கெல்சும் சுட்டிக்காட்டினர் (ஓ லேரி 1989).

1. அரசே நிலத்தை உடைமையாக்கிக்கொண்டது.
2. அரசே முழுமையான பொருளாதார சக்தியாக விளங்கியது.
3. அரசே நாட்டின் எல்லா வளங்களையும் நிர்வகித்தது.

மேற்கூறிய மூன்று அம்சங்களையும் சுருக்கமாகக் காண்போம்.

1. அரசின் பங்கு

ஆசிய உற்பத்தி முறையில் அரசே சர்வ வல்லமை கொண்டதாக விளங்கியது. குறிப்பாக, சமூகப் பொருளியல் தளத்தில் அரசு எல்லாவற்றையும் தன் கட்டுப்பாட்டில் வைத்திருந்தது. உற்பத்தி முறைகளை ஒழுங்கு செய்வதும் உற்பத்திப் பொருட்களை மீள வழங்குவதும் ஆகிய இரண்டையும் அரசு தன் கட்டுப்பாட்டில் வைத்திருந்தது. திறை வசூலித்தல், வரி வசூலித்தல் ஆகிய இரண்டையும் அரசு மிகுந்த கெடுபிடிகளுடன் நடைமுறைப் படுத்தியது (கிரேடர் 1975; டுன் 1982).

2. உடைமையும் அதிகாரமும்

ஆசிய உற்பத்தி முறையில் இன்னுமொரு முக்கிய அம்சம் என்னவென்றால் நிலத்தைக் கூட்டுடைமையாக அனுபவித்தல். அதாவது தனிமனிதர்கள் நிலத்தைத் தனக்கானதாக உரிமை கொண்டாட முடியாது. மற்றவர்களுடன் சேர்ந்து கூட்டாகப் பயிரிட முடியும். அந்த நிலத்தில் உழைக்கும் அதிகாரமும் தனிமனிதர் களிடம் இருக்காது. இவை இரண்டையும் சமூகம் கவனித்துக் கொண்டது. விவசாய நிலம், உற்பத்திக்கான கருவிகள், மனித

உழைப்பு ஆகிய அனைத்தையும் கிராம சமூகமே தன் வசம் கொண்டிருந்தது (கிரேடர் 1975).

3. கூட்டு உழைப்பு

ஆசிய உற்பத்தி முறையில் உழைக்கும் முறை தனிமனிதரிடம் இல்லை. அது சமூகம் சார்ந்ததாக இருந்தது. உழைக்கும் பாட்டாளிகள் தனிமனிதராகச் செயல்பட முடியாது. பெருங் குழுவாகவே இயங்க முடியும். அவர்களை உள்ளூர் அதிகாரிகள் அல்லது சமூகத் தலைவர்கள் நிர்வகித்தனர். ஒவ்வோர் ஊரிலும் இந்த உள்ளூர் குழுக்களே உற்பத்தி முறையைக் கவனித்துக் கொண்டன.

சுருக்கமாகச் சொன்னால் தேசம் முழுவதும் அரசாங்கத்தின் சொத்து. அரசே எல்லாவற்றையும் நிர்வகிக்கும், நடைமுறைப் படுத்தும். இதில் வேறு எவரும் தலையிட முடியாது. இப்படியான ஏகபோக உரிமையை 'ஆசிய வல்லாட்சி' (ஓரியண்டல் டெஸ்போடிசம்) என வரலாற்றாசிரியர்களும் அரசறிவியலர்களும் விவாதித்தனர் (ராய் 2013; ஓ லேரி 1989).

ஆசியச் சமூகம் ஒரு தேக்கநிலைச் சமூகம், அது தனக்கான வரலாற்றைக் கொண்டிராத சமூகம் என்று தொடக்கத்தில் மார்க்ஸ் கருதினார். மனித குலத்தில் ஆதியில் தோன்றிய புராதன சமூகத்தின் சிதைவால் ஆசிய உற்பத்திமுறை தோன்றியது என்றும் கருதினார். எனினும் தம்முடைய அடுத்தடுத்த எழுத்துகளில் பின்வரும் ஐந்து உற்பத்தி முறைகளை இனங்கண்டு தம் கோட்பாடுகளை விவாதித்தார்.

மனிதகுல வரலாற்றில் மார்க்ஸ் முன்னெடுத்த ஐந்து வகையான உற்பத்தி முறைகள் வருமாறு:

1. புராதன முறை (ட்ரைபலிசம்)
2. அடிமை முறை (ஸ்லேவரி)
3. நிலமானிய முறை (ஃபியூடலிசம்)
4. முதலாளித்துவ முறை (கேபிடலிசம்)
5. பொதுவுடைமை முறை (சோசியலிசம்)

இந்தியச் சமூக உருவாக்கத்தில் முதல் மூன்று உற்பத்தி முறைகள்

எவ்வாறிருந்தன, அவை உலகளாவிய முறைகளோடு ஒத்துப் போகின்றனவா, இல்லையா என்பன பற்றி மிகவும் விரிவான காத்திரமான விவாதங்கள் நடந்துள்ளன. கோசாம்பி *(1975)*, டி.என்.ஜா *(1979)*, ஆர்.எஸ். சர்மா *(1965)*, ரொமீலா தாப்பர் *(1984)* உள்ளிட்ட பலரும் இந்த விவாதத்தில் பங்கேற்றுள்ளனர். இது பற்றி இங்குப் பேசுவதற்கு இடமில்லை. எனினும் இந்திய வரலாற்றில் அடிமை முறை, நிலமானிய முறை, புராதன முறை ஆகியவை உலகளாவிய முறையிலிருந்தும் குறிப்பாக ஐரோப்பிய முறையிலிருந்து வேறுபடுவதையும் காண முடிகிறது (கிரேடர் 1975; காட்லியர் 1978).

மனித குல வரலாற்றில் இதுவரை தோன்றிய பழங்குடி முறை, அடிமை முறை, நிலமானிய முறை, முதலாளித்துவ முறை ஆகிய நான்கும் தமிழ்ச் சூழலில் எவ்வாறிருந்தன என்பதைச் சுருக்க மாகக் காண்போம். மார்க்ஸ் முன்மொழிந்த இந்த நான்கு படிநிலைகளும் தமிழகத்தில் வெவ்வேறு காலகட்டங்களில் தொழிற்பட்டிருந்தன.

1. பழங்குடி முறை

மனிதகுல வரலாற்றின் ஆதி நிலை இது. பண்டைத் தமிழகத்தில் குறிஞ்சி, முல்லை, நெய்தல், பாலை ஆகிய நான்கு திணை களிலும் பழங்குடித்தன்மை (ட்ரைபலிசம்) எனும் இனக்குழு வாழ்வு மேலோங்கி இருந்தது. இந்த வாழ்வு முறையைப் 'புராதனப் பொதுவுடைமை' (ப்ரிமிடிவ் கம்யூனிசம்) எனலாம். அக்காலகட்டத்தில் வர்க்க பேதமற்ற சமத்துவச் சமூகத்தின் வாழ்வுமுறையை (எகாலிடேரியனிசம்) இனக்குழுச் சமூகங்கள் கொண்டிருந்தன. இத்தகைய வாழ்வியல் கூறுகளின் மிக முக்கியமான மூன்று பண்புகளைச் சங்க இலக்கியம் மிகச் சிறப்பாகப் பேசுகிறது. அவை:

அ. பாதீடு: குறிஞ்சித் திணையில் ஆண்கள் வேட்டையில் ஈட்டிய இறைச்சியையும், பெண்கள் காடுகளில் சேகரித்த காடுபடு பொருட்களையும் குடியிருப்பில் இருந்த மூத்த தலைவி (கொடிச்சி) அனைவருக்கும் பங்கிட்டுக் கொடுத்தாள் (நற். 85). 'குடிமுறை பகுக்கும்' (நற். 336), 'கோள்முறை பகுக்கும்' (அகம். 89) முதலான கருத்தாக்கங்கள் மூலம் இதை அறியலாம்.

ஆ. கூட்டுண்ணுதல்: ஆதிப் பொதுவுடைமையின் அடுத்த முக்கியமான பண்பு சேர்ந்துண்ணுதல் ஆகும். இதைச் சங்க இலக்கியங்கள் வெகுவாகப் பேசுகின்றன. எ-டு:

1. *'கடறு கூட்டுண்ணும்' (பொருநர். 116)*
   வெப்பம் மிகுந்த காட்டில் கூடி உண்ணுதல்

2. *'அதர் கூட்டுண்ணும்' (அகம். 167)*
   கானகத்தில் மான்களை வேட்டையாடி கூட்டுண்ணுதல்

3. *'புணர் கூட்டுண்ணும்' (மதுரை. 761)*
   ஆயமொடு பசிதீர கூட்டுண்ணுதல்

4. *'புலம்பு கூட்டுண்ணும்' (நற். 33)*
   வழிப்பறி செய்து கூட்டுண்டு பசியாறுதல்

இ. வாழ்வியல் கடப்பாடு: ஆதிப் பொதுவுடைமையில் தனிமனித உந்துதல், ஆர்வம், பொருளீட்டுதல் முதலானவற்றைக் காண முடியாது. சக மனிதர்களைத் தாங்கிப் பிடிக்கும் கூட்டுணர்வே மேலோங்கி நிற்கும். இதைச் சங்க இலக்கியம் 'கடன்' எனும் கருத்தாக்கத்தோடு பேசுகிறது. எ-டு.:

1. *'பாண கடன்' (புறம். 201):* பாணர்களைக் காப்பாற்ற வேண்டிய கடமை

2. *'புரவுக் கடன்' (புறம். 149):* உயிர்களை மன்னன் காக்கும் கடமை. மக்கள், இரவலர், பாணன், புலவர் உள்ளிட்ட ஏனைய உயிர்களை மன்னன் காக்க வேண்டும் என்பது ஒரு கடனாக வலியுறுத்தப்பட்டது.

3. *'அருங்கடன்' (பதிற். 74, 22):* மக்கள் நலன் காக்கப் பிள்ளை பெறுதல் அருங் கடனாகக் கருதப்பட்டது. தென்புலத்தாருக்கான வருங்காலக் கடனை மகனே செய்ய முடியும். அதற்காகப் பிள்ளை பெற வேண்டும் என்பது ஒரு முக்கியக் கடனாகக் கொள்ளப்பட்டது.

இத்தகைய வாழ்வியல் முறைகளைக் கொண்டிருந்த இனக்குழுச் சமூகத்தைச் சீறூர் மன்னர், குறுநில மன்னர், முதுகுடி மன்னர்கள் வழிநடத்திச் சென்றனர். ஆனால் மூவேந்தர்கள் உருவெடுத்துப் பேரரசுகளை உருவாக்க முனைந்தபோது இந்தச் சீறூர், முதுகுடி,

குறுநில மன்னர்கள் அழித்தொழிக்கப்பட்டனர். அவர்களோடு ஆதியில் தோன்றிய இனக்குழு வாழ்வு முறையும் சிதைவுக் குள்ளானது (விரிவுக்குக் காண்க: பக்தவத்சல பாரதி 2018: 34-49).

2. அடிமை முறை

மார்க்ஸ் குறிப்பிடும் அடுத்த கட்ட உற்பத்திமுறை அடிமை முறையாகும். தமிழகத்தில் அடிமைமுறை சங்க காலம் தொடங்கி, சங்கம் மருவிய, பக்திக் காலம் ஊடாகக் காலனியக் காலம் வரை இருந்ததைக் காண முடிகிறது. ஆ. சிவசுப்பிர மணியனின் தமிழகத்தில் அடிமை முறை (2005), அ. கா. பெருமாளின் அடிமை ஆவணங்கள் (2021) புலவர் செ. இராசுவின் தமிழகத்தில் அடிமை முறையும் ஆள் விற்பனையும் (2023), ஜெயசீல ஸ்டீபனின் அய்ரோப்பியர் தமிழகத்திலிருந்து நடத்திய உலகளாவிய அடிமை வணிகமும் காலனிய அடிச்சுவடுகளும் (2023) முதலான நூல்கள் அடிமைமுறையை மிகவும் விரிவாகப் பேசுகின்றன. செ. போஸ், க. பன்னீர்செல்வம், எம்.ஏ. கிருட்டிணன் முதலானவர்களும் இதுபற்றி எழுதியுள்ளனர்.

புறநானூறு (24, 209), நற்றிணை (195), பட்டினப்பாலை, மதுரைக்காஞ்சி, மணிமேகலை முதலான இலக்கியங்கள் தொடங்கி, திருக்குறள் (608, 220, 1080), இராமாயணம் (5892), திருமந்திரம் (2578), பெரிய திருமொழி (1-9) முதலான இன்னும் பல இலக்கியங்களும் அடிமை முறையைப் பேசுகின்றன. கம்பர் (5892), திருநாவுக்கரசர் (387, 497), சேந்தனார் (6-4 : 10-4), சுந்தரர் (1-1) எனப் பலரும் இதனைக் குறிப்பிட்டுள்ளனர். இடைக் காலத்திலும் காலனியக் காலத்திலும் அடிமை முறை ஓர் உற்பத்தி முறையாக இருந்தது.

அடிமை ஆவணங்கள் (2021) எனும் தலைப்பில் அ. கா. பெருமாள் எழுதியுள்ள நூல் குமரி மாவட்டம், திருவிதாங்கூர் ஆகிய பகுதிகளில் நிலவிய அடிமை முறையை விளக்குகிறது. கிபி 8ஆம் நூற்றாண்டிலிருந்தே சான்றுகள் காட்டி இதைப் பேசுகிறார் நூலாசிரியர். இதற்கு முன்பு முதலியார் ஆவணங்கள் (2008), முதலியார் ஓலைகள் (2016) ஆகியவற்றை அடிப்படையாகக் கொண்டும் அடிமை முறைகளை ஆராய்ந்திருக்கிறார்.

அடிமை முறைக்குத் தீண்டாமை ஒரு காரணம் எனும் பொதுக் கருத்தை இந்த நூல் மாற்றுகிறது. கடன் சுமை, பஞ்சம் பிழைக்கக் குடிபெயர்தல், ஆதரவற்ற நிலை, சீதனமாக அடிமைகளைக் கொடுத்தல், சாதி விலக்கு செய்யப்பட்ட நிலை முதலான இன்னும் பல காரணங்கள் இருந்துள்ளதை இந்த நூலில் அ. கா. பெருமாள் பேசியுள்ளார்.

தமிழகத்தில் குறுநில மன்னர்களும் அவர்களிடம் உரிமை பெற்றவர்களும் அடிமைகளை வைத்திருந்தனர் (இராசு, செ. 2023: 41). சோழர்கள் போரில் யானை குதிரையோடு ஏராளமான பெண்களையும் கைப்பற்றி வந்ததைப் பல கல்வெட்டுகள் கூறுகின்றன (மேலது: 43). இவர்கள் அடிமைகளாகவே நடத்தப்பட்டனர்.

கோயிலுக்குத் தாமாக முன்வந்தும், பிறரால் கொடையாகக் கொடுக்கப்பட்டும், விற்கப்பட்டும் உள்ள அடிமைகள் பற்றிக் கிபி948 முதல் கிபி1568 வரை உள்ள கல்வெட்டுகளில் அறிய முடிகிறது (மேலது: 45). இந்தக் கால கட்டத்திற்குப் பிறகு அடிமை ஓலைகள் கிடைக்கின்றன. ஆள் ஏத்தி உடன்படிக்கை, ஒத்திச் சீட்டு, பிள்ளைக் கிரைய சாசனம், ஓலைக் கரணம், பள்ளி கிரைய சாசன முறி, பறை அடிமை விலைப் பிரமாணம் முதலான பல்வேறு வகைகளில் அடிமை ஆவணங்கள் தமிழகத்தில் கிடைத்துள்ளன (மேலது: 101-152).

ஆ. சிவசுப்ரமணியன், அ. கா. பெருமாள், புலவர் செ. இராசு ஆகிய ஆய்வாளர்கள் இந்த அடிமைகளின் வகைகளையும், தன்மைகளையும், காலச் சூழலையும் விரிவாக எழுதியுள்ளனர். தமிழகத்தில் மிக நீண்ட காலப் பகுதியில் அடிமை முறை நிலவியதைக் காணலாம்.

முடியாட்சிக்குப் பிறகு காலனிய ஆட்சியிலும் தமிழகத் திலிருந்து உலகின் பல்வேறு பகுதிகளுக்கு அடிமைகள் கரும்புத் தோட்டத்திற்கும், தேயிலை காப்பித் தோட்டங்களுக்கும், பிற பணிகளுக்கும் அனுப்பப்பட்டதை காலனியக் கால ஆவணங் களிலிருந்து அறிய முடிகிறது (ஸ்டீபன் 2018).

இனி, நிலமானிய காலத்தின் உற்பத்தி முறை குறித்துக் காண்போம்.

3. நிலமானிய முறை

அரசனுக்கு வேண்டிய சேவைகளைப் பிரபுக்கள் குடிமக்களைக் கொண்டு நிறைவேற்றினர். இதன் பொருட்டு அரசன் நிலங்களைப் பிரபுக்களுக்கு மானியமாக ஒதுக்கினான். தான் பெற்ற நிலமானியத்தில் குடிமக்களைக்கொண்டு பயிரிட்டு மகசூலை உருவாக்கிக் கொண்டான். மத்திய கால ஐரோப்பாவில் நிலமானிய முறை கிபி ஒன்பதாம் நூற்றாண்டு தொடங்கி பதினைந்தாம் நூற்றாண்டு வரை நீடித்தது (ஹிண்டஸ் 1975). இந்தியச் சூழலில் இது கிபி 300-1200 காலகட்டம் வரை இருந்தது (ராய் 2013). தமிழ்ச் சூழலில் இதன் தன்மைகள் எவ்வாறு இருந்தன எனச் சுருக்கமாகக் காண்போம். தமிழகத்தில் உருவான 'நிலக்கிழாரியம்' (ஃபியூடலிசம்) விரிவான தளத்தில் அறிய வேண்டிய ஒன்றாகும் (சுப்ரமணியன், என். 1966: 219-245). சுருக்கம் கருதி சில முக்கியமான அம்சங்களை மட்டும் நோக்குவோம்.

பிரமதேயங்கள்

பிராமணர்களுக்கென தனி ஊர்கள் கிபி 400களில் இருந்தன என்கிறார் கல்வெட்டியல் அறிஞர் ஏ. சுப்பராயலு (1977). பூலாங்குறிச்சிக் கல்வெட்டை சான்றாகக்கொண்டு இதனைக் குறிப்பிடுகிறார்.

வேந்தர்கள் பிராமணர்களுக்குத் தானமாக்கிய நிலதானங்கள் பிரமதாயம், பிரமதேயம், மங்கலம், சதுர்வேதிமங்கலம், தேவதானம், மடப்புரம், பள்ளிச்சந்தம் என்றெல்லாம் அறியப் பட்டன (மகாலிங்கம், டி.வி.1951: 86-91). பிராமணரின் நிலங்கள் 'அகரப் பற்று' என்றும் அழைக்கப்பட்டன (ஸ்டீபன் 2018: 15). சிலப்பதிகாரத்திலேயே (கிபி 300) மறையோர் உறைபதி, மறையோர் இருக்கை பற்றி அறிய முடிகிறது.

வேந்தர்கள் பிரமதேயங்களைத் தானமாக்கிய போது ஊரையும் ஊரிலுள்ள குடிகளையும் சேர்த்தே தானம் கொடுத்தனர். கிபி 5ஆம் நூற்றாண்டு முதல் 15ஆம் நூற்றாண்டு வரை தொண்டை மண்டலத்தில் 165 பிரமதேயங்களும், நடுநாட்டிலும் சோழ நாட்டிலும் 180 பிரமதேயங்களும், பாண்டிய நாட்டில் 205 பிரமதேயங்களும் இருந்தன என்று கல்வெட்டு அறிஞர்களும்

வரலாற்று அறிஞர்களும் குறிப்பிடுகின்றனர் (சுப்பராயலு, ஏ. 1973; ஸ்டீயின் 1980: 150, 308-9; நீலாவதி, சீ. 2001). நல்லூர் எனும் பின்னொட்டுள்ள சில ஊர்களும் பிரமதேயங்களாக விளங்கின (வேதாசலம், வெ. 2019: 101).

ஆய்வாளர் சீ. நீலாவதி என்பவரின் ஆய்வுப்படி சோழர் காலத்தில் சுமார் 892 ஊர்களில் 402 பிரமதேயங்கள் இருந்தன. அவற்றில் 205 சதுர்வேதிமங்கலங்கள் இருந்தன என்றும், 118 ஊர்ச் சபைகள் எனக்கூடிய ஊராட்சி மன்றங்கள் இயங்கி வந்தன என்றும் அறிகிறோம் (நீலாவதி, சீ. 2001: 173). இத்தகைய சபைகள் 'ஊர்' என்றே அழைக்கப்பட்டன என்கிறார் நொபொரு சுராஷிமா (1995: 21). 'பருடை' என்ற வழக்கையும் குறிப்பிடுகிறார் (மேலது: 24). பாண்டிய நாட்டில் கிபி8-14ஆம் நூற்றாண்டு களில் ஏறக்குறைய 262 பிரமதேயங்கள் இருந்தன என்கிறார் வெ. வேதாசலம் (2019: 138).

இந்தப் பிரமதேயங்கள் ஏகபோக பிரமதேயம், அகர பிரமதேயம், அகரம், அக்ரஹாரம் எனப் பலவாறு அழைக்கப்பட்டன. பிராமணக் குடித்தலைவர் ஒருவருடைய மீயாட்சி (மேலாண்மை) உரிமையில் இருந்ததால் அது 'ஏகபோகப் பிரமதேயம்' எனப் பட்டது. பிராமணர் குடியிருப்புகள் அகரம், அக்ரஹாரம் எனவும் அழைக்கப்பட்டன.

அரசன் முடிசூடிக்கொண்டபோது வேதங்கள் ஓதி கடமை யாற்றியதற்காக வழங்கப்பட்ட தட்சணை 'சாசனமங்கலம்' எனப்பட்டது. பிராமணர்களின் உபநயனச் சடங்குகளுக்காக வழங்கப்பட்ட பிரமதேயம் 'உபநயன மங்கலம்' எனப்பட்டது. வேள்வி இயற்றப்பட்ட ஊர் 'வேள்விக்குடி' எனப்பட்டது.

பல்லவ மன்னன் இரண்டாம் நந்திவர்மன் (ஏறக்குறைய கிபி 731-796) கொடுகொல்லி எனும் கிராமத்தை ஜேஷ்டபாத சாமயாஜி எனும் வேத விற்பன்னருக்கு 'ஏகாதீரமங்கலம்' என்கிற புதிய பெயரில் தானம் கொடுத்தார் (மீனாட்சி, சி.1977: 177).

பிரமதேயங்களில் குடியமர்ந்த பிராமணர்கள் வேந்தர்கள் தானமளித்த விவசாய நிலங்களைப் பயிரிட முடியவில்லை. அவர்களுக்கு விவசாயம் தெரியாது. அதனால் விவசாயிகளைக் கொண்டே பயிரிட்டனர். நிலவுடைமைப் பிராமணர்களிடம்

குடிகளாக அமர்ந்து அவர்களின் நிலங்களைப் பயிரிட்டதனால் விவசாயிகளுக்குக் 'குடியானவர்' எனும் வழக்கு ஏற்பட்டது. இந்த பிராமணக் குடும்பங்களுக்கு இவர் குடியாக ஆனவர் எனும் பொருளில்தான் குடியானவர் எனும் சொல் வழக்கு தோன்றியது. இதனால் பிரமதேயங்களில் 'நிலவுடைமையாளர்', 'நிலத்தில் உழைப்போர்' எனும் இருவகைப் பிரிவினர் காணப்பட்டனர். சங்க காலத்தில் நிலவிய 'உழுதுண்போர்', 'உழுவித்துண்போர்' எனும் பாகுபாடு இடைக்காலத்திலும் காணப்பட்டது.

பிரமதேயங்களில் பயிர் செய்து வந்த விவசாயிகள் 'கடமை' எனும் வரியை அரசுக்குச் செலுத்தி வந்தனர். வரி நிலுவை ஏற்பட்டபோது நில உரிமையாளராகிய பிராமணர்களைக் கைது செய்யாமல், விவசாயப் பெருங்குடியினரைக் கைது செய்து சிறையில் அடைத்தனர் (மேலது: 15). ஒரு கால கட்டத்தில் சிவ பிராமணர்கள் 'பேர் கடமை' எனும் வரியை அரசுக்குச் செலுத்தி வந்தனர்.

பிராமணர்கள் பிரமதேயங்களில் வாழ்ந்து வந்தாலும் பொது மக்கள் தமிழ் மரபுப்படி பேச்சு வழக்கில் அந்த இடங்களைப் 'பிராமணச்சேரி' என்றே அழைத்தனர். இங்குச் சாணார்கள் உள்ளிட்ட இன்னும் பல சாதியினரும் வாழ்வதற்குத் தடை விதிக்கப்பட்டிருந்தது.

தமிழகத்தில் பிராமணர்கள் 7ஆம் நூற்றாண்டிலிருந்து பெருமளவு குடியமர்த்தப்பட்டனர். அப்போது பிரமதேயங்கள் உருவாக்கப்பட்டதற்கு மக்கள் எதிர்ப்பு காட்டியுள்ளனர். இதனைத் தளவாய்புரம் செப்பேடு கூறுகிறது (குருக்கள், ராஜன் 1965: 161-63). புதிய பிரமதேயங்கள் வெள்ளான் வகை ஊர்களைப் பெரிதும் பாதித்ததால் அந்த நிலங்கள் பிராமணர்களிடமிருந்து திரும்ப பெறப்பட்டன என்று வேள்விக்குடிச் செப்பேடு தெரிவிக்கிறது (EI. VA. XVII. No.16, 298-304).

முடியாட்சிக் காலத்துக் கிராமங்களைக் காணும்போது பிரமதேயங்களைக் காட்டிலும் பழமையானவை வெள்ளான் வகை ஊர்கள் (வெள்ளான் ஊர்கள்). இவ்வகை ஊர்களின் வளர்ச்சி முறையை ஆராய்வதால் தென்னிந்தியக் கிராமச் சமூகத்தின் வளர்ச்சியை அறிய முடியும். சோழர் ஆட்சியின்

அதிகாரக் கட்டமைப்பைப் புரிந்துகொள்வதற்கு அக்கால ஊர்களைப் பற்றிய ஆய்வை நொபொரு கராஷிமா வரலாற்றுப் போக்கில் தென்னகச் சமூகம்: 1 சோழர் காலம் (850-1300) எனும் நூலில் (1995) செய்துள்ளனர்.

சோழர் கால ஊர்களை அறிய உதவும் மூலச் சான்றுகள் கல்வெட்டுகள் மட்டுமே. இவை கோயில் கொடை பற்றிப் பேசுவதால் பிரமதேயங்களைப் பற்றிப் பேசுமளவிற்கு வெள்ளான் ஊர்களைப் பேசவில்லை (மேலது: 22).

அந்தக் காலத்தில் பிரமதேயங்களைவிட வெள்ளான் ஊர்களே அதிகமாகும். ஆகவே வேந்தர்கள் இத்தகைய ஊர்களைத் தம் கட்டுப்பாட்டுக்குள் வைத்திருக்க விரும்பினார்கள். பிரமதேயங்கள் சிறுபான்மையாகவே இருந்தன. இவை அரசர்களால் ஏற்படுத்தப் பட்டவை என்பதால் அரசின் அரவணைப்பு எப்போதும் இருந்தது. அரசர்களுக்கும் பிராமணர்களுக்கும் நெருங்கிய உறவு இருந்தது.

சோழர் ஆட்சியில் ஊர்களே மிகச் சிறிய நிர்வாக அலகாகும். நிர்வாகத்தின் பொருட்டுச் சோழர் தேசம் மேலிருந்து கீழாகப் பிரிவுகள் உருவாக்கப்பட்டன. மண்டலங்கள் வளநாடுகளாகவும், வளநாடுகள் நாடுகளாகவும், ஒவ்வொரு நாடும் சில ஊர்களாகவும் நிர்வாகம் செய்யப்பட்டது (கராஷிமா 1995: 60).

சங்க காலம் வீரயுகக் காலம். சீறூர் மன்னர்கள், முதுகுடி மன்னர்கள், குறுநில மன்னர்கள் ஆகியோருக்கிடையே தொறுப் பூசல்கள் அடிக்கடி நடக்கும். சங்க காலத்தில் நிகழ்ந்த தொறுப் பூசல் வேறு, போர்கள் வேறு என்பதைக் கவனத்தில் கொள்ள வேண்டும் (பூங்குன்றன், ர. 2016: 19-30).

ஆநிரை கவர்தலும், ஆநிரை மீட்டலும் (தொறுப் பூசல்) மிக முக்கியமான ஆகோள் பூசல்களாகும். கூடவே எதிரி நாட்டி லிருந்து கொள்ளையடித்தலும் மிக முக்கியமான செயல்பாடு களாகும். தொறுப் பூசல்களில் பெரும் வெற்றி காணும் வீரர்களுக்கு அந்தக் காலத்தில் மன்னர்கள் நிலங்களையும் கிராமங்களையும் தானமாக வழங்கினார்கள்.

போரில் வெற்றி பெற்ற போர்த் தளபதிகளுக்கு மன்னர்கள் வழங்கிய நில தானங்கள் வீரர்களுடைய தேவைக்கும் அதிகமாகவே

இருந்தன. கேரள வரலாற்றறிஞர் எம். ஜி. எஸ். நாராயணன் 'சங்க காலத்தில் போர் மறவர் வாழிடங்கள்' (வாரியர் செட்டில் மெண்ட்ஸ் இன் த சங்கம் ஏஜ், 1982) எனும் கட்டுரையில் இதுபற்றி விவாதிக்கிறார்.

சீறூர் மன்னர்கள், முதுகுடி மன்னர்கள் முதலான குடித் தலைவனாட்சி (சீஃப்டன் ரூல்) முறை நடந்துகொண்டிருந்த ஆரம்ப கால நிலமானிய முறையில் போரில் ஈட்டிய வெற்றிக்காக நிலங்களைத் தானமாகப் பெற்றார்கள்.

இதனையே பின்னாளில் வேந்தர்கள் தேசத்தின் ஆட்சி சிறப்படைவதற்கு வேள்விகள் செய்தும் கோயில்களைப் பராமரிப்பு செய்தும் வந்த பிராமணர்களுக்குப் பிரமதேயங்களை வழங் கினார்கள். பிரமதேயங்களுக்கு ஒரு முன்வடிவம் போர் வீரர்கள் பெற்ற தானம் என்பதை நாம் இங்குக் கருத்தூன்றி கவனிக்க வேண்டும்.

ஆரம்ப கால நிலமானிய முறையிலும் சரி, வளர்ச்சி பெற்ற நிலமானியத்திலும் சரி 'மறுபங்கீடு' (ரீடிஸ்டிரிபியூஷன்) என்பது மிக முக்கியமான பொருளாதாரச் செயல்பாடாக இருந்தது. மன்னனிடம் வந்து சேர்ந்த/குவிந்த பொருட்களையும் நிலங் களையும் படைத் தளபதிகளுக்கும் வேள்வி, யாகம் செய்யும் பிராமணர்களுக்கும் மீளத் தருதல் மன்னனின் கடமையாக இருந்தது. நிலமானிய ஆட்சி முறையின் ஓர் அம்சமாக பிரம தேயங்கள் விளங்கின.

முற்சோழர் காலத்தில் வெள்ளான் ஊர்கள் சமூக உடைமையாக இருந்தன. பிற்சோழர் காலத்தில் அந்த ஊர்கள் தனியார் உடைமை யாக மாறிவிட்டன. நிலக்கிழார்கள் தோன்றத் தொடங்கினர். பலர் ஒன்றுக்கும் மேற்பட்ட ஊர்களில் சொத்துக்கள் கொண்ட நிலப்பிரபுக்களாக மாற்றமடைந்தனர் (மேலது: 7). இந்த மாற்றம் ஆங்கிலேயர் காலத்தில் வேறு வடிவமாக மாறியது. அதாவது ஆங்கிலேயர் கால மிராசுதாரர் ஊர்களின் முன்னோடியாக பிரமதேயங்கள் இருந்தன. வரலாற்று அறிஞர் அப்பாதுரை (1990) வரியிலா ஊருக்குச் சோழர்கால பிரமதேய ஊரைத் தொடர்பு படுத்தியும், வெள்ளான் ஊருக்கு ஆங்கிலேயர் கால ரயத்துவாரி ஊரைத் தொடர்புபடுத்தியும் ஒப்பிடுவார்.

தமிழ்ச் சமூகத்தில் மன்னர்கள் காலத்தில் நிலவிய நிலமானிய முறைகளுக்கடுத்து ஆங்கிலேயர்கள் காலனி ஆட்சிக் காலத்தில் பின்வரும் மூன்று முக்கிய நிலவருவாய் (நிலமானிய) திட்டங்களைக் கொண்டு வந்தனர்.

1. **சமீன்தாரி முறை:** வட இந்தியாவில் பல்வேறு பகுதிகளில் இம்முறை 1753இல் கொண்டு வரப்பட்டது. கார்ன் வாலிஸ் பிரபு இதனை அறிமுகப்படுத்தினார். பெரும் நிலக்கிழார்கள் (சமீன்கள்) விளைநிலங்களைக் குடியானவர்களுக்குக் குத்தகைவிட்டு விளைச்சலில் ஒரு பகுதியை ஆங்கில அரசுக்கு வரியாகக் கட்ட வேண்டும். ஆங்கிலேயர் காலத்தில் 572 சமஸ்தான மன்னர்களும், ஏராளமான சமீன்தார்களும் இருந்தனர் (ஜெயராஜ் 2010).

2. **இரயத்வாரி முறை:** 'ரயத்து' என்றால் உழவர் என்பது பொருள். ஆங்கில அரசு நிலத்தில் பயிர் செய்யும் உழவர்களிடமிருந்து நேரடியாக வரி வசூல் செய்யும் முறையை உருவாக்கியது. இதை 1820இல் சென்னை மாகாண ஆளுநராக விளங்கிய சர் தாமஸ் மன்றோ கொண்டு வந்தார். உழவர்களிடமிருந்து வரி வசூலித்து அரசுக்குக் கொடுக்க இடையில் தரகர்களோ வேறு அமைப்புகளோ ஏதுமில்லை. நேரடி வரி வசூல் முறையாக இது நடைமுறைப்படுத்தப்பட்டது (முகர்ஜி 1962; ராய் 2006; ஹபீப் 2006).

3. **மகல்வாரி முறை:** 1822இல் வடஇந்தியாவில் ஹோல்ட் மெக்கன்சி என்பவரால் உருவாக்கப்பட்ட நில வருவாய் பெறும் முறை இது. இந்தியாவில் கிராம அளவிலான சுயாட்சியைப் பாதுகாப்பதற்காக இந்த முறை உருவாக்கப்பட்டது. 'மஹால்' எனும் இந்திச் சொல்லிலிருந்து இந்தப் பெயர் உருவானது. கிராமங்களிலிருந்து உருவாக்கப்பட்ட சமூகம் இது. இந்தக் குழுவினரும் நிலப்பிரபுக்களும் சேர்ந்து கிராமங்களில் வரி வசூல் செய்து அரசிடம் ஒப்படைக்க வேண்டும் (ஹுசைன் 2012; ராய் 2006; ஹபீப் 2002).

காலனி ஆட்சி முடிவுக்கு வந்த பிறகு மேற்கூறிய நிலமானிய முறைகள் சுதந்திர இந்தியாவில் சட்டங்கள் மூலம் நீக்கப்பட்டன. இனி திராவிட உற்பத்தி முறை பற்றிக் காண்போம்.

திராவிட உற்பத்தி முறை

உலகில் ஒவ்வொரு நாட்டிலும் தேசத்திற்கான பொருளியல் சித்தாந்தம் என ஒன்றும், நேரடி வாழ்வாதாரத்திற்கான உள்ளூர் சித்தாந்தம் என மற்றொன்றும் செயல்படுவதைக் காண முடியும். முதலாவது 'அரசியல் பொருளாதாரம்' என்றும், இரண்டாவது 'குடும்பப் பொருளாதாரம்' (டொமெஸ்டிக் எகானமி) என்றும் வேறுபடுத்திக்கொள்ளலாம். இந்த இரண்டுக்கும் தொடர்ச்சி உண்டு என்றாலும் புறவய நிலையில் எதிரெதிராக இயங்குவது போல் தோன்றும்.

முதல் வகை, தேசத்தின் அரசியல் கட்டமைப்பைச் சார்ந்து உருவாக்கப்படும் பொருளாதார முறை. இது ஒரு நாட்டின் அரசமைப்பு, சட்ட திட்டங்கள், கொள்கைகள், உற்பத்தி, விநியோகம், நுகர்வு, மூலதனம் முதலானவற்றால் கட்டமைக்கப்படுவது.

இரண்டாம் வகை 'குடும்பப் பொருளாதாரம்' எனக் கண்டோம். இது முதல் வகையின் அடிமட்டத்தில் செயல்படும் ஒரு நுண்ணிய அலகாகும். மனிதகுல வரலாற்றில் ஆதிப் பொதுவுடைமை தொடங்கி இன்றைய முதலாளித்துவம் வரையில் அடிமட்ட நுண்வடிவம் குடும்பமாகவே உள்ளது. இது ஆதி காலம் முதல் இன்று வரை நிலைத்திருக்கும் மிகவும் முக்கியமான ஒரு சமூக நிறுவனம். மனித குல உற்பத்தி முறையில் குடும்பத்தின் அசை வியக்கம் தவிர்க்க முடியாதபடி தொடர்ந்துகொண்டிருக்கிறது.

இத்தகைய குடும்பத்தைத் தீர்மானிப்பது திருமண முறை. குடும்பமும் திருமணமும் தனித்தனியானவை அல்ல. நாணயத்தின் இரண்டு பக்கங்கள் போல ஒன்றுக்கொன்று ஊடாடுபவை. திருமண முறைகள் உற்பத்திக்கான குழுவை உருவாக்குவதில் நேரடித் தாக்கம் செலுத்துகின்றன.

திராவிடச் சமூகம் உள்ளிட்ட தமிழ்ச் சமூகத்தின் பழம்பெரும் திருமணமுறை 'முறைமணம்' என்கிற உறவுத் திருமணங்கள் (கிராஸ்-கசின் மேரேஜ்) ஆகும். அதாவது, அத்தை மகள், தாய்மாமன் மகள், சொந்த அக்காள் மகள் ஆகிய முறைப் பெண்களை உரிமை பாராட்டி மணப்பதாகும். அதனால் இவ்வகை மணத்தை முறை மணம், உரிமை மணம், உறவுத் திருமணம் என்றெல்லாம் கூறுவதுண்டு.

இந்த முறைமணங்கள் திராவிடச் சமூகம் கண்டெடுத்த ஓர் உட்சபட்ச உற்பத்தி அமைப்பாகும். உலகளாவிய நிலையில் பார்க்கும்போது பண்டைய நாகரிகங்களில் திராவிடர்கள் உருவாக்கியது நீர்ப்பாசன வேளாண் நாகரிகம் (ஹைட்ராலிக் சிவிலைசேஷன்) ஆகும். கல்லணை கட்டி தேசம் முழுக்க நீர்ப்பாசன வசதி செய்து பயிர் செய்கையை விரிவுபடுத்தியது இந்த நாகரிகத்தின் சாதனையாகும். இதற்கு மாறாக மேற்குலகில் உருவானது தொழில்நுட்பம் மையமிட்ட நாகரிகம் (டெக்னோ செண்ட்ரிக் சிவிலைசேஷன்).

திராவிடச் சமூகம் முறைமணங்களைக் கண்டுபிடிப்பதற்கு முன்னர் மணப்பெண்ணுக்குப் பரிசம் கொடுத்து மணக்கும் பரிச மணத்தையே கொண்டிருந்தது. சங்க இலக்கியங்களில் இதற்குத் தக்க சான்றுகள் உள்ளன.

பண்டைத் தமிழ்ச் சமூகம் பெண்ணின் உழைப்பைப் பெரிதும் போற்றியது. திருமணத்தின் மூலம் உழைக்கும் பெண் புகுந்த வீட்டுக்குச் செல்லும்போது பிறந்தகத்தில் உழைக்கும் ஆள் ஒருவர் குறைந்துவிடுகிறார். அதனால்தான் அதற்கு ஈடுகட்டும் முகமாக மணமகன் வீட்டார் மணப்பெண் வீட்டாருக்குப் பரிசம் (ப்ரைட்-பிரைஸ்) கொடுத்துத் திருமணம் செய்தனர். பெண்ணுக்குப் பரிசம் கொடுத்து மணக்கும் முறை தொல் திராவிட முறையாகும்.

நீர்ப்பாசன வேளாண்மையானது வாழ்வின் முக்கிய ஆதாரமாக மாறிய பின்னர் திராவிடச் சமூகம் இரண்டு உத்தி முறைகளை உருவாக்கிக்கொண்டது. அவை:

1. நீர்ப்பாசன வேளாண்மைக்கு அடிப்படை ஆதாரம் நிலமும் நீரும் ஆகும். அது திருமணத்தால் சிதறிவிடாமல் அந்தக் குடும்பத்திற்குள் தொடர்ந்து காப்பாற்றப்பட வேண்டும். இந்த நோக்கத்தில் திராவிடச் சமூகம் கண்டுபிடித்ததே 'இருவழி முறைமணம்' (பைலேடெரல் கிராஸ்-கசின் மேரேஜ்) ஆகும். அதாவது, தந்தை வழியில் அத்தை மகளையும், தாய் வழியில் தாய்மாமன் மகளையும் திருமணம் செய்துகொள்ளும் இருவழி முறையை உருவாக்கினர். இவ்விரு வழியிலும் முறைப்பெண்கள் இல்லாதபோது

சொந்த அக்காள் மகளைத் திருமணம் செய்யலாம் எனும் முறையையும் கண்டுபிடித்தனர். இது விவசாய நாகரிகத்தில் நிலமும் நீரும் சிதறக்கூடாது என்பதற்காகக் கண்டுபிடிக்கப் பட்ட உத்திமுறை.

2. வேளாண் நாகரிகம் தோன்றுவதற்கு முன்னர் குறிஞ்சி, முல்லைத் திணைகளில் பரிசத் திருமணம் இருந்தது. அதனைத் திராவிடச் சமூகம் நீண்ட காலகட்டத்திற்குக் கொண்டு செல்லவில்லை. பரிசம் இல்லாமலே திருமணம் நடைபெற வேண்டுமென்ற வழிமுறையைக் கண்டு பிடித்தனர். அதன் விளைவாகவே இருவழி முறைமணம் ஏற்பட்டது. பரிசம் கொடுப்பதைத் தவிர்ப்பதற்காகவே முறைமணம் கண்டறியப்பட்டது. இது மனிதகுல வரலாற்றில் செலவில்லாமலேயே உழைப்பின் பாத்திரத்தை அனுபவிக்கும் முறையாக உருவானது. திராவிடத்தின் அரிய கண்டு பிடிப்பாகவும் கொடையாகவும் இது விளங்குகிறது.

குடும்பமும் திருமணமும் அடிப்படையில் பொருள் உற்பத்திக் கான குழுவை உருவாக்குகின்றன. இருவழி முறைமணத்தையும் தாண்டி திராவிடச் சமூகம் இன்னும் சில கூறுகளையும் உருவாக்கி யுள்ளது. சங்க காலத்தில் தொன்முறை மனைவி எனப்படும் முதல் மனைவிக்குக் குழந்தைப்பேறு இல்லாதபோது பின்முறை வதுவை எனும் இரண்டாம் மனைவியைத் திருமணம் செய்து கொண்டு குழந்தைப் பேற்றைப் பெற்றனர். உற்பத்திக்காக உழைக்கும் மக்களை எப்படியாவது பெற வேண்டும் என்பதே இதன் நோக்கம்.

இன்னும் இரண்டு முக்கிய அம்சங்களையும் இங்குக் கவனிக்க வேண்டும். பரிசம் கொடுத்துத் திருமணம் செய்த பிறகு மணப்பெண் நீண்ட காலம் மலடியாக இருந்தாலோ, அகால மரணம் அடைந்தாலோ பரிசம் கொடுத்து மணந்துகொண்ட குடும்பத்தாருக்கு நட்டம் ஏற்படும். அதனை ஈடுகட்டும் முகமாக அந்தப் பெண்ணின் இளைய சகோதரியைத் திருமணம் செய்து கொடுப்பார்கள். அவள் தன் அக்காள் வீட்டில் குல விருத்தியையும் நிலத்தில் உழைப்பையும் செய்வாள். இத்தகைய ஏற்பாட்டை 'மைத்துனி மணம்' (சோரோரேட்) என்பதுண்டு.

இதற்கு மாறாகக் கணவன் அகால மரணமடைந்தாலோ, குல விருத்தி செய்ய முடியாவிட்டாலோ, கணவனின் தம்பி அண்ணியுடன் குடும்ப வாழ்வு மேற்கொள்வார். தாம்பத்ய வாழ்வு இல்லாவிட்டாலும் அண்ணனின் இறப்புக்குப் பின்னர் அவர் ஓர் ஆண் துணையாக அண்ணியுடன் வாழ்வார். அண்ணன் பெற்ற பிள்ளைகளுக்கு இவர் தகப்பனாகவும் பங்காற்றுவார். இத்தகைய மணம் 'மதனி மணம்' (லெவிரேட்) எனப்பட்டது.

மேற்கூறிய மணமுறைகள் எல்லாம் திராவிடச் சமூகங்கள் நிலத்தில் உழைக்கும் மனித வளத்தைச் சமநிலையில் வைத்திருப்பதற்காகக் கண்டெடுக்கப்பட்டவை. அதனாலேயே திராவிட உற்பத்தி முறையை 'உறவுமுறை சார்ந்த உற்பத்தி முறை' (கின் பேஸ்டு ப்ரோடக்டிவ் சிஸ்டம்) என மானிடவியல் வழக்கில் கூறுவதுண்டு (கோ 1979).

திராவிட உற்பத்தி முறை அடிப்படையில் 'உறவுமுறை' சார்ந்தது. வேறெந்த உற்பத்தி முறைக்கும் இந்தத் தன்மை இல்லை. உலகளாவிய நிலையில் இது தனித்துவமானது (ட்ரவுட்மன் 1981). இன்று உலகில் 10,500க்கும் மேற்பட்ட தேசிய இனங்கள் உள்ளன; 6700க்கும் மேற்பட்ட மொழிகள் பேசப்படுகின்றன. இவ்வளவு பன்மைத்துவம் இருந்தாலும் மனித குலத்தில் ஆறே ஆறு வகையான உறவுமுறைகள் (கின்ஷிப் சிஸ்டம்) மட்டுமே உள்ளன. அவற்றில் ஒன்று 'திராவிட உறவுமுறை' (டிரவிடியன் கின்ஷிப்). இதன் தனித்தன்மைகளைத் தாமஸ் ட்ரவுட்மன் (டிரவிடியன் கின்ஷிப், 1981) என்பாரும், பிறமலைக் கள்ளர்களை ஆராய்ந்த பிரெஞ்சு மானிடவியலர் லூயி துய்மோன் என்பவரும் மிகவும் விரிவாகப் பேசியுள்ளனர். (விரிவுக்குக் காண்க: பக்தவத்சல பாரதி, தமிழர் மானிடவியல், பண்பாட்டு மானிடவியல்).

திராவிட உறவுமுறையின் தனித்துவமே அதன் முறைமணம். இது தமிழ்ச் சமூகத்தில் சங்க காலத்திலேயே காணப்பட்டது என ஊகிக்க இடமுண்டு (குறுந். 229). மணிமேகலையில் உறுதியான சான்று உள்ளது. தேவதத்தன் தன் மாமன் மகள் விசாகையைத் திருமணம் செய்தான் என்கிறது மணிமேகலை. இதைவிட மேலும் தொன்மையான சான்றுகளும் உள்ளன.

பாகவத புராணத்தில் கிருஷ்ண பகவான் தன் அத்தைப் பெண்களாகிய மித்ரவிந்தா, பத்ரா ஆகிய இருவரையும் மணந்து கொண்டார். அர்ச்சுனனின் மனைவி சுபத்ரா தாய்மாமன் மகளாவார். புத்தபெருமான் தன் அத்தை மகள் யசோதாவைத் திருமணம் செய்துகொண்டவர். சிவாஜியின் மகள் சுக்குபாய் தன் தாய்மாமன் மகனைத் திருமணம் செய்துகொண்டார் (ட்ரவுட்மன் 1981).

மகாபாரதக் காலத்தில் வட இந்தியாவில் அத்தை மகள், தாய்மாமன் மகள் ஆகியோரை மணக்கும் முறை பரவலான ஒரு மணமுறையாக இருந்துள்ளது. இவற்றின் தொடர்ச்சியாகவே இன்று வட இந்தியாவில் ஏழு மாநிலங்களில் பரவி வாழக்கூடிய திராவிடப் பழங்குடி கோண்டுகள் முறைமணங்களை 'தூத்லவ்தவா' என்கின்றனர். இதன் பொருள் 'மீளும் பால்' (ரிடர்ன் ஆஃப் மில்க்) என்பதாகும். இந்தத் தலைமுறையில் பெண் கொடுத்து அடுத்த தலைமுறையில் மீள அங்கிருந்து பெண் பெறுவதை இது குறிக்கிறது.

மனைவி வீட்டாருக்குப் பரிசப் பணம் கொடுத்து மணந்து வந்தவனுக்கு, அந்தப் பணம் தன் மனைவியின் சகோதரர் மகனுக்குத் தன் மகளைத் திருமணம் செய்வதன் வழி அது மீள கிடைத்துவிடுகிறது. 'மச்சான் மகனுக்குத் தன் மகளைக் கொடுப்பதன் மூலம் தான் கொடுத்த பரிசம் மீள வந்து சேருகிறது.' இதுவே முறைமணத்தின் பொருளியல் அடிப்படை. வட இந்தியாவில் இன்றுள்ள திராவிடப் பழங்குடிகளிடமும், திராவிடம் அல்லாத சில குடிகளிடமும் முறைமணம் காணப்படுகிறது. இது வரலாறு நெடுக அந்த மக்கள் திராவிடர்களோடு கொண்டிருந்த தாக்கத்தின் அடிப்படையில் நிகழ்கிற ஒன்றாகும்.

பின்னுரை

ஆசிய உற்பத்தி முறை என்பது இந்தப் பிரதேசத்தில் கட்டமைந்த அரசியல் பொருளாதார முறையாகும். அந்தப் பருநிலைப் பொருளாதாரத்தில் எல்லாக் கட்டங்களிலும் வரலாறு நெடுக திராவிட உறவுமுறை சார்ந்த உற்பத்தி முறை (முறைமணத்தால் உருவாக்கப்பட்ட பொருள் உற்பத்திக் குழு) நுண் பொருளியல்

இயங்கியலாக நிகழ்ந்துவந்துள்ளது. ஆதிப் பொதுவுடைமைக் காலம் தொடங்கி, அடிமைக் காலம், நிலமானியக் காலம், காலனியக் காலம் (முதலாளித்துவம் ஏற்பட்ட காலம்) ஊடாக இன்றுவரை முறைமணங்கள் தொடர்ந்துகொண்டுள்ளன. இன்றைய தமிழ்ச் சமூகம் தொழில்துறை சமூகமாக மாறிவரும் சூழலில் முறைமணங்களின் எண்ணிக்கை குறைந்து வருகிறது.

எனினும் அது மகாபாரதக் காலத்திலிருந்து இன்று வரை தொடரும் வகையில் தன் நிலைபேற்றைத் தக்கவைத்துள்ளது. பருநிலையில் தொழிற்பட்ட ஆசிய உற்பத்தி முறையில், ஒரு நுண் அலகாகத் திராவிட முறை (முறைமணத்தால் ஏற்பட்ட குடும்ப உற்பத்திக் குழு) வரலாறு நெடுக வந்துகொண்டிருக்கிறது.

உசாத்துணை

Dunn, Stephen P. 1982. *The Fall and Rise of the Asiatic Mode of Production.* London: Routledge and Kegan Paul.

Fox, Richard G. 1971. *Kin, Clan, Raja and Rule.* Berkeley: University of California Press.

Godelier, Maurice. 1978. The Concept of the Asiatic Mode of Production and Marxist Models of Social Evolution. In David Seddon, ed., *Relations of Production: Marxist Approaches to Economic Anthropology.* London: Frank Cass and Co. Ltd.

Gough, Kathleen. 1979. Dravidian Kinship and Modes of Production. *Contributions to Indian Sociology* (N.S.), Vol. 13, No. 2.

—.1980.'Modes of Production in Southern India'. *Economic and Political Weekly,* Vol. 15, No.5/7: 337-364.

Gurukkal, Rajan. 2010. *Social Formation of Early South India.* Delhi: Oxford University Press.

Habib, Irfan. 2002. *Essays in Indian History: Towards a Marxist Perception.* London: Anthem Press.

—. 2006. *Indian Economy.* New Delhi: Tulika Books.

Hindess, B and Paul Hirst. 1975. *Pre-Capitalist Modes of Production.* London: Routledge and Kegan Paul.

Hussain, Md Hamid and Sarwar, F. H. 2012. A Comparative Study of Zamindari, Raiyatwari and Mahalwari Land Revenue Settlements: The Colonial Mechanisms of Surplus Extraction in 19th Century British India. *Journal of Humanities and Social Science* 2, 4: 16-26.

Jeyaraj, Santhana Varghse. 2009. *Zamindari System in Tamil nadu-Madurai*. Chennai: Pavai Publications.

Krader, Lawrance. 1975. *The Asiatic Mode of Production*. Assen, the Netherlands: Van Gorcum and Co. Ltd.

Kumar, Dharma. 1965. *Land and Caste in South India*. Cambridge: Cambridge University Press.

Mahalingam, T.V. 1951. *Economic Life in the Vijayanagar Empire*. Madras: University of Madras.

——. 1955. *South Indian Polity*. Madras: University of Madras.

Mukherjee, Nilmani. 1962. *The Ryotwari System in Madras, 1792-1827*. Calcutta: K. L. Mukthopathyay.

O' Leary, Brendan. 1989. *The Asiatic Mode of Production*. Wiley & Blackwell.

Roy, P.K. 2013. *Pre-colonial Mode of Production*. Kolkata: Granthamitra.

Roy, Thirthankar. 2006. *The Economic History of India, 1857-1947*. Delhi: Oxford University Press.

Sharma, R.S. 2006 (1965). *Indian Feudalism*. Delhi: Macmillan.

Stein, Burton. 1980. *Peasant State and Society in Medieval South India*. Delhi: Oxford University Press.

Subbarayalu, Y. 1977. 'The Place of Ur in the Economic and Social History of Early Tamilnadu.' *ICHR Seminar on South Indian History*. Delhi.

Subramanian, N. 1966. *Sangam Polity*. Bombay: Asia Publishing House.

Trautman, Thomas. 1981. *Dravidian Kinship*. Cambridge: Cambridge University Press.

Wittfogel, Karl A. 1957. *Oriental Despotism: A Comparative Study of Total Power*. New Haven: Yale University Press.

இராசு, செ. 2023. அடிமை முறையும் ஆள் விற்பனையும். ஈரோடு: ஆதிவனம் பதிப்பகம்.

கராஷிமா, நொபரு - சுப்பராயலு, ஏ. 2017. தமிழகத்தில் சாதி உருவாக்கமும் சமூக மாற்றமும் (பொஆ 800-1500). சென்னை: என்சிபிஎச்.

சிவசுப்ரமணியன், ஆ. 2005. தமிழகத்தில் அடிமை முறை. நாகர் கோவில்: காலச்சுவடு.

நீலாவதி, சீ. 2001. தஞ்சாவூர் வட்டார வரலாற்று நிலவியலும், சமுதாயமும். முனைவர் பட்ட ஆய்வேடு. தமிழ்ப் பல்கலைக் கழகம்.

பக்தவத்சல பாரதி. 2018. சாதியற்ற தமிழர், சாதியத் தமிழர். சென்னை: பாரதி புத்தகாலயம்.

பூங்குன்றன், ர. 2016. தொல்குடி, வேளிர், வேந்தர். சென்னை: என்சிபிஎச்.

பெருமாள், அ.கா. 2021. அடிமை ஆவணங்கள். நாகர்கோயில். காலச்சுவடு.

வேதாசலம், வெ. 2019. பாண்டிய நாட்டு ஊர்களின் வரலாறு. தஞ்சாவூர்: தனலட்சுமி பதிப்பகம்.

ஸ்டீபன், ஜெயசீல. 2018. காலனிய வளர்ச்சிக் காலம். சென்னை: என்சிபிஎச்.

ஜெயராஜ், சாந்தனா வர்கீஸ். (தமிழில்: யூசுப் ராஜா) 2010. தமிழ் நாட்டில் ஜமீன்தாரி முறை. சென்னை: பாவை பப்ளிகேஷன்ஸ்.

5

புழங்குபொருள் பண்பாடு

பின்காலனியத்தில் தமிழர் பொருட்களின் இருப்பும் அர்த்தங்களும்

வாழ்வியல் முறையாகவும், அதன் அர்த்தமாகவும் அமைவது பண்பாடு. அதன் ஒரு பகுதியே புழங்குபொருட்கள். இன்னொரு வகையில் சொல்வதானால் மக்கள் தாம் வாழும் சுற்றுச் சூழலுக்கும் காலத்திற்கும் ஏற்ப தம்மைத் தகவமைத்துக் கொள்கின்றனர். இதனூடாகத் தம் பயன்பாட்டிற்காகப் புழங்கு பொருட்களையும், அழகியல் ரசனைக்காகக் கலைப் படைப்பு களையும் உருவாக்கிக்கொள்கின்றனர். இவை யாவும் அவர் களுடைய வாழ்வியலுடன் பயணப்படும்போது உருவாகிறது புழங்குபொருள் பண்பாடு (பக்தவத்சல பாரதி 2019).

இதை இன்னொரு வகையிலும் வரையறுக்கலாம். இயற்கை யிலிருந்து கிடைக்கும் மூலப்பொருட்களைப் பயன்பாட்டுப் படைப்புகளாகவும், கலைப் படைப்புகளாகவும் உருவாக்கி அனுபவிக்கும் மானுடச் செயல்பாடுகளே புழங்குபொருள் பண்பாடாகும். மனிதன் தன் பயன்பாட்டுக்காக உருவாக்கிக் கொள்ளும் அத்தனையும் புழங்குபொருட்கள். இவை யாவும் மண், மக்கள் இரண்டோடும் வாழ்க்கைப்படும்போது இவற்றின் பண்பாடு மலர்கிறது. மண் வாசத்தோடும் மக்கள் வாசத்தோடும் பொருட்களை அறிவதே புழங்குபொருள் பண்பாடு.

புழங்குபொருட்களைப் படிப்பதென்பது பல்துறை சார்ந்த தேடுதலாகும். மக்களுக்கும் பொருட்களுக்கும் இடையிலான உறவை அறிவது; அதன் வரலாற்றை அறிவது; பொருட்களின் பயன்பாடுகளை, செயல்முறைகளை அறிவது; செய்வோரையும்

தொழில்நுட்பத்தையும் அறிவது; அவற்றை எவ்வாறு மக்கள் தம் மரபறிவில் பேணி வருகிறார்கள் என்பதை அறிவது; அவற்றுக்கான பண்பாட்டு அர்த்தங்களை அறிவது. இவை யாவற்றையும் பல்துறை அணுகுமுறை கொண்டு அறிவதே சிறந்த ஆய்வு நெறியாகும்.

மானுட வாழ்வு தன் வேர்களைப் பொருட்களின் மீதே ஊன்றியுள்ளது. ஒவ்வொரு சமூகமும் தம் பயன்பாட்டுக்காக உற்பத்தி செய்து பகிர்ந்துகொள்ளும் அத்தனை பருப்பொருள் களும் புழங்குபொருட்களாகும். மார்வின் ஹாரிஸ் பண்பாட்டுப் பொருள்முதல்வாதத்தின் (கல்சுரல் மடீரியலிசம்) முன்னோடி ஆவார். இவர் 1968இல் எழுதிய *மானிடவியல் கோட்பாட்டின் உதயம் (த ரைஸ் ஆஃப் ஆந்த்ரோபோலஜிகல் தியரி, 1968)* எனும் நூலில் பண்பாட்டுப் பொருள்முதல்வாதத்தை முன்னெடுத்தார். புழங்குபொருட்கள் அந்தப் பண்பாட்டின் விழுமியங்கள், நெறி முறைகள், நம்பிக்கைகள், உலகப் பார்வை முதலானவற்றோடு எவ்வாறு ஒவ்வொரு காலகட்டத்திலும் உருவாக்கப் பெறுகின்றன என்பதை ஆராய்கிறார். பண்டங்களின் பண்பாட்டு அர்த்தங்களை அறிவதே பண்பாட்டுப் பொருள்முதல்வாதத்தின் அடிப்படை என்கிறார்.

பொருட்களின் இனவரைவியல்

புழங்குபொருட்களை வெறும் 'பொருட்கள்' என்று எளிமைப் படுத்த இயலாது. அவை பன்மியப் பரிமாணங்கள் கொண்டவை. அவை பேசாதவை. ஆனால் அவற்றுக்கான மொழியுண்டு. அவற்றில் பின்வரும் முதன்மையான இனவரைவியல் கூறு களைக் காண்போம்.

1. மனிதகுல வரலாற்றில் கற்கருவிகள் தொடங்கி பின்னாளைய புழங்குபொருட்கள் வரை அவை பயன்பாட்டுக்காகச் செய்யப்பட்டன என்பது ஒரு கோட்பாடு. பொருட்கள் பயன்பாட்டுக்குரியவை என்றாலும் அவை மானுடத்தின் சிந்தனை முறையை வெளிப்படுத்துகின்றன. பொருட்கள் சிந்தனைக்குரியவை. ஆகவே பொருட்கள் வழியாகச் சிந்தனையும், சிந்தனை வழியாகப் பொருட்களும் உருவாக்கம் பெற்றன என்பது மற்றொரு கோட்பாடு (ஸ்மித் 2001).

2. பெரும்பாலான அறிஞர்கள் புழங்குபொருட்களைக் 'கலை' (ஆர்ட்)என்றும், 'கைவினை' (கிராஃப்ட்) என்றும் இரண்டு பிரிவுகளாகக் காண்கின்றனர். ஒவ்வொரு சமூகமும் இந்த இரண்டு நிலைகளிலும் புழங்குபொருட்களை எவ்வாறு வகைப்படுத்துகின்றன எனும் கருத்தினங்களை ஆய்வாளர்கள் ஆராய வேண்டும் என ஹென்றி கிளாசி (1999) குறிப்பிடுகிறார்.

புழங்குபொருள் பண்பாட்டில் குறிப்பிட்ட சில வகையான பொருட்கள் அன்றாட வாழ்க்கைக்கும் சமூகப் பொருளாதாரச் செயல்பாடுகளுக்கும் நேரடியாக உதவக் கூடியவையாக உள்ளன. இவற்றைக் 'கைவினை' என்று வகைப்படுத்தலாம். மற்றொரு பிரிவானது அழகியல் சார்ந்த, மகிழ்ச்சி தருகிற, அலங்காரத் தன்மை கொண்டதாக உள்ளது. அதனைக் 'கலை' என்று வகைப்படுத்தலாம் என்கிறார் ஹென்றி கிளாசி (1999).

3. பண்பாட்டின் பன்மியங்களாக விளங்குபவை புழங்கு பொருட்கள். மணல், கல், இரும்பு, உலோகம், மரம், கிளிஞ்சல், இலை, கொட்டை முதலான பல்வேறு வகைப் பொருட்களால் ஆனவை புழங்குபொருட்கள், இயந்திரங்கள், படைக்கருவிகள், வாகனங்கள், கட்டடங்கள், கோயில்கள், தோட்டங்கள், சாலைகள், எழுத்தாவணங்கள், நினைவுச் சின்னங்கள், இடுகாடுகள், சமாதிகள், வழிபாட்டுப் பொருட்கள், உணவு, உடை, வீட்டுச் சாமான்கள், அச்சிடப் பட்ட நூல்கள், பொம்மைகள், விவசாயக் கருவிகள், தொழிற்கருவிகள், அழகு சாதனங்கள், அணிகலன்கள், ஓவியங்கள், இசைக் கருவிகள், வீட்டு விலங்குகள் முதலான மனிதனால் உருவாக்கப்பட்ட அத்தனையும் புழங்கு பொருட்களே.

4. ஒவ்வொரு சமூகத்தின் வரலாற்று வரைவிற்கு உதவும் சான்றுகளாக அமைவன பொருட்கள். நம்முடைய பண்பாட்டு வரலாற்றில் புழங்குபொருட்களைக்கொண்டு வரலாறெழுதியலை இதுவரை சாத்தியப்படுத்தவில்லை; அறியாமையால் புறக்கணித்து வந்துள்ளோம். இன்று

மக்களை முன்னிறுத்தி வரலாறு எழுதும் போக்கு ஏற்பட்டுள்ள நிலையில் பொருட்களின் ஊடாக வரலாறு எழுதுவதை முன்னெடுக்க வேண்டும். தொழில்நுட்பத்தின் வரலாற்றை எழுதுவதுபோல் பொருட்களின் வரலாற்றை எழுதலாம்.

வரலாற்றை வாழ்வியலாக்குவது பொருட்களே. பொருட்களைக் கொண்டு வரலாற்றையும் எழுதலாம், வாழ்வையும் எழுதலாம். பொருட்களுக்கு ஒரு சமூக வாழ்க்கை உண்டு. ஆகவே, இவை தொன்மையையும் தொடர்ச்சியையும் பேசுகின்றன (ஷர்மா, ஆர். எஸ். 1983).

இலங்கை வேடர்களிடமும் நீலகிரி முள்ளுக் குறும்பர்களிடம் இன்றும் வில் அம்புகளைக் காண முடிகிறது. மிகக் குறைந்த அளவு மூலப் பொருட்களுடன் கட்டுவதே 'உயர் கட்டடக்கலை' எனும் கோட்பாட்டை மலைவாழ் தொல் குடிகளிடம் காண்கிறோம். கிராமங்களில் முற்காலத்தில் கட்டப்பட்ட குடிசை வீடுகள் மிக எளிமையானவை. மண் சுவர்களும், மரப் படல்களும், ஓலைக் கூரைகளும் மரபறி வுடன் உருவாக்கப்பட்டன. இவை செலவில்லா கூட்டு முயற்சியுடன் கட்டப்பட்டன. இன்று அது தலைகீழாக மாறியுள்ளது.

மலைவாழ் தொல்குடிகளிடம் சமூகத்தின் கூட்டு முயற்சியாக வீடு கட்டப்பட்டது. நிலமானிய அமைப்பில் சமூகப் படி நிலையின் குறியீடாக வீடு அமைந்தது. குடிசை வீடு, கல்வீடு எனச் சமூக ஏற்றத்தாழ்வுகள் வீட்டின் வாயிலாக வெளிப்பட்டன. இன்று உலகமயம், நகரமயம், பெரு முதலாளித்துவம் முதலானவற்றின் விளைவாக அடுக்கு மாடிக் கட்டிடங்கள் வாழ்விடங்களாகிவிட்டன. இயற்கைக் காடுகள் அழிந்து கான்கிரீட் காடுகள் உருவாகி வருகின்றன. மாறிவரும் இயற்கையின் சமநிலையற்ற போக்கை வீடுகளே காட்சியங்களாகக் காட்டுகின்றன.

5. பண்டைய காலத்தில் பயன்படுத்தப்பட்ட ஏராளமான வீட்டு உபயோகப் பொருட்கள் இன்று வழக்கொழிந்து விட்டன. வெற்றிலைத் தட்டம், பாக்கு வெட்டி, தேநீர்

அருந்தும் மூக்குப் பேணிகள், உணவு உண்ணும் கிண்ணிகள், முக்காலி அடுப்பு, அரிக்கஞ்சட்டி, அப்பச்சட்டி, பிட்டுப் பானை, இடியாப்ப உரல், அறுவாய்ப் பலகை, மட்பாண்ட வகைகள், பெருஞ் சமையலுக்குரிய ஈயப் பாத்திரங்கள், உழி, துலா, மிதி கிணறு, கலப்பை வகைகள், கடற் கலங்கள், தொழிற் கருவிகள் என நூற்றுக்கணக்கான பொருட்கள் மறைந்துவிட்டன. இவை எல்லாம் மரபறிவு சார்ந்தவை; பண்பாட்டைத் தாங்கி நின்றவை. அவற்றுக்கு ஈடான பல பொருட்களை இப்போது நாம் செய்வதில்லை. நவீன பொருட்கள் இன்று நம்மை ஆக்கிரமித்து வருகின்றன. இந்தப் பொருட்கள் வணிக ரீதியானவை; நுகர்வு ரீதியானவை. அதனால் பண்பாட்டின் உள்ளுறையான பொருண்மைகள் மாறி வருகின்றன.

6. கைவினைக் கலைகள் சமூகவயப்பட்டவை (சண்முக லிங்கன், என். 2002); இவை பண்பாட்டு வாழ்வின் அங்கங்களாகும்; அன்றாட வாழ்வோடு ஒன்றிக் காணப் படுவதாகும். கைவினைப் பொருட்கள் வாயிலாகச் சமூகம் வெளிப்படுத்தும் கருத்துகள், விழுமியங்கள், நெறி முறைகள், பிற கற்பிதங்கள் யாவும் கலையின் சமூகவயப் பட்ட தன்மையை உணர்த்துபவை. புழங்குபொருட்கள் மானுட நடத்தைகளாகும். அவை விழுமியங்களோடும், கருத்துகளோடும், உணர்வுகளோடும் பின்னிப் பிணைந் துள்ளன. இவற்றைப் பொருள்கள் உள்வாங்கி வைத்துள்ளன. பொருள்சார் பண்பாடு பொருள்சாரா பண்பாட்டையும் அறிய உதவுகிறது. பொருளைக் கொண்டும் பொருள் சாராதவற்றை அறிய முடியும் (உட்வேர்டு 2007).

7. தமிழரின் மரபறிவைக் காட்டுபவை புழங்குபொருட்கள். மண், மரம், கல், இரும்பு, பொன், வெள்ளி, தாவரங்கள் முதலானவற்றால் உருவாக்கப்படும் செய் பொருட்கள் இடத்தையும், காலத்தையும், அறிவு நுட்பங்களையும் வெளிப்படுத்துபவை. ஒவ்வொன்றின் பின்னால் மரபறிவு ஒளிந்துள்ளது. அதுவே நமது சுதேசியான அறிவாகும். இன்றைய நவீன அறிவுமுறைக்கு அப்பாற்பட்டு நிற்கும். அதில் அனுபவ அறிவும், பட்டறிவும், பயன்பாட்டு அறிவும்

பாரம்பரியமாக வந்துகொண்டிருந்தன. அந்த அறிவைப் பேணிக் காப்பதால் மட்டுமே பண்பாட்டு அடையாளத்தைப் பேணிக் காக்க முடியும்.

8. நவீன அறிவியல் அறிவுகொண்டு இனக்குழு அடையாளங் களையோ, பழமைச் சமூகங்களின் அடையாளங்களையோ காட்ட முடியாது. ஆகவே மரபறிவின் மூலம் மட்டுமே மரபுரிமையைக் காக்க இயலும் என்பதை உணர வேண்டும். நவீன மோகமும், அந்நிய மோகமும் ஆடம்பரத்திற் கானவை. நவீன ஆடம்பரம் செல்வ வளத்தின் நீட்சியாகவே உள்ளது. பாரம்பரியம் பண்பாட்டு வளத்திற்கானது. இதனைப் புழங்குபொருட்கள் வழி பேணலாம். பண் பாட்டைப் பேணுவது என்பது பண்பாட்டு அறமாகும். இந்த அறத்தைப் பேணுதல் வாழ்வியல் கடமையாகக் கொள்ள வேண்டும்.

9. கைவினைப் பொருள் ஒவ்வொன்றும் ஒரு செய்தியை வெளிப்படுத்துகின்றது. இதனைப் 'பொருள்மொழி' என்றே சொல்லலாம். ஒரு மொழியின் சொற்களஞ்சியத்தைக் கொண்டு அந்த மொழிச் சமூகத்தினரின் பண்பாட்டை அறிவது எவ்வளவு சாத்தியமோ, அந்த அளவிற்கு ஒரு சமூகத்தின் கைவினைப் பொருட்களஞ்சியத்தைக் கொண்டு அந்தச் சமூகத்தின் பண்பாட்டை அறிவதும் சாத்தியமே (புச்லி 2002).

10. ஒவ்வொரு பொருளும் பண்பாட்டின் ஒரு சிறிய அலகு. அவை பண்பாட்டின் பகுதிகளாக விளங்குகின்றன. ஆகவே பொருட்களையே பண்பாடாக உணர்தல் வேண்டும். பண்பாட்டில் அர்த்தங்கள் மொழி வழியாகவும் பொருள் வழியாகவும் இரண்டு நிலைகளில் வெளிப்படுகின்றன. முதலாவது பேசும் ஊடகமாகும். இரண்டாவது பேசா ஊடகமாகும். இவ்வாறே கலைகளுக்கும் இரண்டு தளங்கள் உண்டு. அன்றாட வாழ்வியல் சார்ந்தது (பொது வெளி). மற்றொன்று சமய வாழ்வு (சடங்கியல் வெளி) சார்ந்தது. இரண்டும் சார்புடையவை.

11. பொருட்களின் உலகத்தில் (மடீரியல் யூனிவர்ஸ்) அவற்றின்

வகைப்பாடுகளை அறிவது அதன் அர்த்தங்களை அறிவதற்கு உதவும் (துர்கைம்-மாஸ் 1963/1903: 81). உலகளாவிய நிலையில் நம்மைச் சுற்றியுள்ள அனைத்தையும் வகைப் படுத்துவது அடிப்படை அறிதிறனாக (காக்னிஷன்) உள்ளது. இந்த வகைப்படுத்தல் என்பது பெயரிடுதலாக அமைகிறது. பெயரிடுதல் மூலம் பொருட்களை நாம் வகைப்படுத்து கிறோம். இந்த வகைப்பாட்டு முறை சமூகத்திற்குச் சமூகம் வேறுபடுகிறது.

12. பண்பாட்டின் உட்கூறுகளாகிய குடும்பம், திருமணம், உறவுமுறை, பொருளியல், அழகியல், மொழி, சமயம், கலைகள் போன்றவற்றில் சமயம் மட்டும் பண்பாட்டு மாற்றத்திற்கு விரைந்து ஆட்படுவதில்லை. இதனால் சமயமும் சமயம்சார் கைவினைப் பொருட்களும் பண்பாட்டுப் பழமைவாதப் போக்கை (கல்சுரல் கன்செர்வடிசம்) வலியுறுத் துவனவாக உள்ளன. மரபார்ந்த விழுமியங்கள், நம்பிக்கைகள், வாழ்வியல் நெறிகள், வழக்காறுகள் போன்றவற்றை வலியுறுத்துகின்றன. கோயிலில் உள்ள வாள், வேல், சூலாயுதம், குண்டலம், கதாயுதம், வீரக்கழல்கள், தீச்சட்டி, உடுக்கை, சிலம்புகள், மண்ணும் பொன்னும் நிறுக்கும் தராசு, சாட்டை போன்ற கைவினைப் பொருட்கள் சாமியின் தோற்றத்தை, வரலாற்றை, தொன்மத்தை நினைவுக்குக் கொண்டு வருவதுடன் அந்தச் சமூகம் போற்றும் மரபாண்மை களையும் (இதாஸ்), விழுமியங்களையும் பேண வேண்டியதை வலியுறுத்துகின்றன.

13. பொருட்களின் இருப்பு பிரபஞ்சம் தொடங்கி மண்ணுலகம் வரை தொடர்வதால் இந்த இரண்டின் இயல்புகளைப் பொருட்கள் உணர்த்தக்கூடும். பொருட்கள் இருத்தலியம் சார்ந்தவை. கண்ணுக்குச் சிறிய குண்டூசி ஆனாலும் அதற்கென்று ஒரு பெறுமதியும் பெறுமானமும் உண்டு.

14. மட்பாண்டங்கள், மரப் பொருட்கள், மரச் சிற்பங்கள், பொன் வெள்ளி அணிகலன்கள், கற்சிற்பங்கள், கருமார் பட்டறை யில் உருவாகும் இரும்புப் பொருட்கள் முதலானவற்றில் கைவினைஞர்களின் கைத்திறனையும், மரபுசார் தொழில்

நுட்பத்தையும், அழகியல் கூறுகளையும் ஒருங்கே காண முடியும்.

கைவினைக் கலைஞர்கள் தம்மைக் கடவுளாகவே எண்ணிக் கொள்கின்றனர். குயவர்களின் விடயத்தை நோக்குவோம். சக்கரத்தைச் சுற்றி குடம் வனைந்து மறுநாள் லேசாக உலர்ந்த பின்னர் மரப்பலகையால் தட்டிப் பானையைச் செய்து முடிப்பார்கள். அதன் பின்னர் தன் மனைவியிடம் அதன் அழகியலை அவர் ரசிப்பார். குடத்தின் பாதம் அழகாக இருக்கிறது. வயிறும் நன்றாக அமைந்திருக்கிறது. கழுத்து மிகச் சரியாக உள்ளது. வாய் மிகவும் பொருத்தமாக இருக்கிறது எனத் தான் வனைந்த மண்குடத்தைக் குயவர் தன் மனைவியிடம் சொல்லி மகிழ்வார். மண்ணைக் கொண்டு உருவாக்கிய ஒரு மண் பானையை ஓர் உயிருள்ள ஜீவனை படைத்ததாகக் குயவன் பெருமிதம்கொள்வதைப் பார்க்கிறோம். மனிதனின் பிரம்மன் கடவுள், மட்பாண்டங் களின் பிரம்மன் குயவன்.

15. ஒவ்வொரு பொருளும் அதனளவில் தனித்துவமானது. அதன் தனித்துவமே அதன் பொருண்மையும் அழகியலும் ஆகும். 'பண்பாட்டின் கண்ணாடி புழங்குபொருட்கள்' என்று கூறலாம். அருங்காட்சியகத்தில் உள்ள பல்வேறு காட்சிக் கூடங்களில் வைக்கப்பட்டுள்ள பொருட்களைக் கொண்டு அந்தப் பொருள் சார்ந்த காலகட்டத்தின் பண்பாட்டையும், அந்தக் காலகட்ட மக்களின் வாழ்வியல் முறைகளையும் அறிய இயலும். பொருட்கள் பண்பாட்டைப் பிரதிபலிக் கின்றன என்பதாலேயே அருங்காட்சியகக் கூடங்களில் உள்ள பொருட்கள் மூலம் அக்காலத்தின் பண்பாட்டை மீட்டுருவாக்கம் செய்ய முடிகிறது.

16. புழங்குபொருட்கள் பண்பாட்டின் அடையாளத்தை உருவாக்குகின்றன. பண்பாட்டுப் பொருண்மைகளை எடுத்துரைக்கின்றன. பொருட்கள் பன்மிய அர்த்தங்கள் கொண்டவை (லெவிஸ்ட்ராஸ் 1966: 21). கரகாட்டம் வழிபாட்டு நிலையில் புனிதமானது. அதனைச் சாதாரண ஆட்டமாக ஆடும்போது புனிதமாவதில்லை. நாற்காலிகள்

அவை இருக்குமிடங்களுக்கு ஏற்ப அவற்றின் இருப்பையும் அர்த்தங்களையும் வெளிப்படுத்துகின்றன. இது எல்லாப் பொருட்களுக்கும் பொருந்தும்.

17. பொருட்கள் அதனளவிலும், பிற பொருட்களோடு சேரும்போதும் குறியீட்டுத் தன்மையைக் (செமியோகிலாசம்) கொண்டிருக்கும் (உட்வேர்டு 2007: 58-59, பார்தஸ் 1993/1957: 9). நம்மைச் சுற்றியுள்ள புற உலகம் பொருள் சார்ந்தது. பொருளோடு நாம் உறவாடாத நேரம் கிடையாது. பொருள் இல்லார்க்கு இந்த உலகம் இல்லை. நம்மோடு தொடர்புடைய எண்ணற்ற பொருட்களுள் 'புழங்குபொருட்கள்' மிகவும் நெருக்கமானவை. நம் உணர்வுகள் வாழும் களமாக இந்தப் புழங்குபொருட்கள் உள்ளன. இறந்த உறவினர் படத்தைச் சுவரில் மாட்டி மாலையிடுகிறோம். கல்லை நட்டுக் குங்குமம் இட்டுச் சாமி என்கிறோம்; புழங்கும் பொருட்களுக்கு 'ஆயுத பூசை' செய்கிறோம். நம்மைச் சுற்றி அமையும் ஆயிரமாயிரம் பொருட்களில் நம் கருத்துகள், உணர்வுகள், மதிப்பீடுகள், விழுமியங்களை ஏற்றி அவற்றோடு வெவ்வேறு நிலையில் தொடர்புபடுத்தி உறவாடுகிறோம் (சிவசுப்பிரமணியன், ஆ. 2007).

18. பொருட்களைக்கொண்டு பண்பாட்டின் அர்த்தங்களை விளங்கிக்கொள்ள முடியும். திருமணமானவர் யார், திருமணமாகாதவர் யார், சுமங்கலி யார், விதவை யார் போன்ற எண்ணற்ற வேறுபாடுகளைப் பொருட்களின் வழி காட்டுகின்றனர். உடல் சார்ந்த அர்த்தங்கள் பொருள் மொழியின் ஊடாகப் பேசப்படுகின்றன. இவ்வாறு சமூக விழுமியங்களைப் பேணுவதற்குப் பல்வேறு வகையான பொருள் மொழி உருவாக்கப்பட்டு நிலை நிறுத்தப் பட்டுள்ளது.

புழங்குபொருட்கள் சமூகத் தரம் சார்ந்தவை. சமூகத்தில் தகுதி படைத்தவர் யார், சாதாரண மக்கள் யார் என்பதைப் பொருட்களே உணர்த்திவிடுகின்றன. கிராமங்களில் கடந்த காலத்தில் தோளில் துண்டு அணிபவர் தகுதி படைத்தவர். பரிவட்டம் கட்டிக்கொள்பவர் முதல் மரியாதை பெறுபவர்.

இப்படியாகப் பொருட்களின் ஊடாகச் சமூகப் படிநிலைகள் வெளிப்படுகின்றன.

சமூகக் குழுக்களின் அடையாளங்களையும் பொருட்கள் வெளிப்படுத்துகின்றன. நெற்றியில் நாமமிடுதல், பூசை போடுதல் முதலானவை மத அடையாளங்களாகின்றன. தனிமனித விழுமியங்களையும் பொருட்கள் வழி வெளிப்படையாகவே காட்ட முடிகிறது. இரவலர்களின் யாசித்தல் வாசலுக்கு வரும்போதே தெரிந்துவிடும். இசைக் கருவியும் அவர் பாடும் வாழ்த்துப் பாட்டும் யாசித்தலை இலகு வாக்குகின்றன. இசையும் பாட்டும் மக்களிடம் இரக்க குணத்தைத் தூண்டுகின்றன.

19. புழங்குபொருட்கள் காலங்காலமாக நவீனமாகி வருகின்றன. இந்த வரலாறே அந்தச் சமூகத்தின் பண்பாட்டு வரலாறாகவும், தொழில்நுட்ப வரலாறாகவும் விரிவடைகிறது. பண்டுதொட்டுக் காலத்திற்கேற்பப் பல மாறுதல்களுடன் இந்தப் புழங்குபொருட்களைச் செய்து வருகிறோம். இவ்வாறு காலத்திற்கேற்ப மாறுதல்களுடன் புழங்கு பொருட்களை உருவாக்குகிறோம் என்பதற்குக் காலத்திற்கேற்பப் பண்பாட்டையும் உருவாக்குகிறோம் என்று பொருளாகும். பொருளும் பண்பாடும் நாணயத்தின் இரு பக்கங்கள் போன்றவை.

20. எண்ணற்ற பண்டங்கள் இன்று முதலாளித்துவ உற்பத்தி முறையில் செய்யப்படுகின்றன. இந்த உற்பத்தி முறை வசதி படைத்தவருக்கு ஆடம்பரத்தையும், உற்பத்தி செய்யும் தொழிலாளிக்கு அந்நியப்பட்ட நிலையையும் உருவாக்குகிறது. நுகர்வு இன்றைய நவீன முதலாளியத் தோடும் பன்னாட்டு வர்த்தகத்தோடும் பிணைக்கப்பட்டுள்ளது.

21. ஆதியில் குறிஞ்சித் திணையில் 'பாதீடு' (பங்கிட்டுக் கொள்ளுதல்) ஒரு முக்கியமான வாழ்வாதாரமாக இருந்தது. முல்லைத் திணையில் 'பண்டமாற்றம்' (பரிமாற்றம்) ஏற்பட்டது. மருதத் திணையில் உழவுக் கருவிகள் செய்யவும், புழங்குபொருட்கள் செய்யவும் 32 வகையான

கைவினைஞர்கள் உருவானார்கள் (பக்தவத்சல பாரதி 2018: 54-55). கைவினைக் கலைகள் அதிக அளவு பெருகிய காலகட்டம் வேளாண்மை வளர்ந்த காலகட்டம்தான். அப்போது பண்டங்களைப் பரிமாறிக் கொள்வதுடன், தத்தம் தொழில்களைப் பரிமாறிக்கொள்ளத் தொடங்கினர். வண்ணார், அம்பட்டர், வெட்டியான், கருமான், தட்டார் முதலானவர்கள் தத்தம் தொழில்களை (ஊழியங்கள்) மற்றவர்களுக்குக் கொடுத்துக் குடிஊழிய முறையை (ஜஜ்மானி சிஸ்டம்) உருவாக்கினார்கள்.

இதன் பின்னரே, உற்பத்தியாளருக்கும் நுகர்வோருக்கும் இடையில் தவிர்க்க இயலாத ஒருவராக வணிகர்கள் வந்தார்கள். வணிகர்கள் உற்பத்திப் பொருட்களை நுகர் வோரிடம் கொண்டு சேர்ப்பதை மட்டுமே தம் தொழிலாகச் செய்தனர். இவர்கள்கூட ஆதியில் பொருட்களுக்கு ஈடாகப் பண்டங்களைப் பெற்றுக்கொண்டு வணிகம் செய்தார்கள். பணப் பொருளாதாரம் ஏற்பட்ட பிறகே பணத்துக்குப் பொருட்கள் விற்கும் நிலை உருவானது. சங்க காலத்திலேயே நாணயத்தின் பயன்பாடு வந்துவிட்டது (அகம். 293, 363). ஆயினும் அதன் பரவலாக்கம் மிகக் குறைவாகவே இருந்தது. இன்றைய சூழ்நிலையில் புழங்கு பொருட்கள் வர்த்தக நிறுவனத்தாலும் வணிகர்களாலும் ஒரு வணிகத் தொழிலாக விற்பனை செய்யப்படுகின்றன. இதனையும் நமது தேடுதலுக்கு உட்படுத்த வேண்டும்.

22. இன்றைய நவநாகரிக வாழ்வில் நுகர்வு என்பது பண்டங் களோடு மட்டுமே நிகழ்கிறது. இந்தப் பின் நவீனத்துவ நுகர்வுப் பண்பாட்டில் பண்டங்களின் வகிபாகம் வர்க்க வேறுபாடுகளைக் காட்டுகிறது. இருப்பினும் ஏழை பணக்காரன் இருவருமே அழகியல் உணர்வோடு நுகர்வை அணுகுகிறார்கள் எனும் பொதுத்தன்மையைக் காண முடிகிறது. நுகர்வு பற்றிய கோட்பாடுகளுடன் இந்தக் காலப் புழங்குபொருள் பண்பாட்டை அணுகுவது அவசியம்.

23. பொருட்கள் எப்படிப் பண்பாடாகின்றன? இதுவே புழங்கு பொருள் ஆய்வில் முக்கியமாகும். திருப்பதி லட்டு

என்கிறோம், திருநெல்வேலி அல்வா என்கிறோம், பத்தமடை பாய் என்கிறோம், காஞ்சிபுரம் பட்டு என்கிறோம். இவற்றை எல்லாம் சுவைத்து/அனுபவித்து நமது ரசனையில் கலந்துவிட்டதால் இவற்றை அழகிய லாகக் காண்கிறோம்.

நுகர்வுக் கலாச்சாரத்தில் ரசனை, சுவை, மணம் உள்ளிட்ட பிற பண்புகள் யாவும் மனித அனுபவங்களுக்குள் அசை போடுகின்றன. திருப்பதி கயிறைக் கையில் கட்டுகிறோம். பழனி விபூதியை நெற்றியில் பூசுகிறோம், பஞ்சாமிர்தத்தை சுவைக்கிறோம். இவையெல்லாம் பக்தியின்பாற்பட்டவை. புழங்குபொருட்களை ரசனைக்கு அப்பாற்பட்டுப் புனிதம் எனும் எல்லைக்கும் கொண்டு சேர்க்கிறோம்.

இவ்வாறு பொருள்சார் பண்பாட்டைப் பண்பாட்டின் பொருட்களாக மாற்றுவது நமது வாழ்வியல். வாழ்வியலின் ஊடாகவே பொருட்களை நாம் பண்பாட்டோடு நெசவு செய்துகொள்கிறோம். பொருட்கள் பண்பாட்டின் கூறு களாகவே அர்த்தம் பெறுகின்றன. சில பொருட்களின் மீது அதீத நெருக்கம் கொள்கிறோம். தீவிர பற்றுதல் கொள்கிறோம். பொருட்களின் மீது மனித வயப்படுதலே பண்பாடாக உருப்பெறுகிறது. மனித ஆற்றல் பொருட்களாக விளைகின்றன. இயற்கையிலிருந்து விடுவித்துக்கொண்ட மனிதன் தன் ஆறாம் அறிவு மூலம் 'ஆளுவது' (டு ரூல்) எனும் செயல்பாட்டுக்குள் பொருட்களையும் கொண்டு வந்துவிட்டான். நிலம், தேசம், பொழுது அனைத்தையும் ஒரு பண்டமாகவே பாவிக்கும் 'ஆளுகை' மனிதவயப்பட்டு விட்டது. பொருளின் அர்த்தங்களை இவ்வாறு தேட வேண்டியுள்ளது.

24. இன்றைய காலம் பொருட்களையும் பண்டங்களையும் நுகரும் காலமாக உருமாறியுள்ளது. இந்த நுகர்வுப் பண்பாட்டின் பன்முகப்பட்ட அசைவியக்கங்களை ஆராய வேண்டும் (போதில்லார் 1996: 8). இன்றைய சமகால நுகர்வுப் பண்பாடு பெரிதும் பண்டங்களைச் சார்ந் துள்ளதால், அது ஒரு பொருளாதார நடத்தை முறையாகவும்

(எகனாமிக் பிஹேவியர்) வெளிப்படுகிறது. உலகமயத்தோடும் பின் நவீனமயத்தோடும் கைகோத்துக்கொண்டுள்ளது.

25. உட்வேர்டு நுகர்வுப் பண்பாட்டின் பன்மியங்களை விளக்கிப் பேசுகிறார். நுகர்வோர் அனைவரும் அவர்களுக்கே உரிய பண்பாட்டை வெளிப்படுத்துகிறார்கள். நுகர்வதென்பது பண்பாடாக மிளிர்கிறது. நுகர்தல் என்பது முதலாளித்துவ அமைப்புகளுக்கு அடிமையாவதைக் காட்டுவது என்பது ஒருபுறம் இருந்தாலும், நுகர்வின் வழியாக அவர்கள் தமக்கேயுரிய பண்பாட்டை வெளிப்படுத்துகிறார்கள். மாநகரங்களில் இயங்கும் பிரத்யேக மகிழிடங்கள் (கிளப்ஸ்) தனித்துவமான பண்பாட்டை உருவாக்கி அதை நடை முறைப்படுத்தி வருகின்றன. இவ்வாறு ஒவ்வொரு குழுவும், ஏழையாக இருந்தாலும் பணக்காரராக இருந்தாலும், தத்தம் நுகர்வின் மூலம் தனித்துவமான பண்பாட்டை வெளிப் படுத்துகின்றனர். ஒரு வகையில் இதை உள்பண்பாடு (சப் கல்சர்) எனலாம்.

26. இன்றைய நவீன சமூக வாழ்வில் பிருமாண்டமும், உயர்தர அழகியல் உணர்வும் கட்டி எழுப்பப்படுகின்றன. வீட்டின் உட்புற வசதிகளையும் புறவய வசதிகளையும் நவீனப் பொருட்களுடன் உருவாக்க விரும்புகிறோம். இந்த நவ நாகரிக தேடுதல் என்பது எண்ணற்ற சமூகப் பண்பாட்டுப் பொருளாதார விழைவுகளை அர்த்தப்படுத்துகிறது. அதனையும் புழங்குபொருட்கள் ஆய்வில் கவனத்துடன் ஆராய வேண்டும்.

27. புழங்குபொருட்களின் இன்றைய பண்பாட்டைப் பொருளா தாரக் கண்ணோட்டத்துடன் அணுக வேண்டிய தேவை உள்ளது (மில்லர், டேனியல் 1987). இன்றைய நவநாகரிக உலகில் மக்களின் பொருளாதாரமும் புழங்குபொருட்களும் கொண்டுள்ள உறவை மில்லர் நுட்பமாக ஆராய்கிறார். அபரிமிதமான பணக்காரத்தனம், செல்வந்தர் நிலை, அடிக்கடி புழங்குபொருட்களை மாற்றிக் கொள்வதில் பெருமை கொள்ளுதல், உடைக்கேற்ற நகைகள் காலணிகள் அணிந்து பெருமை காட்டுதல் உள்ளிட்ட ஆடம்பரத்தை

மக்கள் பொருட்களைக்கொண்டே காட்டுகின்றனர். மனிதத் தன்மையற்ற, நோயுற்ற மனநிலை சார்ந்த இந்த நடத்தை முறை மானுடப் படிமலர்ச்சியோடு தொடர்புடையது என்கிறார் மில்லர் (1987: 167). இந்தப் பொருட்கள் பயன்பாடு, தேவை, நுகர்வு என்பதை எல்லாம் தாண்டி 'உடைமை' (பிராபர்டி) எனும் வடிவம் பெறுவதாலேயே மேற்கூறிய மனநிலை உருவாகிறது என்கிறார்.

28. பணம் ஒரு புழங்குபொருள். பொருள் இல்லார்க்கு இவ்வுலகம் இல்லை. பணம் பாதாளம் வரை பாயும் என்பன போன்ற ஏராளமான கருத்தாக்கங்கள் நமது வாழ்வியல் கோட்பாடு களாக உள்ளன. அவற்றை இன்றைய பின் காலனித்துவச் சூழலில் சிந்திக்க வேண்டும்.

29. பண்பாடு என்பது பாறாங்கல் போன்றது என்பார் குளோத் லெவிஸ்ட்ராஸ். பாறைக்குள் தேரை இருக்கும் என்பார்கள். ஆகவே பாறையை உடைத்தால்தான் தேரையைக் காண முடியும். பண்பாட்டைக் கட்டுடைத்தால்தான் அதற்குள் ஒளிந்துள்ள அர்த்தங்கள் வெளிப்படும் என்பார் லெவிஸ்ட்ராஸ் (1978). இவரது அணுகுமுறை அடிப்படையில் 'எதிர் நிகழ்வியல்வாதம்' (ஆன்டி-ஃபெனொமெனோலஜி) சார்ந்தது. பொருள் மொழி எனும் கலையைக்கொண்டு பொருளின் பண்பாட்டை அறிய முற்படுவதே லெவிஸ்ட்ராசின் முயற்சியாகும். நமது பண்பாட்டில் அங்காளி × பங்காளி எனும் கருத்தாக்கம் இருக்கிறதல்லவா? அதுபோல மொழியினூடாகப் பொருளின் பண்பாட்டை அறிய வேண்டும். பொருட்களின் மொழியால் பொருட்களை அறிய வேண்டும் என்பதை லெவிஸ்ட்ராஸ் (1966: 27) உணர்த்துகிறார்.

30. பண்டைக் காலந்தொட்டு நமது பண்பாட்டில் குழந்தைகள் விளையாடும் சொப்புச் சாமான்கள் தனித்துவமானவை. அவற்றின் பண்பாட்டு அர்த்தங்கள் கனமானவை. இவை பற்றிய புழங்குபொருள் கோட்பாடு முக்கியமானது. 'குட்டிப் பெரியவர்'களாகிய (ஸ்மால் அடல்ட்ஸ்) வளரும் குழந்தை களுக்கு வாழ்வியல் திறன்களை ஊக்குவிப்பதாக இந்தச்

சொப்புச் சாமான்கள் இருந்தன. பொருட்களோடு விளையாடுதல் என்பது சமூகவயமாக்கச் செயல்பாடு மட்டுமல்ல. இன்று அவர்கள் பயன்படுத்தும் பொம்மைக் கார்கள், வாகனங்கள், துப்பாக்கிகள், பீரங்கிகள், விமானங்கள், விலங்குகள், பறவைகள், இசைக் கருவிகள் உள்ளிட்ட ஏராளமான விளையாட்டுப் பொருட்கள் அனைத்தும் அவர் களைப் படிப்படியாக விளையாட்டுக் காரர்களாக (டீயர்ஸ்), பயன்பாட்டுக்காரர்களாக (யூசர்ஸ்), உரிமையாளர்களாக (ஓனர்ஸ்) மாற்றுகின்றன. ஒரு கட்டத்தில் போலிப் பொருட் களைக்கொண்டு அப்பா-அம்மா விளையாட்டையே விளையாடுவார்கள். அப்போது அவர்கள் பயன்படுத்தும் சமையல் பாத்திரங்கள், மளிகைப் பொருட்கள் அனைத்தும் போலியானவை; மகிமை சார்ந்தவை. இவற்றின் பண்பாட்டு இயக்கத்தை இன்று நாம் காணுவது அரிதாகி வருகிறது. மலிவான சீனப் பொருட்களின் ஆக்கிரமிப்பும், மின்னணு சார்ந்த விளையாட்டுப் பொருட்களும் ஓர் உலகளாவியத்தைத் திணித்துள்ளன. நமது மரபார்ந்த பண்பாட்டு விழுமியங்களை மழுங்கடிக்கின்றன.

31. தமிழகத்தில் குறிப்பிட்ட சில புழங்குபொருட்கள் மிகவும் புகழ்பெற்றவை. அவற்றின் தனித்துவம் கருதி புவிசார் குறியீடும் வழங்கப்பட்டுள்ளது. இத்தகைய பொருட் களில் பத்தமடை பாய் சிறப்புக்குரியது. திருநெல்வேலி தாமிரபரணி ஆற்றுப்படுகையில் வளரும் கோரைப் புற்களில் இருந்து பிரத்யேகமான செய்முறைகளுடன் இந்தப் பாய் செய்யப்படுகிறது.

சாதாரண பாய் சற்றுக் கடினமான கோரைப் புற்களால் பின்னப்படுகிறது. ஆனால் பத்தமடை பாய் ‘பட்டுப் பாய்’ என்று அழைக்கப்படுகிறது. மிகவும் மென்மையான கோரை நூற்களால் செய்யப்படுகிறது. கோரையிலிருந்து பட்டுநூல் போன்று இழைகளைப் பெற்றுத் தறியில் நெசவு நெய்யப் படுகிறது. நெய்யும்போது அவரவருக்கு வேண்டிய வண்ணங் களையும் வடிவங்களையும் உருவாக்கிக்கொள்கின்றனர். புதுமணத் தம்பதிகளின் பெயர்களைப் பொறித்து சீர்வரிசை வழங்குவதும் உண்டு. இந்தப் பாய்களை மென்மையாகவும்

வழவழப்பாகவும் செய்வதற்குத் தாமிரபரணி கூழாங்கற்களைக்கொண்டு தேய்த்து நேர்த்தி செய்கின்றனர். இதனால் தான் இதற்குப் புவிசார் குறியீடு கிடைத்துள்ளது.

32. பொருட்கள் யாவும் உயிரற்றவை. ஆயினும் அவற்றில் சில 'நிகழ்த்துத் திறன்' (பர்•ஃபாமன்ஸ் கெபாசிடி) பெற்றிருக்கின்றன (உட்வேர்டு 2007: 152). பேருந்தில் நடத்துநரும், அவர் கையாளும் பயணச் சீட்டு எந்திரமும் பயணத்தின் நிகழ்த்துதலைத் தொடங்கி வைக்கின்றன. பேருந்து, ரயில் நிலையங்களில் உடல் எடை காட்டும் இயந்திரம் நம்முடைய நற்பலனைச் சீட்டில் அச்சிட்டுத் தருகிறது. அங்குள்ள காபி இயந்திரம் காசு போட்டால் காபி தருகிறது. இப்படி எத்தனையோ பொருட்கள் மனித வயப்படுத்தப்பட்டுள்ளன. ரோபோக்கள் இதன் உச்சம் எனலாம். இப்போது செயற்கை அறிவுள்ள கணினி கவிதை எழுதுகிறது, கதை எழுதுகிறது. இவை யாவும் 'பொருள் மனிதன்' எனும் புத்தாக்க வடிவங்களாகியுள்ளன. பொருள் மனிதனாகும் இந்த யுகம் மானுடத்தின் புதிய படிமலர்ச்சியைக் கண்டு வருகிறது.

33. இன்றைய நவநாகரிக வாழ்வில் தேநீர் குடிப்பது, நண்பர்களுக்கு உணவகங்களில் உணவு வாங்கிக் கொடுப்பது, பிறந்த நாள் விழாக்களில் அன்பளிப்புத் தருவது, உறவினர் வீடுகளுக்குச் செல்லும்போது இனிப்பு காரம் பழங்கள் வாங்கிச் செல்வது, விழாக்களில் மொய் எழுதுவது, இப்படியான எண்ணற்ற பொருள் சார்ந்த வினைப்பாடுகள் குறியீடு சார்ந்தவை. இவை நமது வாழ்வியல் கடப்பாடுகள், ஆசைகள், விழைவுகள், தகுதிப்பாட்டை நிறுவுதல் முதலிய பல கூறுகளோடு இணைகின்றன (போகில்லார் 1996: 87). இந்த வகையான அன்பளிப்புகளைப் பரிமாறிக் கொள்ளுதல் சமூக உறவை வலுப்படுத்துகிறது. ஒருவருக்கொருவர் மானுட நேசிப்பை வசப்படுத்துகிறது என்கிறார் மார்சல் மாஸ் (1967/1954). இவரது சிந்தனைப் பள்ளியைச் சேர்ந்த மேரி டக்லாஸ் எழுதியுள்ள பொருட்களின் உலகம் (1996/1979) புகழ்பெற்றது. அன்றாடம் காபி குடிப்பதன் நிகழ்வை மேரி டக்லாஸ் ஆராயும் முறை அற்புதமானது. காபிக்கொட்டையிலிருந்து வடிநீர் எடுப்பதும், ஏற்கனவே

அரைத்த தூளிலிருந்து காபி தயாரிப்பதும், இன்னும் பிற வகையான முறைகளிலிருந்து காபி தயாரிப்பதன் உலகத்தை நுட்பமாகக் காட்டுகிறார் (1996: 50). இவற்றின் மூலம் ஒவ்வொரு குழுவைச் சேர்ந்தவரும் அவர் தம் உட்பண்பாட்டு உரையாடலை நிகழ்த்துகின்றனர்.

இந்த வகைப் புரிதலை விரிவாக்கும் போது புழங்கு பொருட்கள் பற்றிய ஆய்வுகளைப் பல்துறை ஆய்வாகவும் ஒன்றிணைந்த ஆய்வாகவும் மேற்கொள்ள வேண்டியது அவசியமாகிறது.

முக்கிய அணுகுமுறைகள்

புழங்குபொருட்களை ஆராயும் முக்கிய அணுகுமுறைகள் அடிப்படையில் இரண்டு வகைப்படும். அவை:

1. பொருட்களை மையமிட்ட அணுகுமுறை (ஆப்ஜெக்ட்-செண்டர்டு அப்ரோச்)
2. பொருட்களின் இயங்கியல் சார்ந்த அணுகுமுறை (ஆப்ஜெக்ட்-டிரைவன் அப்ரோச்)

அமெரிக்கக் கலை வரலாற்று அறிஞர் பெர்னார்டு ஹெர்மன் உருவாக்கியதே இந்த அணுகுமுறைகள். முதல் அணுகுமுறை பின்வரும் புரிதலை ஏற்படுத்துகிறது.

1. பொருட்களின் மூலப்பொருள் எது? பொருட்கள் எப்படி செய்யப்படுகின்றன?
2. பொருட்களின் வடிவம், அளவு, தன்மை, எடை, வண்ணம் என்னென்ன?
3. பொருட்களின் வடிவமைப்பு (டிசைன்), பாணி (ஸ்டைல்) அலங்காரத்தின் பாங்கு எப்படியுள்ளன?
4. பொருட்கள் எப்போது செய்யப்பட்டன? அவற்றின் தேவை, பயன்பாடு என்ன?

இவ்வாறான கேள்விகளை முன்னிறுத்தி நேரடியாகப் பொருள் களை அறிய முற்படுவது பொருட்கள் மையமிட்ட அணுகுமுறை.

இரண்டாவது அணுகுமுறையான 'பொருட்களின் இயங்கியல்

சார்ந்த அணுகுமுறை' பின்வரும் தேடுதலைச் சாத்தியமாக்குகிறது.
1. கால ஓட்டத்தில் பொருட்கள் பெற்ற மாற்றங்களை அறிதல்.
2. பொருட்களை உற்பத்தி செய்த சமூகங்கள், அவற்றின் காலகதியில் சந்தித்த மாற்றங்களின் ஊடாகப் பெற்றுக் கொண்ட புது நியமங்கள், அர்த்தங்கள் ஆகியவற்றை அறிதல்.
3. காலகதியில் பொருட்கள் ஏற்றுக்கொண்ட ஆக்கக் கூறுகள், அதிகாரக் கூறுகள், மேலாண்மைக் கூறுகள் என்னென்ன என்று அறிதல். கிழக்கு, மேற்கு ஜெர்மனிகளுக்கு இடையில் இருந்த சுவர் இடிக்கப்பட்டதையும், தமிழகத்தில் இருவேறு சமூகங்களைப் பிரிப்பதற்குக் கட்டிய சுவர்களையும், பயன்பட்ட தேநீர்க் குவளையும், இவை போன்ற பிறவற்றையும் இயங்கியல் அணுகுமுறையில் அறிதல். 2001இல் ஆப்கானிஸ்தானில் தாலிபான்கள் உலகின் மிகப் பழமையான பாமியன் புத்தர் சிலையை உடைத்து எறிந்ததையும் இந்த நோக்கில் ஆராய்தல்.
4. காலகதியில் பொருட்கள் சூழல் சார்ந்தும், செயல்பாடு சார்ந்தும், பயன்பாடு சார்ந்தும் பெறுகின்ற அமைப்பிய மாற்றங்களை ஆராய்தல். பன்மைத்துவச் சமூகத்தில் சிக்கல்கள் ஏற்படும்போது மோதல்கள் கலவரங்கள் ஏற்படுவதுண்டு. அப்போது முதலில் தாக்கப்படுவது சமூகத்தின் பொதுச் சொத்துகள்தாம். அம்பேத்கர், பெரியார் சிலைகள் அவமானப்படுத்தப்படுகின்றன. இவ்வாறான போக்குகளைப் பொருள்சார் இயங்கியல் அணுகுமுறையில் அறிவது முக்கியமானதாகும்.

பொருட்களைப் பொருட்களாக மட்டுமே பார்ப்பது முதல் அணுகுமுறை. அவற்றை சமூக அசைவியக்கத்தோடு பார்ப்பது இரண்டாவது அணுகுமுறை.

இதுவரை புழங்குபொருட்கள் பற்றிய புறவயப் பரிமாணங்களைக் கண்டோம். இனி, கோட்பாடு சார்ந்த பரிமாணங்களைக் காண்போம். அதிலும் பாலின வேறுபாடு சார்ந்த புரிதலைக் காண்போம்.

புழங்குபொருள் பண்பாடு ✦ 137

கோட்பாட்டு ஆய்வு

இனி ஒரு கோட்பாட்டை அடிப்படையாகக் கொண்டு ஆராயலாம். புழங்குபொருள் பண்பாட்டைப் பொறுத்தவரை பால் அடிப்படையில் நம்மிடையே சில மதிப்பீடுகள் உள்ளன. ஆண்களை நோக்கும்போது பெண்கள் எளிமையான வேலையைச் செய்பவர்கள் என்றும், எளிமையான கருவிகளை மட்டுமே பயன்படுத்தக் கூடியவர்கள் என்றும் ஒரு மதிப்பீடு உள்ளது. அதோடு சாதியடுக்கு வரிசையில் கீழே செல்லச் செல்ல பெண்களின் பங்கேற்பு மிகுதியாகிக்கொண்டே செல்கிறது என்ற மதிப்பீடும் உள்ளது. ஆனால் அமைப்பியம் (ஸ்ட்ரக்சுரலிசம்) வேறு மாதிரியான புரிதலைக் காட்டுகிறது (பக்தவத்சல பாரதி 2019).

புரோவரின் கோட்பாடு

புழங்குபொருள் பண்பாட்டை அறிவதற்கும், அதையே பாலின அடிப்படையிலான புரிதலோடு இணைத்து அறிவதற்கும் கர்நாடகப் பகுதியில் புரோவர் (1987) மேற்கொண்ட அணுகு முறையைத் தமிழ்ச் சூழலோடு பொருத்திப் பார்க்கலாம். புரோவரின் அணுகுமுறையை ஏற்கிறோமா, இல்லையா என்பதல்ல இங்குக் கவனிக்க வேண்டியது. இன்றைய புழங்கு பொருள் உற்பத்தியில் மரபார்ந்த சாதியச் சமூகங்களில் ஆண், பெண் பால்பாகுபாடும், நிலம், சாதி, சாமி, அண்டம் போன்ற வற்றின் கருத்தாக்கங்களும் எவ்வாறு அடிப்படை அமைப்பாக்கங் களாக (ஸ்ட்ரக்சுரல் பேட்டன்ஸ்) இயங்குகின்றன என்பதை அறிய இவருடைய கோட்பாடு உதவுகிறது.

பாலினமும் தொழிலும்

பல்வேறு புழங்குபொருட்களைச் செய்யும் தொழில்களில் ஆணும் பெண்ணும் எந்தெந்த வகைகளில் பங்கேற்கிறார்கள் என்னும் புள்ளியிலிருந்து தம் ஆய்வைத் தொடங்குகிறார் புரோவர். பெண்கள் பங்கேற்பதில் எவ்விதத் தடையும் இல்லாத தொழில்கள் முதல்வகை. முறம் கட்டுதல், கூடை முடைதல், பாய் பின்னுதல், மூங்கில் பொருட்கள் செய்தல், பிரம்பு வேலை, மரச்சீப்பு செய்தல், தாவரங்களின் நடுத் தண்டிலுள்ள மென் சோற்றிலிருந்து மாலைகள், பூ வேலைகள், மலர் வளையங்கள், ஒப்பனை

செய்தல் போன்ற தொழில்களில் பெண்களே மிகுதியும் ஈடுபடுகின்றனர்.

இரண்டாம் வகையான தொழில்களில் பெண்கள் சில கட்டங்களில் மட்டும் பங்கேற்கின்றனர். நெசவுத் தொழிலில் சில வேலைகள், ஆண்கள் சக்கரத்தில் வனைந்த பானையை மரச் சுத்தியால் தட்டுதல், கொல்லர் பட்டறையில் இரும்பைக் காய்ச்ச கைதுருத்தி ஊதுதல் அல்லது சக்கரம் சுற்றுதல் போன்ற எளிய பணிகளைச் செய்கின்றனர்.

மூன்றாம் வகையான தொழில்களில் பெண்கள் பங்கேற்பதில்லை. தச்சரின் மரவேலைகள், கருமாரின் இரும்பு வேலைகள், தட்டாரின் பொன் வெள்ளி வேலைகள், கல் தச்சரின் சிலை வடித்தல் முதலானவற்றில் பெண்கள் பங்கேற்பதில்லை. இதுவரையில் இனங்கண்ட மூவகையானப் படிநிலைகளுக்கு அடுத்த கட்டப் பகுப்பாய்விற்குச் செல்கிறார் புரோவர்.

மேற்கூறிய வகையில் ஆண் பெண் வேலைப் பகிர்வில் பின்வரும் மூன்று முக்கிய வேறுபாடுகள் உள்ளதைக் காண்கிறோம்.
1. பெண்கள் அதிகம் பங்கேற்கும் தொழில்கள்
2. பெண்கள் மிகக் குறைவாகப் பங்கேற்கும் தொழில்கள்
3. ஆண்கள் மட்டும் பங்கேற்கும் தொழில்கள்

இனி இவ்வகை வேலைப் பகிர்வில் தொழிற்படும் பாலின வேறுபாடுகள் சார்ந்த அமைப்பிய அர்த்தங்களைக் (ஸ்ட்ரக்சுரல் செமாண்டிக்ஸ்) காண்போம்.

மூலப்பொருட்களைச் சேகரித்தல் (நாடு x காடு)

பெணகள கடுமையான உழைப்புத் தேவைப்படும் செயல்களில் ஈடுபடமாட்டார்கள். பெண்கள் தீட்டு அடையும் பாலினத்தவர் என்பதால் இவ்வகையான செயல்களில் ஈடுபடமாட்டார்கள். இந்தத் தீட்டு பற்றிய நீண்டகாலப் பொருள்கோடலைப் புரோவரின் ஆய்வுவழி புதிய வகையில் புரிந்துகொள்ளலாம்.

பெண்கள் எவ்விதத் தடையும் இல்லாமல் பங்கேற்கும் பாய் நெசவு, துணி நெசவு, மூங்கில் பொருட்கள் செய்தல், பிரம்பு வேலை, ஓலைப் பெட்டி முடைதல் போன்றவற்றிற்கான

மூலப்பொருட்கள் அனைத்தும் 'நாடு' என்று கருத்தாக்கம் பெறக் கூடிய பகுதியிலிருந்து ஈட்டப்படுகிறது என்கிறார் புரோவர் (1987: 3). சதுப்பு நிலப் பகுதியில் கோரையும், ஆற்றங்கரையில் கோரையும் பிரம்பும், விளைநிலத்தில் பருத்தியும், தோட்டக் காலிலோ ஆற்றங்கரையிலோ மூங்கிலும் விளைகின்றன. இந்தப் பகுதிகள் யாவும் மக்கள் 'நாடு/காடு' என வகைப்படுத்திக் காணும் அறிதிறனில் 'நாடு' என்னும் பகுதிக்குள் அடங்குகிறது என்கிறார் புரோவர்.

ஆணும் பெண்ணும் பங்கேற்கும் தொழிலான மட்பாண்டம் வனைதலுக்கான மூலப் பொருள் களிமண்ணாகும். இது நாடு, காடு சந்திக்கும் இரண்டுங்கெட்டான் இடமான (மீவியல் களம்) ஏரி அல்லது களிமண் படுகையிலிருந்து பெறப்படுகிறது.

பெண்கள் முற்றிலும் பங்கேற்காத மூன்றாம் வகைத் தொழில் களான தச்சு வேலை, இரும்பு வேலை, சிற்ப வேலை, பித்தளைப் பாத்திர வேலை, பொன் வேலை ஆகியவற்றுக்கான மூலப் பொருட்கள் 'காடு' எனக் கருத்தாக்கம் பெறும் பகுதியில் பெறப்படுகின்றன என்கிறார் புரோவர். பண்டைக்காலத்தில் தட்டார்கள் மலைப்படுகைகளில் ஓடும் ஆற்றுப் பரப்பிலிருந்து தங்கத் துகள்களை எடுத்துள்ளனர். அதுபோல மலைப்பகுதிகளில் கிடைத்த இரும்பைக்கொண்டு கருமார்கள் கருவிகள் செய்துள்ளனர் எனக் கருமார்கள் தெரிவிக்கும் பழங்கதைகளை நினைவுகூர்கிறார் புரோவர் (மேலது: 3-4).

இரும்புக் கனிமங்களை நேரடியாக இயற்கைப் படுகை யிலிருந்து பிரித்தெடுத்துக் கருவிகள் செய்யும் முறையை இன்றைய நிலையில் நோக்கும்போது ஆச்சரியமாக இருக்கலாம். ஆனால் பண்டைக் காலத்தில் இது நடைமுறையில் இருந்துள்ளது. நீலகிரிக் கைவினைப் பழங்குடியினரான கோத்தர்கள் மலை களிலிருந்து கனிமங்களை எடுத்தார்கள் என்கிறார் ரிச்சர்டு உல்ஃப் (1982: 135).

'பழங்காலத்தில் கோத்தர்கள் தங்கள் மலைப்பகுதியில் பாறைகளிலிருந்து இரும்புக் கனிமத்தைப் பிரித்தெடுத்தார்கள். ஆனால் இன்றோ அதைக் கடைவீதிகளில் வாங்கிக்கொள் கின்றனர்' என்று குறிப்பிடுகிறார்.

இவ்வாறு காட்டுப் பகுதியிலிருந்து பெறப்படும் மூலப் பொருட்களிலிருந்து செய்யும் எல்லாக் கைவினைப் பொருள்களிலும் தீய ஆவிகள் உறைந்திருக்கும். அதனால்தான் விஸ்வ கர்மாக்கள் தச்சுக் கழித்தல், திருஷ்டி கழித்தல் போன்ற சடங்குகள் செய்து காட்டுப் பகுதிகளில் வாழும் தீய ஆவிகளைப் பிரித்த பிறகு பயன்படுத்துவோருக்குத் தருகின்றனர். புதிதாகக் கட்டப்படும் வல்லம், தோணி போன்றவற்றிற்கு நிகழ்த்தப்படும் தச்சுக் கழித்தல் சடங்கு காட்டு மரத்தில் உறைந்திருந்த தீய ஆவியைப் பிரிப்பதற் காகச் செய்யப்படுவதாகும் (சிவசுப்பிரமணியன், ஆ. 2007).

நேர்த்திக் கடனுக்காகச் செய்யும் களிமண் பொம்மைகளுக்குத் திருஷ்டி கழித்து கண்திறக்கும் சடங்கைக் குயவர்கள் செய்கிறார்கள். தங்க அணிகலன்கள் செய்யும்போது அங்குப் பெண்கள் வருவதில்லை. இவ்வாறு மரம், கல், இரும்பு, பொன் போன்ற கச்சாப் பொருட்கள் 'காடு' என்னும் பகுதிக்குரியன. இவ்வாறு கருத்தாக்கம் செய்யப்பட்டுள்ளதால், அவற்றுடன் காட்டில் உலவும் தீய ஆவிகள் அடங்கியிருக்கும் என்பது பஞ்ச கம்மாளர் களின் நம்பிக்கை. இந்த நிலையில் காடு என்னும் பகுதியிலிருந்து வரும் பொருட்களைக் கொண்டு செய்யும் தொழில்களில் பெண்கள் முதன்மையாக ஈடுபடுவதில்லை என்ற அமைப் பாக்கம் வெளிப்படுகிறது (புரோவர் 1987: 15-17).

அடிப்படைக் கருவிகள் (நீர் × நெருப்பு)

பெண்கள் முழுவதுமாக ஈடுபடுகின்ற பாய் நெசவு, கூடை, முறம் பின்னுதல், பிரம்பு வேலை முதலானவற்றுக்குப் பயன்படும் கச்சாப் பொருள் நீர்நிலைகளை ஒட்டிய சதுப்பு நிலம், ஏரி, குளம், ஆற்றங்கரைகளில் வளர்கின்றன. அவற்றிலிருந்து பொருட்கள் செய்யும் போது பட்டைகளை வளைத்து முடைவதற்கு நீர் தெளித்து இணக்கத்துடன் வளைக்கப்படுகின்றன. பெண்கள் செய்யும் பொருட்களுக்கு 'நீரே' அடிப்படையாக உள்ளது. இதற்கு நேர்மாறாக, இரும்பைக் காய்ச்சி அடிப்பதற்கும், வனைந்த பச்சைப் பானைகளைச் சுடுவதற்கும், நகைகளை உருக்குவதற்கும் 'நெருப்பு' இன்றியமையாததாக உள்ளது. ஆக ஆண்கள் நெருப்பையும் பெண்கள் நீரையும் அடிப்படையாகக் கொண்டு புழங்குபொருட்கள் உற்பத்தியில் ஈடுபடுகின்றனர்.

செய்கருவிகள் (கத்தி × சக்கரம்)

பெண்கள் ஈடுபடும் தொழில்களில் மூங்கில், பனை ஓலை, கோரை, பிரம்பு போன்ற மூலப்பொருட்களை வெட்டுதல், பிளத்தல், சீவுதல் போன்ற செயல்களே முக்கியம். இவற்றைச் செய்ய அடிப்படையாக ஒரு சிறிய கத்தி இருந்தால் போதுமானது. இங்குக் கத்தி என்பதைப் பரந்த பொருள்கோடலுக்கு உட்படுத்து கிறார் புரோவர் (மேலது: 10-11). அனைத்துத் தாய் தெய்வங்களும் கத்தி ஏந்தியிருப்பதைக் கவனத்தில் கொள்ள வேண்டும் என்கிறார். ஆண்களின் உருவகமாக இருக்கும் கத்தியைப் பெண்கள் தங்கள் வசம் வைத்திருப்பதும், பெண்களின் உருவகமாக இருக்கும் மண் வனையும் சக்கரம், காற்று ஊத உதவும் சக்கரம் அல்லது மீண்டும் மீண்டும் சுழற்சித் தளத்தில் இயங்கும் பட்டறை, தறி போன்ற பெண் உருவகக் கருவிகளை ஆண்கள் தங்கள் வசம் வைத் திருப்பதும் இதன் கண் வெளிப்படும் அடுத்த எதிரிணையாகும் (பைனரி ஆப்போசிஷன்) என்கிறார் (மேலது: 15-17).

மேற்கூறிய கருத்தியல் சார்ந்த அமைப்பாக்கங்களைப் பெற்றுள்ள ஆண், பெண் வேலைப் பிரிவின் இறுதி அமைப் பாக்கமானது ஓர் அடிப்படையான அமைப்பாக்கத்தினால் கட்டப்பட்டுள்ளது. முழுக்க முழுக்கப் பெண்கள் மட்டுமே செய்கின்ற கைவினைத் தொழில்களில் ஈடுபடுவோர் வலங்கைச் சாதியினராகவும் ஆண்கள் மட்டும் செய்கின்ற கைவினைத் தொழில்களில் ஈடுபடுவோர் இடங்கைச் சாதியினராகவும் உள்ளனர். இங்குச் சிவனின் அர்த்தநாரி வடிவத்தோடு வலங்கை, இடங்கைப் பிரிவுகளின் சமூக இயல்பு பொருத்தப்பட்டு இருப்பதற்கான சாத்தியக் கூறுகளையும் புரோவர் தொடர்பு படுத்துகிறார். அர்த்தநாரியான சிவனின் வலப்பக்கம் ஆணாகவும், இடப்பக்கம் பெண்ணாகவும் இருப்பதால் வலங்கைச் சாதியில் ஆண்களின் பங்கேற்பும் இடங்கைச் சாதியில் பெண்களின் பங்கேற்பும் தவிர்க்க இயலாததாகிறது என்கிறர் புரோவர். இன்று வலங்கை, இடங்கைப் பிரிவுகள் சமூக எதார்த்தமாக இலலை. என்றாலும் நிலமானியச் சமூக அமைப்பின் தொடர்ச்சியாக இந்தப் பிரிவுகளின் தொழில் மனப்பான்மையைக் கருத இயலும் என்கிறார் புரோவர் (மேலது:15). இந்த அணுகுமுறையின் அடிப்படையில் இவர் மேலும் பல தரவுகளை விளக்குகிறார்.

கால அளவு (உற்பத்தி × மறுஉற்பத்தி)

ஆண், பெண் வேலைப் பிரிவில் இனப்பெருக்கம் சார்ந்த 'மறு உற்பத்தி' எனும் கருத்தாக்கத்தைப் பெண்பாற் தொழிற் பாகுபாட்டில் புரோவர் இனங்காண்கிறார். பெண்கள் செய்யும் புழங்குபொருட்கள் (பாய், கூடை, முறம், ஓலைப் பெட்டி போன்றவை) நீண்ட காலம் உழைக்காதவை. அடிக்கடி செய்ய வேண்டும். இவர்கள் தொடர்ந்து உழைத்து மீண்டும் மறு உற்பத்தியில் (இன உற்பத்தியின் குறியீடு இது) ஈடுபடும் தேவையைக் கொண்டுள்ளனர். மாறாக ஆண்கள் செய்யும் மரம், இரும்பு, பித்தளை, பொன் போன்ற பொருட்கள் காலத்தால் விரைந்து அழியாதவை.

ஆண்கள் மறுவுற்பத்தித்திறன் தேவைப்படாத வேலைப் பாகுபாட்டைக் (டிவிசன் ஆஃப் லேபர்) கொண்டுள்ளனர். பெண்கள் செய்யும் பொருட்கள் குறைந்த கால எல்லைக்குள் அழிந்து மீண்டும் மறு உற்பத்திக்காக அவளை நாடி நிற்கும் நிலை உள்ளது. ஆண்கள் மறு உற்பத்தித் திறன் வேண்டாத நிலையைக் கொண்டுள்ளனர். நாடு/காடு, நீர்/நெருப்பு ஆகிய அமைப்பாக்கங் களுடன் ஒருமுறை உற்பத்தி/மீண்டும் மீண்டும் மறுஉற்பத்தி என்னும் மூன்றாவது அமைப்பாக்கம் இதன் தொடர் வரிசையாக இணைகிறது.

பின்னுரை

மேற்கூறிய அமைப்பியக் கண்ணோட்டத்துடன் பார்க்கும் போது தமிழ் மண்ணில் 'காடு' என்னும் பகுதிக்குள் நுழையாமல் 'நாடு' என்னும் பகுதியில் நீர்நிலை சார்ந்த இடங்களில் கச்சாப் பொருட்களைப் பெற்று நீரின் உதவியோடு ஆணின் உருவகமான கத்தியின் துணையோடு, மீண்டும் மீண்டும் மறு உற்பத்தி செய்யும் படைப்பாளிகளாகப் பெண்கள் இருக்கிறார்கள். பொருள் உற்பத்தியில் தமிழ் மனத்தின் மேற்கூறிய சிந்தனை அமைப்பு முக்கியமானது.

பெண்களுக்கு மாறாக, ஆண்கள் 'காட்டுப்' பகுதியில் கிடைக்கும் கச்சாப் பொருட்களை நெருப்பின் துணைகொண்டு, பெண்ணின் உருவகமான சக்கரத்தைக்கொண்டு (அல்லது ஒரு

சுழற்சித் தளத்தில் மீண்டும் மீண்டும் ஒரு தொடர் இயக்கமாக உள்ள கருவிகளின் துணையுடன்) மறுவுற்பத்தியை நாடாத, நீண்ட காலத்திற்கு உழைக்கும் பொருட்களைச் செய்கின்றனர்.

பண்பாட்டில் தொழில்களும் வேலைப் பகிர்வுகளும் தான் தோன்றித்தனமாக அவரவர் விருப்பப்படிச் செய்யப்படவில்லை; சிந்திக்கப்படவில்லை. மக்கள் தாங்கள் வாழும் நிலம், சாதி, சாமி, சமயம், அண்டம், பிரபஞ்சம் ஆகியவற்றோடு ஊடாடும் கருத்தினங்களை அமைப்பு ரீதியாகத் தங்கள் வாழ்வின் ஒவ்வொரு தளத்திலும் பிரதிபலிக்கின்றனர் என்று புரோவர் முனைப்புடன் சிந்தித்துள்ளார்.

அமைப்பியமோ வேறு கோட்பாட்டு அணுகுமுறைகளோ நிகழ்வுகளைத் தனித்தனியாகத் துண்டித்த நிலையில் பொருள் கோடல் செய்வதை ஆதரிப்பதில்லை. பரந்த, முழுமையான ஒருங்கமைவாகப் பண்பாட்டை எடுத்துக்கொண்டு அதற்குள் ஒன்றையொன்று பிரதிபலிக்கக்கூடிய, ஒன்றையொன்று சார்ந்து வெளிப்படக்கூடிய, வலைப் பின்னலாக ஊடாடக்கூடிய உறவுத் தளங்களை இனங்கண்டு பொருள்கோடல் செய்ய வேண்டும் என்பதை இந்த அணுகுமுறை வலியுறுத்துகின்றது.

தமிழ் மனத்தின் சிந்தனைத் தளத்தில் ஆழ்ந்து புதைந்து கிடக்கும் அமைப்புகளை இனங்காண்பது அறுபடாத பண்பாட்டுத் தொடர்ச்சியின் கருத்தியல்புகளை அடிப்படையாகக்கொண்டது. இந்த நீண்ட அமைப்பியப் பகுப்பாய்வில் புழுங்கு பொருள் கூறுகள் பரந்து நிற்கும் அமைப்பியத்தை உணர்த்துகின்றன.

மொழியின் ஒவ்வொரு சொல்லும் பண்பாட்டு வரலாற்றைத் தாங்கி நிற்கிறது. 'கோழி அடிச்சி, கிடா வெட்டி விருந்து கொடுத்தேன்' என்ற ஒரு சொல்லாடலில் கோழியை அடித்தலும், கிடாவை வெட்டுதலும் எனும் சொற்கள் அடித்தல் கற்கருவி களையும், வெட்டுதல் இரும்புக் கருவியையும் சுட்டுகின்றன. கற்கருவிகளுக்குப் பின்னரே இரும்புக் கருவிகளின் பயன்பாடு ஏற்பட்டது என்பது பதினேழு லட்சம் ஆண்டுகளுக்குப் பின்னரும் (அத்திரம்பாக்கத் தரவுகளை முனைவர் சாந்தி பப்பு இவ்வாறு காலக்கணிப்பு செய்துள்ளார்) நம் சொல்லாடலின் இயல்பாக வெளிப்படுகிறது. இந்த மண்ணில் நிகழ்ந்துள்ள தொழில்நுட்பப்

படிமலர்ச்சியை அன்றாட சொல்லாடல்கள்கூட குறியீடாக்கு கின்றன. இவை பண்டு தொட்டுப் பண்பாட்டு வரலாற்றைத் தாங்கி நிற்கின்றன. ஆகவே களப்பணியில் பொருட்கள் பற்றிய ஒவ்வொரு சொல்லும், ஒவ்வொரு கருத்தும் இன்றியமையாதது என்பதை உணர்ந்து நுட்பத்துடன் தரவுகள் சேகரித்து ஆராய வேண்டும்.

உசாத்துணை

Appadurai, Arjun (ed.). 1986. *The Social Life of Things: Commodities in Cultural Perspective.* Cambridge: Cambridge University Press.

Barthes, Roland. 1967. *The Fashion System.* New York: Hill & Wang.

—. 1993 / 1957. *Mythologies.* New York: Hill and Wang.

Baudrillard, Jean. 1996 (1968). *The System of Objects.* London: Verso.

Bharathi, Bhakthavatsala. 2008. *Vaagri Material Culture.* Chennai: National Folklore Support Centre.

Brouwer, J. 1987. 'A Matter of Liminalities; A Study of Women and Crafts in South India'. *Man in India* 67, 1: 1-22.

Buchli, V. (ed.) 2002. *The Material Culture Reader.* Oxford: Berg.

Douglas, M. and Isherwood, B. 1996/1979. *The World of Goods: Towards an Anthropology of Consumption.* New York: Basic Books.

Dhukhaim, E. & Mauss, Marcel. 1963/1903. *Primitive Classification.* London: Cohen and West.

Geerts, Clifford. 1973. *The Interpretation of Cultures.* New York: Basic Books.

Glassie, Henry. 1999. *Material Culture.* Bloomington: Indiana University Press.

Hicks, D and M. Beaudry (eds.) 2010. *The Oxford Handbook of Material Culture.* Oxford: Oxford University Press.

Levi-Strauss, Claude. 1966. *The Savage Mind.* Chicago: University of Chicago Press.

—. 1979. *Myth and Meaning: Cracking the Code of Culture.* New York: Schocken Books.

Mauss, Marcel. 1967/1954. *The Gift: Forms and Functions of Exchange in Archaic Societies.* London: Cohen and West.

Miller, Daniel. 1987. *Material Culture and Mass Consumption.* Oxford: Blackwell.

Sharma, R.S. 1983. *Material Culture and Social Formations in Ancient India.* Delhi: Macmillan.

Smith, Philip. 2001. *Cultural Theory: An Introduction.* Massachusetts: Blackwell.

Tilley, C. et al. 2006. *Handbook of Material Culture.* London: Sage.

Wolf, Richard K. 2005. *The Black Cow's Footprint.* Urbana: University of Illinois Press.

Woodward, Ian. 2007. *Understanding Material Culture.* London: Sage.

காமராசு, இரா. (தொ-ர்). 2023. புழங்குபொருள் பண்பாடும் வாய் மொழி வரலாறும். தஞ்சாவூர்: தமிழ்ப் பல்கலைக்கழகம்.

சண்முகலிங்கன், என். 2002. பண்பாட்டின் சமூகவியல். தெல்லிப் பளை: நாகலிங்கம் நூலாலயம்.

சிவசுப்பிரமணியன், ஆ. 2007. தோணி. பாளையங்கோட்டை: நாட்டார் வழக்காற்றியல் ஆய்வு மையம்.

செல்வக்குமார், மு. 2021. தமிழ்ச் சமூகப் பூசகர்கள்: பிடாரி வழிபாட்டில் வாழும் சாதி வரலாறு, சென்னை: பாரதி புத்தகாலயம்.

பக்தவத்சல பாரதி. 2018. சாதியற்ற தமிழர், சாதியத் தமிழர்: சாதிக்கு முந்தைய பிந்தைய தமிழ்ச் சமூகம். சென்னை: பாரதி புத்தகாலயம்.

—. *2019/2002. தமிழர் மானிடவியல். புத்தாநத்தம்: அடையாளம்.*

6

பின்காலனியத்தில் எனது மானிடவியல் பயணம்

முழுமைபெறா சுயசரிதையின் நடுப்பக்கம்

நான் பிறந்தது பாங்கொளத்தூர் கிராமம்; ஓர் அழகிய சிற்றூர்; விழுப்புரம் மாவட்டம், திண்டிவனம் வட்டம், ஒலக்கூர் ஒன்றியத்தில் உள்ளது. 29. 11. 1957இல் பிறந்தேன். ஆனால் சான்றிதழ்களில் 07. 06. 1957 என்றுதான் இருக்கிறது. பள்ளிக்கூடத்தில் சேர்க்கும் போது ஆசிரியர் ஜூன் மாதம் கணக்கிட்டுச் சேர்த்துவிட்டார்.

என்னுடைய ஊரில் இருந்த அரசு தொடக்கப்பள்ளியில் நான்காம் வகுப்புவரை தமிழ் வழியில் படித்தேன். இந்தச் சிற்றூரின் பள்ளிச் சூழல் எனக்கு அலுப்புத் தட்டியது. இரண்டு கிராமங்களைத் தாண்டி ஐந்தாவது கிலோ மீட்டரில் இருந்த ஆவணிப்பூரில் ஐந்தாம் வகுப்புப் படித்தேன். அதன் பின்னர் அதே ஊரில் இருந்த அரசு மேனிலைப் பள்ளியில் பதினோறாம் வகுப்பு வரை தமிழ் வழியில் படித்தேன். தினமும் நடந்து சென்று திரும்ப வேண்டும். வயல் வரப்புகளின் ஊடாக நடப்பதும், மழைக் காலங்களில் நடப்பதும் மிகவும் கடினம். பலருக்குக் காலில் சேற்றுப் புண் வந்துவிடும். எல்லோரும் மஞ்சள் தூள் தேய்த்துக் கொண்டு ஆற்றி விடுவார்கள். வேறு மருந்து கிடையாது.

எனது தந்தை பாபு சீத்தாராம். தம் பதின்மூன்றாம் வயதிலேயே சட்டையைக் கழற்றி எறிந்தவர். அப்போது மகாத்மா காந்தி அவர்கள் அருகிலுள்ள ஒலக்கூர் இரயில் நிலையத்தில் வண்டியில் நின்றுகொண்டே சட்டை போடா இயக்கத்தைப் பற்றிப் பேசினாராம். அந்தக் கூட்டத்திலேயே சட்டையைக் கழற்றி

எறிந்துவிட்டார். இறுதி மூச்சு வரை நான்கு முழ கதர் வேட்டியும் துண்டும்தான். மகாத்மா காந்திக்குப் பிறகு அந்த ஆடையில் என்னை மிகவும் கவர்ந்தவர் இந்த உலகில் என் அப்பா மட்டும்தான். அவ்வளவு வசீகரமாக இருப்பார். என்னைவிட இரண்டு அங்குலம் உயரமாக இருப்பார்.

எனது தந்தை விடுதலைப் போராட்டத்தில் தீவிரமாகப் பங்கேற்றார். சட்டை போடாத காந்தியத்தையும், விடுதலைப் போரில் சிறைவாசம் கண்ட தேசப்பற்றையும், விடுதலை வீரருக்கான உதவித் தொகை பெறாத சுதேசியத்தையும் கடைப் பிடித்தவர். இதனால் எங்கள் குடும்பத்திற்கென்று அதிகம் நிலபுலங்களைச் சம்பாதிக்கவில்லை. ஆனால் நாங்களும் எங்கள் சந்ததியினரும் பெருமைபடத்தக்க நினைவுச் சின்னம் அரசால் வைக்கப்பட்டுள்ளது. எங்கள் ஊரிலிருந்து வந்தவாசி செல்லும் வழியில் வெள்ளிமேடுப்பேட்டை எனும் ஊரிலுள்ள அரசு மேனிலைப்பள்ளியில் 1948ஆம் ஆண்டு பொறிக்கப்பட்ட நினைவுக் கல் வைக்கப்பட்டுள்ளது. அதில் அசோக சக்கரத்துடன் எனது தந்தையின் பெயரையும் பாங்கொளத்தூர் ஊரின் பெயரையும் அழகாக சித்திரித்துள்ளனர்.

எனது அம்மா சு. தனலட்சுமி. அப்பா 'தனம்' என்றே விரும்பி அழைப்பார். அம்மாவின் ஊர் புதுச்சேரிக்கு அருகில் உள்ள ஆகாசம்பட்டு. எங்கள் குடும்பத்தின் வறுமையைத் தம் உழைப்பால் வென்றெடுத்தவர். எங்கள் வீட்டில் அன்றாடம் சமைக்கும்போது சேரும் கஞ்சித் தண்ணீரை, மூன்று கிலோ மீட்டர் தொலைவில் எங்களுடைய கொல்லையில் கட்டியிருந்த வீட்டுமாடுகளுக்கு நடந்தே எடுத்துச் சென்றிருக்கிறார். அப்போது என்னுடைய அம்மாவின் உழைப்பே எங்களுக்கு மூலதனம். ஓய்வறியா உழைப்பாளி.

என்னுடைய அத்தை பா. அலமேலு. அவர் திருமணம் முடிந்த ஒரு மாதத்தில் கணவரை இழந்துவிட்டார். மறுமணம் செய்து கொள்ளவில்லை. நாங்கள் எல்லாம் சென்னையில் தங்கிப் படிக்கும் போது எங்களை அரவணைத்த தாய் அவர்தாம். உண்மையில் எனக்கு இரண்டு தாய்கள். இந்த இரண்டு ஆளுமைகளும் என் வாழ்வில் உன்னதமான உயிர்மூச்சு என்பேன்.

என்னுடைய இரண்டு அண்ணன்களும் தியாக உணர்வு கொண்டவர்கள். மூத்த அண்ணன் சீ.வெங்கடாசலத்தைச் சென்னையில் வேலைக்குச் சேர்த்துவிட்டார் என் அப்பா. அவருக்கடுத்த அண்ணன் சீ. தேவராஜுலுவையும் வேலையில் அமர்த்தினார். இருவரும் என்னையும் என் தம்பிகள் இருவரையும் படிக்க வைத்தனர். இவர்களின்றி சென்னையில் கல்லூரிப் படிப்பு சாத்தியமாகியிருக்காது.

கல்லூரிப் படிப்பு

நான் படித்த காலத்தில் அதாவது 1972இல் புகுமுகப் படிப்பு (பீயூசி) என்று சொல்லக்கூடிய கல்வியைக் கந்தசாமி நாயுடு கல்லூரியில் படித்தேன். அந்தப் படிப்பில் உயிரியல் பிரிவை எடுத்துப் படித்தேன். அப்போது நான் என் அண்ணன் வெங்கடா சலம் அவர்கள் வீட்டில் தங்கிச் சென்னையில் படித்தேன். பிறகு இளம் அறிவியல் படிப்பைத் தேர்வு செய்து விலங்கியல் படித்தேன். அப்போது வேதியியல், தாவரவியல் இரண்டையும் துணைப் பாடமாகப் படிக்க வேண்டும்.

அதன் பிறகு திருவேங்கடவன் பல்கலைக்கழகத்தில் முதுகலையில் 'சமூக மானிடவியல்' படித்தேன். இதற்கு அடிப்படையான காரணம் என்னவென்றால், நான் பிஎஸ்சி விலங்கியல் படித்தது என்பேன். இந்தப் பாடத்தைச் சென்னையில் சர் தியாகராஜர் கல்லூரியில் படித்தேன். இந்தக் கல்லூரியைப் பற்றி உங்களுக்குத் தெரியும். மிகவும் புகழ்பெற்ற அரசர் அவர். அந்தக் கல்லூரியில் விலங்கியல் படிக்கும் போது எங்களுக்கு ஆய்வுக் கூடத்தில் தவளை, கரப்பான் பூச்சி ஆகியவற்றை அறுவை சிகிச்சை செய்து மிக முக்கியமான உறுப்புகளை எல்லாம் காட்ட வேண்டும். இறுதியாக என்ன பயிற்சி கொடுப்பார்கள் என்றால் அந்தத் தவளையினுடைய மூளையை முறையாக எடுத்துக்காட்ட வேண்டும். அப்படிச் செய்யக்கூடிய பயிற்சியை எங்களுக்குச் சொல்லிக்கொடுத்தவர் வி.செங்கல்வராயன் என்பவர். அவர் அங்கு டெமான்ஸ்ட்ரேட்டர் ஆகப் பணியாற்றினார். அவர் ஆய்வுக் கூடத்தில் மட்டும்தான் சொல்லித் தருவார். வகுப்புகள் எடுக்க அவருக்கு அனுமதி இல்லை. டெமான்ஸ்ட்ரேட்டராக இருந்தாலும் எங்களுக்கு இதைக் கற்றுக் கொடுப்பார்.

எங்களுடைய அணியிலேயே அந்த மூளையை மிகச் சிறப்பாக எடுத்துக் காட்டக் கூடிய நிலையில் என்னுடைய செயல் இருந்ததால் என்னை வெகுவாகப் பாராட்டுவார். பிறகு அவருடைய அறைக்குச் சென்று நாங்கள் பேசுவோம். பேசும் போதுதான் சொன்னார், நான் சென்னைப் பல்கலைக்கழகத்தில் மானிடவியல் பட்டயம் படித்ததால் உங்களுக்கு நல்ல முறையில் பயிற்சி கொடுக்க முடிகிறது. நீங்களும் அதை நன்றாகச் செய்து காட்டுகிறீர்கள். நீங்களும் இதையெல்லாம் நன்றாகப் படித்திருப்பதால் மானிடவியல் (ஆந்த்ரோபோலஜி) படிப்புக்கான ஒரு வாய்ப்பை ஏற்படுத்திக்கொள்ளுங்கள். 'அது ஒரு நல்ல படிப்பு' என்று அவர்தான் நான் பிஎஸ்சி படிக்கும்போதே உணர்த்தினார். அது எனக்கு மனதில் பட்டது. இப்படி ஒரு நல்ல படிப்பைச் சொல்கிறார், இவர் பேச்சைக் கேட்க வேண்டும் என்று எனக்கு அப்போது தோன்றியது. இதை இரண்டாம் ஆண்டிலிருந்து அவர் சொல்லுவார். பிறகு மூன்றாம் ஆண்டு அந்தப் படிப்பை முடித்து விட்டு வெளியேறும் போதுகூட அதை நினைவுபடுத்திக் கூறினார். நீங்கள் மானிடவியல் படியுங்கள். உங்களுக்கு அந்தப் படிப்பு நன்றாக இருக்கும் என்று கூறியவர் அவர்தாம். அந்த நினைவை இங்கு நான் உங்களோடு பகிர்ந்துகொள்வதற்கு ஆசைப்படுகிறேன்.

சென்னைப் பல்கலைக்கழகம் ஒரு பழம்பெரும் பல்கலைக் கழகம். 1947லேயே மானிடவியல் பட்டயப் படிப்புத் தொடங்கப் பட்டது. முதன் முதலில் ஜெர்மானியப் பேராசிரியர் எரன்ஃபெல்ஸ் தான் அந்தத் துறையில் கற்பித்தார். அப்போது பலர் இந்தப் படிப்பைப் படித்தனர். பின்வருபவர்கள் எல்லாம் மானிடவியல் பட்டயப் படிப்பை முடித்தவர்கள். அவர்கள் யார் என்றால் இப்போது நமக்கெல்லாம் நன்கு அறியக்கூடிய பேராசிரியர் வீ. அரசு, காலம் சென்ற பேராசிரியர் க. ப. அறவாணன், தமிழ்ப் பல்கலைக் கழகத்தின் மேனாள் துணைவேந்தர் இ. சுந்தரமூர்த்தி, இப்படி ஏராளமான பேர் இந்தப் படிப்பைப் படித்திருக்கின்றனர். அந்தப் படிப்பின் காரணமாகத்தான் இவர்கள் சற்று மாறுபட்ட சிந்தனை முறையிலேயே அவர்களுடைய ஆய்வில் இந்தக் கூறுகளை வெளிப்படுத்துகிறார்கள் என்று நினைக்கிறேன். இப்படியாக இவர்களை அறிந்த பிறகு நான் முதுகலையில்

மானிடவியல் படித்தேன். பிறகு மானிடவியலிலேயே முனைவர் பட்டத்தையும் முடித்தேன்.

என்னுடைய பணிக்காலம் என்று சொல்லும்போது 1985 முதல் 1990 ஆகஸ்ட் வரை தமிழ்ப் பல்கலைக்கழகத்தில் வாழ்வியல் களஞ்சிய மையத்தில் நான் மானிடவியல் துறை ஆசிரியராக ஐந்தரை ஆண்டுகாலம் பணியாற்றினேன். பிறகு தான் அங்கிருந்து புதுச்சேரி மொழியியல் பண்பாட்டு ஆய்வு நிறுவனத்தில் சேர்ந்தேன். இங்கு 1990 ஆகஸ்ட் முதல் 2019 ஜூன் முடிய 30 ஆண்டுகாலம் மொழியியல் நிறுவனத்தில் பல்வேறு நிலைகளில் பணியாற்றினேன். இறுதி ஏழரை ஆண்டுகள் நிறுவனத்தின் இயக்குநராகப் பணியாற்றினேன்.

ஆய்வுப் பட்டம்

முனைவர் பட்ட ஆய்வில் முதலில் எனக்கு நெறிப்படுத்த விரும்பியவர் என்னுடைய பேராசிரியர் எம்.சூரியநாராயணா. இவர் ஒரு மானிடவியல் பேராசிரியர். அவர் அப்போது திருவேங்கடவன் பல்கலைக்கழகத்தில் நீண்ட காலம் பணி புரிந்தவர். 30 ஆண்டுகாலம் அங்குப் பணி புரிந்தவர். அவருடைய இயற்பெயர் மாண்மில்லபள்ளி சூரிய நாராயணா. ஆந்திராவில் இன்றைக்கும் இந்த 'இண்டிப்பெயர்' என்று சொல்லக்கூடிய 'வீட்டுப்பெயர்' அவர்கள் பெயருக்கு முன்னால் இருக்கும். தமிழ்நாட்டில் அந்த ஒரு மரபு இல்லை. ஒட்டுமொத்த திராவிடப் பகுதியில் நாம் ஐந்து பகுதிகளை எடுத்துக்கொள்ள வேண்டும். தமிழ், தெலுங்கு, மலையாளம், கன்னடம், துளு. துளுவை நாம் இன்று கன்னடத்தோடு சேர்த்துப் பார்க்கிறோம். உண்மையில் பண்பாட்டு ஆய்வில் தனிப் பகுதியாகப் பார்க்க வேண்டும். ஏனெனில் இன்றைக்குக்கூட 'பூத வழிபாடு' அங்கு மட்டும்தான் இருக்கிறது. இப்படி ஐந்து பிரதேசங்களிலும் வெவ்வேறு பண்பாட்டு அம்சங்கள் இருந்தாலும் இந்த ஐந்துக்கும் பொதுமைகள் நிறைய இருக்கின்றன. அதுதான் மிக முக்கியம். ஆனால் இந்த வீட்டுப்பெயர் என்பது ஆந்திராவில் இருக்கிறது; தமிழ்நாட்டில் மிகச் சில சமூகத்தாரிடம் மட்டும் உள்ளது.

சூரியநாராயணா கோசலை நாட்டுப் பிராமண வகுப்பைச் சார்ந்தவர். அதைச் சாதி என்று எடுத்துக்கொள்ளலாம். அடிப்படையில்

அவர் பிராமணர். ஆனால் ஒரு பிராமண அம்சத்தையும் அவர் பின்பற்றியதே கிடையாது. அவர் மிக அழகாகக் கறி சாப்பிடுவார். அவர் தன்னுடைய முனைவர் பட்ட ஆய்விற்குச் சவரா (சவராஸ்) பழங்குடியை எடுத்துக்கொண்டார். இந்தப் பழங்குடியினர் ஆந்திராவில் இருக்கின்றனர். அந்த மக்களிடம் ஆய்வு செய்யும் போது அவர்கள் கொடுத்த அசைவ உணவுகளையும் சாராயம் முதலான பல்வேறு மதுபானங்களையும் அவர் சாப்பிட்டார். அதுமட்டுமல்ல அவர் எப்போதெல்லாம் விரும்புகிறாரோ அப்போது இத்தகைய பழக்கத்தில் இருந்தார்.

என்னுடைய நெறியாளர் என்பவர் கோசல நாட்டுப் பிராமணரே ஒழிய அவர் ஒரு மனித குல ஆராய்ச்சியாளர். அந்தப் படிப்பைப் படித்த பிறகு வாழ்நாள் முழுவதும் ஒரு தொழிலாக நடை முறைப்படுத்தும் போது அந்தப் பிராமண ஆசாரத்துடன் வாழ வேண்டிய அவசியம் இல்லை என்பதை மிகச் சரியாக உணர்ந்து கொண்டார். இதைப் பல இடங்களில் பல தருணங்களில் எங்களிடம் எந்தவிதமான வெட்கமும் இல்லாமல் மிக இயல்பாகச் சொல்லுவார். நான் கறி சாப்பிடுவேன், சாராயம் குடிப்பேன், மதுபானம் குடிப்பேன் என்று சொல்லுவார். இந்த ஒரு பின்னணியில் தான் என்னுடைய நெறியாளர் அமைந்தார். ஆனால் ஒரு வாய்ப்புக்கேடு என்னவென்றால் அவரிடம் இடம் இல்லை. அவரிடம் தான் நான் சேர வேண்டும் என இருந்தேன். அவர் என் மேல் மிகுந்த அன்பு கொண்டவர். நான் ஒரு திறமையான மாணவர் என்றெல்லாம் அவர் நினைத்திருந்தார்.

இப்படி ஓராண்டு காலம் காத்திருக்கத் தேவையில்லை என்று எண்ணி அவர் அவருடைய மிகச் சிறந்த நண்பர் பேராசிரியர் டி.இராமச்சந்திரய்யா அவர்களிடம் சேர்த்தார். அப்போது அவர் மைசூர் பல்கலைக்கழகத்தில் மானிடவியல் துறையின் தலைவர். அவருடைய மிக நெருக்கமான ஆருயிர் நண்பர் சூரியநாராயணா. ஆக என்னை ஆய்வாளராக ஏற்றுக்கொள்ள முடியாத நிலையில் இருந்த பேராசிரியர் சூரியநாராயணா அவருடைய ஆருயிர் நண்பராகிய பேராசிரியர் இராமச்சந்திரய்யா அவர்களிடம் மைசூர் பல்கலைக்கழகத்தில் சேரச் சொன்னார். அப்போது நான் தமிழ்ப் பல்கலைக்கழகத்தில் 1985இல் பணியில் சேர்ந்து விட்டேன்.

தஞ்சாவூர்க் காலம்

தமிழ்ப் பல்கலைக்கழகத்தில் பணியில் சேர்ந்துவிட்டதால் முனைவர் பட்டத்திற்கு உடனடியாகச் சேர வாய்ப்பு இல்லாமல் போனது. பல்கலைக்கழகத்தில் அனுமதி பெற்று 1988இல்தான் முனைவர் பட்டத்திற்குச் சேர வாய்ப்புக் கிடைத்தது. அது எனக்கு மிகச் சுவாரசியமான ஒரு சூழல் என்றுதான் சொல்ல வேண்டும். ஏனெனில், வாழ்வியல் களஞ்சிய உருவாக்கப் பணியில் நான் ஈடுபட்டிருந்த பொழுது பெரிய பெரிய மானிடவியல் அறிஞர்களின் புலமை வட்டம் எனக்கு மிக நெருக்கமாக மாறியது. அப்பொழுது நம்முடைய தமிழ்ப் பல்கலைக்கழகத்தினுடைய முதல் துணைவேந்தர் பேராசிரியர் வ. அய். சுப்பிரமணியம் பல்வேறு மையங்களை வெவ்வேறு இடங்களில் நிறுவினார். காஞ்சிபுரத்தில் தத்துவ மையம், சென்னையில் களஞ்சியம் மையம், மண்டபத்தில் நீர் அகழாய்வு மையம், உதகையில் மலை இன மக்கள் ஆய்வு மையம் முதலானவை உருவாகின. பல்கலைக் கழகம் தஞ்சாவூரில் பெரிய வளாகத்தில் மையக் களமாக அமைந்தது.

காஞ்சிபுரம் தத்துவத்திற்குப் பெயர்போன ஊர் ஆகையால், அங்குத் தத்துவ மையத்தை அமைத்தார். உதகை தமிழ்நாட்டில் பழங்குடி மாவட்டம். நீலகிரியில் பழங்குடிகள் அதிகம் வாழ்வதால் மலை இன மக்கள் ஆய்வு மையத்தை அங்கு நிறுவினார். அந்த மையத்தில் இருந்த ஆசிரியர்களை நான் கூற வேண்டும். பேராசிரியர் பி. கே. மிஸ்ரா, பேராசிரியர் ஜக்கா பார்த்தசாரதி, பேராசிரியர் ஆனந்தபானு, பேராசிரியர் சேதுராமன், பேராசிரியர் டி. எஸ். நடராஜன் போன்றோர். இவர்களை அங்கே ஆய்வுப் பேராசிரியர்களாகத் துணைவேந்தர் நியமித்தார். பேராசிரியர் பெரியாழ்வார், சிதம்பரநாதன் இவர்கள் எல்லாம் மொழியியல் பேராசிரியர்களாக இணைந்தனர்.

ஆக, மொழியியல் பேராசிரியர்கள், உயிரியல் சார்ந்த மானிடவியல் அறிஞர்கள், பண்பாட்டு மானிடவியல் அறிஞர்கள் அனைவரையும் சேர்த்து ஓர் அருமையான மையத்தை அங்கு நிறுவினார். அந்தப் பேராசிரியர்கள் எல்லாம் என்னுடைய வாழ்வியல் களஞ்சியத்திற்கு ஆங்கிலத்தில் கட்டுரை அனுப்புவார்கள்.

பேராசிரியர் பி.கே.மிஸ்ரா அவர்கள் மிகச் சிறந்த மானிடவியல் பேராசிரியர். அப்பொழுது இந்திய அளவில் பெயர் பெற்ற பேராசிரியர். அவர் உதகை மையத்திற்கு இயக்குநராகப் பதவியேற்ற பிறகு முதல் சொற்பொழிவை ஆற்றினார். அதற்கு வ. அய். சுப்பிரமணியம் அவர்கள் 'கட்டில் ஏற்பு சொற்பொழிவு' என்று கூறுவார். பதவியேற்றவுடன் அந்தப் பதவி ஏற்றதைப் பெருமைப்படுத்தும் விதமாக அவருடைய புலமையை நிரூபிக்கும் விதமாக ஒரு சொற்பொழிவை அச்சில் கொண்டு வந்து, குறுநூலாகத் தயார் செய்துவிட்டுதான் அந்த உரையை நிகழ்த்துவார்கள். அப்படிப்பட்ட ஓர் உரையைப் பேராசிரியர் பி. கே. மிஸ்ரா அவர்கள் வழங்கி ஆங்கிலத்தில் வந்த அந்தக் கட்டுரையை எனக்குப் பேராசிரியர் வ. அய். சுப்பிரமணியம் அனுப்பினார்.

அதைப் படித்துவிட்டு அதற்கு இணையான தமிழ்நாட்டுச் சூழல்கள், சில எடுத்துக்காட்டுகள், விவாதங்களையெல்லாம் இணைத்து நான் ஒரு நான்கு பக்க அளவில் தட்டச்சு செய்து பேராசிரியர் மிஸ்ரா அவர்களுக்கு அனுப்பினேன். அதனைப் பாராட்டித் துணைவேந்தருக்குக் கடிதம் எழுதிவிட்டார். 'அங்கே வாழ்வியல் களஞ்சியத்திலேயே ஓர் ஆசிரியரை நியமித்திருக் கிறீர்கள். என்னுடைய கட்டுரை மீது இன்ன இன்ன விவாதங் களை எல்லாம் அவர் எழுப்பி இருக்கின்றார். இவை நல்ல விவாதங்கள்' என்று சொல்லி இருக்கிறார். இவர்களைத் தாண்டியும் நாங்கள் வாழ்வியல் களஞ்சியத்திற்கு ஏராளமான கட்டுரைகளை வாங்க வேண்டிய ஒரு சூழல்.

அந்தக் கட்டுரைகளை எல்லாம் படித்த பிறகு எம்ஏ வரை நான் படித்தவை மிகக் குறைவு என்பதை அப்போதுதான் உணர்ந்தேன். ஏனெனில் இரண்டு ஆண்டுகள் மட்டுமே எம்ஏ படித்தோம். முதல் ஆண்டில் ஐந்து கேள்விகளுக்குப் பதில் எழுத வேண்டும். இரண்டாம் ஆண்டில் எட்டுக் கேள்விகள் கொடுப்பார்கள். அதில் ஐந்து கேள்விகளுக்குப் பதில் எழுதினால் 5 ×20 = 100 மதிப்பெண் வாங்கிவிடலாம். ஆக, எட்டு, பத்துக் கேள்விகளை எழுதி எம்ஏ முடித்த பிறகு நாம் ஏதோ பெரிதாகப் படித்துவிட்டோம் என்று நினைக்கிறோம். அது உண்மை கிடையாது. நாம் பொதுவாக வாகனம் ஓட்டுவதற்கான உரிமம்

வாங்குவதற்குமுன் ஒரு தற்காலிக உரிமம் வாங்குவது போல ஒரு சிறு அனுமதி தருகிறார்கள். அவ்வளவுதான். எம்ஏ படிப்பு என்பது இந்தப் படிப்புக்கான ஒரு முதல் படிதான். உண்மையான படிப்பு அதன் பிறகுதான் என்று சொல்வேன். முனைவர் பட்டம் படித்து முடித்த பின்னர்தான் உண்மையான ஆய்வாளராக நீங்கள் பயணம் செய்ய முடியும் என்பது என்னுடைய தாழ்மையான கருத்து.

இப்படியாக நான் இந்த எம்ஏ படித்த பிறகு வாழ்வியல் களஞ்சியத்திற்காக 200 கட்டுரைகளை எழுதினேன். வெளியில் இருந்து 200 கட்டுரைகளை வாங்கினேன். பல கட்டுரைகள் தமிழிலும் வந்தன. சில கட்டுரைகள் ஆங்கிலத்தில் வந்தன. அவற்றையெல்லாம் படித்து மொழிபெயர்த்துத் தட்டச்சு செய்து அதைச் செப்பமிட்டு எல்லாவற்றிற்கும் கலைச்சொல் உருவாக்குவேன். அதற்காக நான் பல துறைகளுக்குச் சென்று அந்தப் பேராசிரியர்களை எல்லாம் அணுகுவேன். இந்த வார்த்தைகளுக்கு எந்தக் கலைச்சொல் போடலாம் என்றெல்லாம் நான் கலந்து ஆலோசனை செய்திருக்கிறேன். இது சரியாக இருக்கிறதா, இல்லை வேறு ஏதேனும் பொருத்தமாய் இருக்குமா போன்ற சந்தேகங்களுக்குப் பன்முகப் பதில்கள் அங்குக் கிடைக்கும். இப்படி நிறைய அனுபவங்கள் கிடைத்த ஓர் அருமையான இடம் தமிழ்ப் பல்கலைக்கழகம். அதனால் தான் நான் தொடர்ந்து தமிழிலே எழுதக்கூடிய ஒரு வாய்ப்பைப் பெற்றேன்.

பேராசிரியர் வ. அய். சுப்பிரமணியம் அவர்கள் அப்போது ஆறு மாதங்களுக்கு ஒருமுறை 'சீர்தூக்கல் குழு' வைப்பார். வேலையில் சேர்ந்து ஆறாவது மாதம் சீர்தூக்கல் குழுவைச் சந்திக்க வேண்டும். என்னுடைய வேலையை மதிப்பீடு செய்வார்கள். நான் நன்றாக வேலை செய்கிறேன் என்றால் அடுத்த ஆறு மாதத்திற்கு வேலை நீட்டிப்புத் தருவார்கள். அப்படி முதல் சீர் தூக்கல் கூட்டத்தில் அவர் சொன்னார்: 'நீங்கள் தமிழிலே நன்றாக எழுதுகிறீர்கள். உங்கள் வாழ்நாள் முழுவதும் நீங்கள் தமிழிலே எழுதுங்கள். ஆங்கிலத்தில் எழுதுவதற்கு ஏராளமான ஆய்வாளர்கள் உலகம் முழுவதும் இருக்கிறார்கள். அவர்கள் எழுதட்டும். நம்முடைய தமிழ் மொழியில் இந்தத் துறை அறிவு

நிச்சயம் கிடைக்க வேண்டும். நீங்கள் தொடர்ந்து எழுதுவீர்கள் என்று நம்புகிறேன்' என்று வ. அய். சு. ஐயா ஓர் ஆணையிடுவது போலச் சொன்னார். அது என்னுடைய மனதில் பசுமரத்தில் அடித்த ஆணி போலப் பதிந்துவிட்டது. எனக்கு ஆங்கிலமும் நன்றாக எழுத வரும்.

மானிடவியல் எழுத்து

நான் சுமார் ஏழரை ஆண்டுகள் புதுச்சேரி மொழியியல் நிறுவனத்தில் இயக்குநராகப் பதவி வகித்தேன். உண்மையில் இது என்னுடைய வாழ்க்கையில் ஒரு சோக சம்பவம் என்று நினைக்கின்றேன். நிர்வாகப் பணிக்காக மட்டும் நான் ஏறத்தாழ மூவாயிரம் பக்கங்கள் ஆங்கிலத்தில் கோப்புகள் எழுதி இருக்கின்றேன். அந்த நிர்வாகப் பணிச்சுமை மட்டும் இல்லாமல் இருந்திருந்தால் ஐந்தாறு நூல்களையாவது எழுதி இருப்பேன். அதைப் பற்றி நான் கவலைப்பட்டதில்லை. விடியற் காலையிலும் இரவிலும் வீட்டிலேயே என்னுடைய ஆய்வுப் பணிகளைத் தமிழில் செய்து கொண்டே வந்தேன். அதனால்தான் இப்போது இந்தத் துறை அறிவு ஓரளவிற்காவது தமிழ்நாட்டில் கிடைத்திருக்கின்றது.

மானிடவியல் சார்ந்த மிகச் சிறிய, பெரிய கட்டுரைகள் அடங்கிய 13 வாழ்வியல் களஞ்சியத் தொகுதிகளையும் புரட்டிப் பார்த்தால் தெரியும். அதில் மானிடவியல் சார்ந்த சுமார் 400 கட்டுரைகள் இருக்கின்றன. அந்தக் கட்டுரைகளை உருவாக்கும் விதத்தில் நான் படித்து நிதானமாகப் புரிந்துகொண்ட குறிப்புகளை வீட்டிற்குக் கொண்டு வருவேன். மீண்டும் படிப்பேன், மறுநாள் காலையில் படிப்பேன். ஏனெனில் இதில் சில கட்டுரைகளைத் துணைவேந்தர் அவர்களுடைய வீட்டிற்குக் கோப்பாக அனுப்புவார்கள். அவர் படித்துப் பார்ப்பார். அப்போது எனக்குத் திருமணம் ஆகிவிட்டது. அந்தப் பல்கலைக்கழகத்தில் எனக்கு ஆயிரம் ரூபாய்தான் சம்பளம். இப்படியான சூழலில் இந்த வேலை தொடர்ந்து நிலைக்க வேண்டும் என்பதற்காக மிகவும் அக்கறையோடு, கவனத்தோடு செய்யக்கூடிய ஒரு சூழலில் நான் மீண்டும் மீண்டும் படிக்க ஆரம்பித்ததால், தமிழில் எழுதுவது எனக்கு மிகவும் நெருக்கமாக மாறியது. அதை நான் எப்படிச் சொல்வது என்று தெரியவில்லை. சில பேர் காதலியை

எவ்வளவு தூரம் நேசிக்கின்றார்களோ அதுபோல இந்தத் துறையை நான் நேசிக்க ஆரம்பித்தேன்.

அந்தச் சூழலில்தான் முனைவர் பட்ட ஆய்வைச் செய்வதற்கு அனுமதி கிடைத்தது. சூரியநாராயணா அவர்களுடைய பரிந்துரையின் பேரில் நான் மைசூர் பல்கலைக்கழகத்தில் நெறியாளர் இராமச்சந்திரய்யா அவர்களிடம் சேர்ந்தேன். இவர் என்னுடைய அதிகாரப்பூர்வமான வழிகாட்டி. ஆனால் உண்மையான வழிகாட்டி திருப்பதியில் இருக்கக்கூடிய திருவேங்கடவன் பல்கலைக்கழகத்தினுடைய பேராசிரியர் சூரியநாராயணா அவர்கள்தாம். அவர் ஒரு பெரும் பேராசிரியர். அவரைப் பற்றிக் கொஞ்சமாவது சுருக்கமாகச் சொல்ல வேண்டும். அவருடைய முனைவர் பட்டம் மேரேஜ், ஃபேமிலி அண்ட் கின்ஷிப் அமங் சவராஸ் ஆஃப் ஆந்திர பிரதேஷ் என்பதாகும். ஆந்திரா பல்கலைக் கழகத்தில் செய்யப்பட்ட ஆய்வு. அப்போது எல்லாம் வால்டேரில் இருக்கக்கூடிய ஆந்திரப் பல்கலைக்கழகம்தான் மானிடவியலுக்கு முதல் துறை. பிறகு திருவேங்கடவன் பல்கலைக்கழகத்தில் இத்துறை வந்தது. இப்பொழுது ஹைதராபாத் மத்திய பல்கலைக் கழகத்தில்கூட இருக்கிறது. ஆந்திராவில் மூன்று பல்கலைக் கழகத்தில் இந்தப் படிப்பு கிடைக்கின்றது. ஆனால் தமிழ் நாட்டில் சென்னைப் பல்கலைக்கழகத்தில் மட்டும்தான் எம்ஏ, பிஎச்டி, எம்ஃபில் போன்ற படிப்புகளைப் படிக்கலாம்.

தமிழ்நாடு பழம்பெரும் மாநிலம். ஆனாலும், இந்தத் துறையைப் பொறுத்தவரையில் மிகவும் பின்தங்கிய ஒரு மாநிலம் என்றுதான் சொல்ல வேண்டும். அதேபோல் ஆந்திராவில் செய்யப்பட்ட மானிடவியல் ஆய்வு மிக மிக அதிகம். ஏனெனில் அங்கு மூன்று பல்கலைக்கழகங்கள் இருக்கின்றன. இவற்றின் வழியாகச் செய்யப்பட்ட ஆய்வுகளைப் பார்க்கும் பொழுது கால்பாகம் ஆய்வுகள்கூட சென்னைப் பல்கலைக்கழகத்தின் வழியாக நமக்குத் தமிழகத்தில் நடக்கவில்லை. அப்படிச் சூரியநாராயணா அவர்கள் சவரா பழங்குடியினுடைய திருமணம், குடும்பம், உறவுமுறைப் பற்றி ஆய்வு செய்தார். இது மிக முக்கியமான ஓர் ஆய்வுக் களம் என்று சொல்ல வேண்டும். ஆரம்ப காலத்தில் இப்படியான தலைப்புகள்தான் எடுப்பார்கள்.

தமிழில்கூட நீங்கள் பாருங்கள், நா. சஞ்சீவி சிறந்த பேராசிரியர். அவருடைய தலைப்பு: கிரிடிகல் ஸ்டடி ஆஃப் புறநானூறு. பிறகு இரா. சாரங்கபாணி அண்ணாமலை பல்கலைக்கழகத்தில் இருந்தார். திருக்குறளில் புலமைமிக்க பேராசிரியர். அவருடைய ஆய்வுத் தலைப்பு: கிரிடிகல் ஸ்டடி ஆஃப் பரிபாடல். சி. ப. என்று சொல்லக்கூடிய பேராசிரியர் சி. பாலசுப்பிர மணியத்தின் தலைப்பு: கிரிடிகல் ஸ்டடி ஆஃப் குறுந்தொகை. ஆரம்ப காலத்தில் இப்படியான தலைப்புகள்தான் எடுத்துள்ளனர். அதைப் போலவே மானிடவியலிலும் திருமணம், குடும்பம், உறவுமுறை மூன்றும் மிக முக்கியமான நெருக்கமான பிரிவுகளாக இருந்துள்ளன. எப்படி உடலில் மூச்சு மண்டலம், இரத்த மண்டலம், செரிமான மண்டலம் ஒன்றுடன் ஒன்று தொடர்புகொண்டு நெருக்கமானது போல ஒரு சமூகத்தில் திருமண முறைகளை, குடும்ப முறைகளை, உறவு முறைகளைப் படிப்பதுதான் மிகவும் முக்கியம்.

அந்த வகையில் என்னுடைய பேராசிரியர் சூரியநாராயணா அவர்கள் இந்த ஆய்வைச் செய்தார். அப்பொழுதெல்லாம் வெளிநாட்டுப் பேராசிரியர்களுக்கு ஆய்வேடு செல்லும். ஆனால் இப்போது அந்தக் கண்டிப்பான முறை கிடையாது. அப்படி இந்த ஆய்வேட்டைப் பேராசிரியர் மக்கிம் மேரியட் மதிப்பீடு செய்திருக்கிறார். நம்முடைய இந்தியப் பேராசிரியர் ஐராவதி கார்வே (மற்றொரு வெளிநாட்டு பேராசிரியர் எனக்கு நினைவு வரவில்லை). நம்முடைய இந்தியப் பேராசிரியர் ஐராவதி கார்வே அவர்கள் யுகாந்தா என்று சொல்லக்கூடிய அற்புதமான நூலை எழுதியுள்ளார். இவருடைய மகாபாரதம் மானிடவியல் ரீதியாக எழுதப்பட்ட ஒரு மிகச்சிறந்த ஆய்வு. அந்தப் பெண்மணி புனே டெக்கான் கல்லூரிப் பேராசிரியர். அவர் சூரிய நாராயணாவின் ஆய்வேட்டை 'மிகவும் தகுதியுடையது' (ஹைலி கமண்டெட்) என்றார். அவ்வளவு ஒரு சீர்மையான ஆய்வேடு.

எம். என். சீனிவாசனை தான் அனைவரும் பாராட்டுவார்கள். ஆனால் அதற்கு நிகரான ஓர் ஆய்வு சூர்யநாராயணா செய்தது என்பது எங்களுக்குத் தெரியும். இந்த ஆய்வினுடைய சிறப்பு அம்சம் என்னவென்றால் உறவுமுறை பற்றிய தெளிவு. அவரிடம் சேர்ந்ததன் வழியாக இந்த திராவிட உறவுமுறை என்று சொல்லக்கூடிய ஒரு மிக முக்கியமான உறவுமுறை இருக்கிறது.

உலகத்தில் இன்று பத்தாயிரத்திற்கும் மேற்பட்ட தேசிய இனங்கள் இருக்கின்றன. ஆனால் உலகத்தில் ஆறே ஆறு வகையான உறவுமுறைகள்தான் இருக்கின்றன. அதில் திராவிட உறவுமுறை மிகவும் தனித்துவமானது. இங்கு மட்டும்தான் இருக்கிறது. இதனுடைய சாயல் வேறு சில இடங்களில் இருக்கிறது. ஆனால் இதனுடைய முழு வடிவம் அல்லது மிக அதிகமான பரிமாணம் திராவிடப் பகுதியில்தான் இருக்கிறது. ஆக உலகத்திலேயே திராவிட உறவுமுறை மிகச் சிறப்பான ஒரு தனித்துவமான உறவுமுறை. அந்த உறவுமுறையைப் புரிந்துகொள்வதற்கு சூரியநாராயணாவும் அவருடைய நூலும் முக்கியமாகும். அவர் வழியாகத்தான் இதை நான் நன்றாகப் புரிந்துகொண்டேன். அதன் வழியாக என்னுடைய ஆய்வுக் களத்தில் இதை நான் மிகச் சிறப்பாகச் செய்தேன் என்று சொல்ல வேண்டும்.

பேராசிரியர் சூரியநாராயணா அவர்கள் செய்த மற்றொரு மிக முக்கியமான ஆய்வு: மரைன் ஃபிஷர் ஃபோக் ஆஃப் நோர்த் ஈஸ்ட் ஆந்த்ர பிரதேஷ் என்பதாகும். வடகிழக்குக் கடற்கரைப் பிரதேசத்தில் இருக்கக்கூடிய கடல் வாழ் மீனவர்களைப் பற்றி செய்திருக்கக் கூடிய ஆய்வு. இந்திய மானிடவியல் மதிப்பாய்வகம் (ஆந்த்ரோபோலஜிகல் சர்வே ஆஃப் இண்டியா) வெளியிட்ட நூல். இந்த நூல் மிகவும் முக்கியமான ஒரு நூல். திராவிட உறவுமுறை பற்றி ஆராய்வதற்கு மிகச் சிறந்த கையேடு இது. இதில் 69 இனங்களாக இந்த உறவுமுறைச் சொற்களை எப்படிச் சேகரிப்பது, எப்படி வகைப்படுத்தி ஆராய்வது என்பதை எளிமையான அருமையான முறையில் விளக்கிப் பேசுகிறது. இளம் ஆய்வாளர்களோடு எம்ஏ படிக்கக்கூடிய மாணவர்களும் இதைப் படித்து மிக அழகாகப் புரிந்துகொள்ளலாம்.

இந்த அடிப்படையில்தான் நான் புதுவை மொழியியல் நிறுவனத்திற்கு வந்தேன். 'எந்தக் களத்தை எடுத்து ஆய்வு செய்யப் போகிறாய்?' என்று அப்போதைய இயக்குநர் பேராசிரியர் இரா.கோதண்டராமன் அவர்கள் என்னிடம் கேட்டபோது 'சோழமண்டலக் கடற்கரையைச் சேர்ந்த புதுச்சேரி, காரைக்கால் பகுதிக்குரிய பட்டினவர் கிளைச் சாதியினரைப் பற்றி ஆய்வு செய்யப் போகிறேன்' என்று சொன்னேன். எங்களுடைய பேராசிரியர் சூரியநாராயணா அவர்கள் செய்த ஆய்வின் வழி

எனக்கு ஏற்பட்ட தாக்கத்தினால் அவ்வாறு நான் கேட்டேன். என்னுடைய இயக்குநர் கோதண்டராமன் அவர்களும் அதை உடனடியாக ஆமோதித்து இந்தக் களத்திலேயே ஆய்வு செய்யுங்கள் என்று சொன்னார்.

அந்த ஆய்வை நான் ஐந்து ஆண்டுகளில் முறையாகச் செய்து முடித்தேன். ஐந்தாண்டுகள் களப்பணி மேற்கொண்டேன். அதை அப்போது இரண்டு பெரும் பேராசிரியர்களுக்கு மதிப்பீடு செய்ய அனுப்பினார். ஒருவர் பேராசிரியர் டி. எல். பிரசாத் ராவ் (ஆந்திரப் பல்கலைக்கழகம், வால்டெய்ர்), மற்றொருவர் பேராசிரியர் பிரகாஷ் ரெட்டி (திருவேங்கடவன் பல்கலைக்கழகம்). இந்த இருவரும் கொடுத்த மதிப்பீட்டை நூலின் அட்டையில் எங்களுடைய இயக்குநர் அவர்கள் போட்டிருக்கிறார். அவர்கள் இது நல்ல ஆய்வு என்று மதிப்பீடு வழங்கிய பிறகுதான் அது நூலாக்கம் பெற்றது. இதுவே என்னுடைய முதல் ஆங்கில நூல். இந்த நூலின் தலைப்பு: சோழ மண்டல மீனவர் (கோரமண்டல் ஃபிஷர்மென், 1999) என்பதாகும்.

இப்படி என்னிடத்தில் திராவிட உறவுமுறை என்று சொல்லக்கூடிய அந்தக் கருத்தை விளங்கிக்கொள்வதற்கு என்னுடைய நெறியாளருடைய முனைவர் பட்ட ஆய்வும் (சவரா பழங்குடி பற்றிய ஆய்வு) அவர் தனிப்பட்ட முறையில் மீனவர்களைப் பற்றிச் செய்த ஆய்வும் காரணமாக அமைந்தன. நான் புதுவைக்கு வந்து என்னுடைய முதல் ஆய்வுத் திட்டத்தை எடுப்பதற்கு அவர்தாம் காரணம். பிறகு என்னுடைய நெறியாளர் சூரியநாராயணா அவர்கள் கோசல நாட்டுப் பிராமணர் பற்றியும் ஒரு தனிப்பட்ட ஆய்வு செய்திருக்கிறார். அது ஒரு நல்ல ஆய்வு. அவற்றையெல்லாம் நான் இங்கு விளக்கிச் சொல்வதற்கு இடமில்லை. சூரியநாராயணா அவர்கள் இந்திய அளவில் பெயர் பெற்றவர். இவர்தான் முதன் முதலாகத் தெலுங்கில் மானிடவியல் நூலை எழுதிய பேராசிரியர். அதை 'மானவசாஸ்திரம்' என்று சொல்வார். தமிழில் மானிடவியல் என்று சொல்கிறோம். அதை என்னிடம் காட்டினார். எனக்குத் தெலுங்கு படிக்கத் தெரியாது. என்னுடைய முதல் நூல் பண்பாட்டு மானிடவியல் (1990). ஆனால் அதனுடைய முக்கியத்துவத்தைப் பற்றி என்னிடம் சொன்னார். இந்த நூலை எழுதிய பிறகு பல்வேறு எழுத்தாளர்கள்,

படைப்பாளிகள், ஊடகவியலாளர்கள் இன்னும் பல தரப்பினரும் எப்படிக் கொண்டாடினார்கள் என்று அவர் கூறினார்.

அப்பொழுது பண்பாட்டு மானிடவியல் 1990இல் வெளிவரக் கூடிய சூழலில் இந்த நூலைப் பற்றி அவரிடம் நான் கேள்விப் பட்டது பொருத்தமாக இருந்தது. தெலுங்கில் முன்னோடியாக இருக்கக்கூடிய பேராசிரியர் தமிழிலும் முன்னோடியாக எதிர் காலத்தில் வரக்கூடியவருக்கு ஆலோசனை சொன்னது போலவும் ஓர் உத்வேகம் கொடுத்தது போலவும் ஒரு பொருத்தப்பாடு அமைந்தது. எழுத்து ரீதியில் அவருக்கும் எனக்குமான ஒரு உறவு என்று நான் நினைக்கிறேன். அதைப் போலவே, அவர் தெலுங்கில் மானிடவியல் கலைச்சொல் அகராதி ஒன்றையும் தயாரித் திருக்கிறார். அதை அங்கு இருக்கக்கூடிய தெலுங்கு அகாடமி வெளியிட்டது.

நம்முடைய தமிழ்நாட்டில்கூட தமிழ் வளர்ச்சிக்கழகம் ஆரம்ப காலத்தில் பக்தவச்சலம் ஐயா அவர்கள் முதல்வராக இருந்த பொழுது தமிழ் வளர்ச்சிக் கழகம் வழியாக ஏராளமான நூல்கள் அந்தக் காலத்தில் வெளியிட்டார்கள். கோபாலகிருஷ்ணன் ஐயா எழுதியதுதான் தமிழில் முதன் முதலில் எழுதப்பட்ட மானிடவியல் நூல். அந்த நூலைத் தமிழ் வளர்ச்சிக் கழகம் வெளியிட்டது. என்னுடைய நூல் இரண்டாவது நூல்தான். பல பேர் தவறுதலாகச் சொல்வார்கள்; நான்தான் முதல் நூல் எழுதியிருக்கிறேன் என்று.

ரூத்பெனிடிக்ட் என்று சொல்லக்கூடிய அம்மையார் எழுதியது பண்பாட்டுக் கோலங்கள். உலகத்தில் 22 மொழிகளில் பல லட்சம் படிகள் விற்ற மிகப் பிரமாதமான ஒரு புத்தகம். அந்தப் புத்தகத்தை விவேகானந்தா கல்லூரியில் ஓர் இயற்பியல் பேராசிரியர் கி.பூ. சுப்ரமணியம் அவர்கள் சென்னைப் பல்கலைக்கழகத்தில் மானிடவியல் டிப்ளமோ படித்த பிறகு அந்தத் தாக்கத்தால் ரூத் பெனிடிக்ட் எழுதிய பேட்டன்ஸ் ஆஃப் கல்சர் என்னும் நூலை மொழிபெயர்த்தார். அதனை நம்முடைய தமிழ் வளர்ச்சிக் கழகம் வெளியிட்டது. அதனுடைய மேம்பட்ட புதிய பதிப்பு விரைவில் அடையாளம் பதிப்பகத்தின் மூலம் வெளிவர இருக்கிறது. இப்படி நம்முடைய தமிழ் வளர்ச்சிக்கழகம் செய்ததை விடவும் ஆந்திராவில் இருக்கக்கூடிய தெலுங்கு

அகாடமி செய்திருக்கும் பணி மிக அதிகம்; மிக வியப்பாக இருக்கிறது. நாம் தமிழிலே ஏதோ பெரிய மொழிப் பற்றோடும், மொழி உணர்வோடும் செயல்படுகிறோம் என்று நாம் நமக்குள்ளே சொல்லிக்கொள்கிறோமே ஒழிய ஒப்பீட்டு அளவில் பார்த்தால் மானிடவியலைப் பொறுத்தவரை தெலுங்கு அகாடமி செய்த வேலையைப் போல் நம்முடைய தமிழ் வளர்ச்சிக் கழகம் அல்லது இப்பொழுது இருக்கக்கூடிய தமிழ் வளர்ச்சித்துறை செய்ததா என்றால் இல்லை என்று சொல்ல வேண்டும்; குறைவாகவே செய்திருக்கின்றன. கழகத்தை மட்டுமே குறை சொல்லவும் முடியாது. ஆய்வாளர்கள் எழுத வேண்டுமல்லவா?

ஆந்திராவில் தெலுங்கு அகாடமி மூலம் குறிப்பாக என்னுடைய பேராசிரியர் மானவசாஸ்திரம் வெளியிட்டு இருக்கிறார். கலைச்சொல் அகராதி எழுதியிருக்கிறார். இந்த வகையில் இவர் ஒரு மிகச்சிறந்த முன்னோடி. இயல்பில் பிராமணர். நல்ல படிப்புப் பின்புலம் கொண்டவர். ஆங்கிலத்தில் மிகச் சிறப்பாக எழுதக் கூடியவர். ஆனால் தாய்மொழிப் பற்றினால் இவர் மானிடவியல் நூலையும் எழுதினார். மானிடவியல் கலைச்சொல் அகராதியும் உருவாக்கினார். அந்தத் தாக்கமும் என்னிடத்தில் வந்துசேர்ந்து விட்டது. இப்பொழுது நான் மானிடவியல் கலைச்சொல் அகராதி ஒன்றை என்னுடைய பேராசிரியரை மிஞ்சும் அளவுக்கு 9000 கலைச்சொற்களைத் திரட்டி வைத்திருக்கிறேன். அதற்கு நேரம் ஒதுக்கி சீர்படுத்தி ஒரு கட்டத்தில் நான் வெளியிட வேண்டும். யாராவது ஒரு பதிப்பகம் வழியாக வெளியிடலாம்; இதை நாம் தான் செய்கிறோம் என்றில்லை. வடநாட்டில் இன்னும் பெரிய அளவில் செய்கிறார்கள். ஹிந்தியில் ஏராளமான மானிடவியல் நூல்கள் இருக்கின்றன. பேராசிரியர் டி. என். மஜூந்தார் தொடங்கி ஏராளமானோர் ஹிந்தியில் எழுதி இருக்கிறார்கள். சொந்த தாய்மொழியில் அவரவர் படிப்பு சார்ந்த அடிப்படையான அல்லது மிகச் சிறந்த நூலை எழுதுவது வாழ்நாள் கடமையாக இருக்க வேண்டும்.

என்னைப் பொறுத்தவரை கல்லூரிப் பேராசிரியராக இருந்தாலும் சரி, பல்கலைக்கழகப் பேராசிரியராக இருந்தாலும் சரி, மொழிபெயர்ப்புப் பணியில் ஈடுபட வேண்டும். அவர்களுக்கு முதலில் வழங்கக்கூடிய பதவி உயர்வு ஒன்று இருக்கிறது

இல்லையா? உதவிப் பேராசிரியராகச் சேர்ந்தால் இணைப் பேராசிரியர் ஆகும் போது, 'ஒரு நல்ல மொழிபெயர்ப்பு செய்து காட்டினால்தான் பதவி உயர்வு கொடுப்போம்' என்ற ஒரு சட்டத்தை யுஜிசி கொண்டுவர வேண்டும். பிறகு கடைசியாகப் பேராசிரியர் ஆகும்போது இப்படி ஒரு வேலையைச் செய்தாக வேண்டும். ஜப்பானில் இப்படிச் செய்வதாகக் கேள்விப்பட்டோம். ஆக நம்முடைய வாழ்நாள் பணியில் மொழிபெயர்ப்புப் பணியைச் செய்ய வேண்டும். கண்டிப்பாக மேல்நாட்டு அறிஞர்களின் நல்ல நூல்களை நம்முடைய மொழியில் கொண்டுவர வேண்டும். அதற்கு ஒரு கட்டுத்திட்டமான விதிமுறைகளை உருவாக்கினால் நல்லது என்று நினைக்கிறேன்.

பிறகு என்னுடைய பேராசிரியர் சூரியநாராயணா அவர்களைப் பற்றிக் குறிப்பிடும் போது இன்னுமொரு தகவலைச் சொல்லலாம் என்று நினைக்கிறேன். ஆரம்ப காலத்தில் நமக்கு ஆங்கிலேயக் காலனி நிர்வாகிகள்தான் இந்திய அளவில் குலங்களும், குடிகளும் பற்றி ஆராய்ந்தனர். தென்னிந்தியப் பகுதியிலே எட்கர் தர்ஸ்டன் *கேஸ்ட்ஸ் அண்ட் டிரைப்ஸ் ஆஃப் சவுத் இண்டியா* என்னும் தலைப்பில் 7 தொகுதிகளை 1909இல் வெளியிட்டார். 1907இல் முன் சொல்லப்பட்ட நூல்கள் வெளியாவதற்கு இரண்டு ஆண்டுகளுக்கு முன்பாக, *எத்னொகிராஃபிக் நோட்ஸ் ஆன் சவுத் இண்டியா* என்று இரண்டு தொகுதிகளை வெளியிட்டார். மொத்தம் அவர் 9 தொகுதிகளை வெளியிட்டார். இப்படி ஒவ்வொரு பிரதேசத்திற்கும் இந்தக் காலனி நிர்வாகிகள் *கேஸ்ட்ஸ் அண்ட் டிரைப்ஸ்* நூல் வரிசையை வெளியிட்டனர். 1885இலிருந்து இந்த வேலைகள் இந்திய அளவில் நடந்தன.

ஆனால் ஒரு நூறு ஆண்டுக்குப் பிறகு இந்திரா காந்தி அம்மையார் பிரதம மந்திரியாக இருந்தபொழுது இந்திய மானிடவியல் மதிப்பாய்வகம் (*ஆந்த்ரோபோலஜிகல் சர்வே ஆஃப் இண்டியா*) 'இந்தியாவின் மக்கள்' (*பீப்பில் ஆஃப் இண்டியா*) என்று சொல்லக்கூடிய ஒரு பெரும் திட்டத்தை அவசியம் செய்ய வேண்டும் என்று வலியுறுத்தியது. இந்திய அளவில் ஒரே நிறுவனம் இந்திய மானிடவியல் மதிப்பாய்வகம் ஒரே அணுகு முறையோடு ஒட்டுமொத்த இந்தியாவில் இருக்கக்கூடிய சாதிகள், குலங்கள், பழங்குடிகள், விளிம்புநிலைக் குடிகள்

அனைவரையும் படிக்க வேண்டும். அதற்கு பீப்பில் ஆஃப் இண்டியா என்னும் பெயரில் இந்தத் திட்டத்தைச் செய்ய வேண்டும் என இந்திரா காந்தி அம்மையாரிடம் முன்மொழிந்தனர். அவருடைய அனுமதியும் ஆதரவும் கிடைத்தன; இதை மாபெரும் திட்டமாகச் செய்தார்கள்.

இதன் பிறகு உருவான இந்திரா காந்தி தேசிய கலை மையம் (இந்திரா காந்தி நேஷனல் செண்டர் ஃபார் த ஆர்ட்ஸ்) என்ற மத்திய அரசு நிறுவனம் இன்றைக்கும் புதுடெல்லியில் இருக்கிறது. அவர்கள் 'கிராம இந்தியா' (வில்லேஜ் இண்டியா) எனும் ஒரு பெரிய திட்டத்தை முன்னெடுத்தனர். யுனெஸ்கோ நிறுவனத் துடன் இணைந்து இந்திரா காந்தி தேசியக் கலை மையம் இந்தியாவில் 100 கிராமங்களைப் படிப்பதற்காகத் தேர்ந்தெடுத்து அந்தத் திட்டத்தைக் கொண்டுவந்தார்கள். அந்த 100 கிராமங் களுடைய திட்டத்தை 2008இல் ஆரம்பித்தார்கள்.

அதற்குத் தென்னிந்திய கிராமங்களைப் படிக்கக்கூடிய பெரும் பொறுப்பை என்னுடைய பேராசிரியர் எம். சூரியநாராயணா அவர்களிடம் கொடுத்தார்கள். அவர்தாம் தென்னிந்தியாவின் ஒருங்கிணைப்பாளர். தமிழகத்திலும், புதுச்சேரியிலுமாக இரண்டு கிராமங்கள்தான் இந்த ஆய்விற்காக ஒதுக்கப்பட்டன. அதாவது இந்தியாவின் நூறு கிராமங்களில் தமிழுக்கு என இரண்டு கிராமங்கள்தான். அதற்கு மேல் ஒதுக்கவில்லை. பிற மாநிலங்களுக்கெல்லாம் ஒதுக்கவேண்டிய தேவை இருக்கிறது என்று அந்தத் திட்டத்தை டெல்லியில் வைத்து ஆலோசனை செய்து ஒதுக்கீடு செய்தார்கள். அந்த இரண்டு கிராமங்களையும் என்னுடைய பேராசிரியர் என்னிடத்தில்தான் கொடுத்தார். அப்பொழுதெல்லாம் நான் ஓர் இளம் ஆய்வாளர். இப்போது இருக்கக்கூடிய அனுபவம் இல்லை. ஆனால் என் மீது நம்பிக்கை வைத்துக் கொடுத்தார். அதை இரண்டு விதமாக ஆய்வு செய்யச் சொன்னார். நான் இரண்டு கிராமங்களைப் பரிந் துரைத்தேன். ஒன்று புதுச்சேரியில் நான் ஏற்கனவே மீனவ ரிடையே ஆய்வு செய்துவந்த புதுச்சேரி நகரத்திற்கு அருகிலுள்ள நல்லவாடு குப்பத்தைச் சூழலியல் கிராமம் (இகோலொஜிகல் வில்லேஜ்) எனப் படிக்கலாம் என்று ஒரு பரிந்துரையை எழுதி அனுப்பினேன்.

பிறகு தமிழ்நாட்டில் மணப்பாறை பக்கத்தில் சமுத்திரம் என்று ஒரு கிராமம் இருக்கிறது. இந்தக் கிராமத்தில் இருக்கக் கூடியவர்கள் ஜாமகோடாங்கிகள். நடு இரவில் குடுகுடுப்பை அடித்துத் தொழில் செய்வார்கள். நான் அப்போது தஞ்சாவூர் பல்கலைக்கழகத்தில் பணியில் இருந்தேன். முனைவர் பட்டத் திற்கும் சேர்ந்துவிட்டேன். அப்போது தஞ்சாவூர், திருச்சி மாவட்டங்களில் இருக்கக்கூடிய இந்த ஜாமகோடாங்கிகளைப் படிப்பதற்காக அவர்களுடைய கிராமத்தைக் கலைக் கிராமம் (ஆர்ட் வில்லேஜ்) எனத் தேர்வு செய்து அனுப்பினேன். இந்த இரண்டு கிராமங்களையும் ஆலோசனைக் கூட்டத்தில் ஏற்றுக் கொண்டார்கள்.

இந்த இரண்டு திட்டங்களும் தொடங்கப்பட்டு நடைபெற்றுக் கொண்டிருந்தபோது, என்னுடைய பேராசிரியர் சென்னையில் விஜயா மருத்துவமனையில் இதய அறுவை சிகிச்சை செய்து கொண்டார். ஆனாலும் சூரியநாராயணா அவர்கள் அதையும் பொருட்படுத்தாமல், புதுச்சேரிக்கு வந்து என் வீட்டிலேயே மூன்று நாள்கள் தங்கி, அந்த நல்லவாடு கிராமத்தை நேரில் பார்த்தார். நான் எழுதியிருந்த அந்த இயல்களின் முதல் வரைவைப் படித்துப் பார்த்து ஆலோசனைகள் சொல்லி நன்றாக வந்திருக்கிறது என்று சொன்னார். இப்படிக் கடமையில் அவரைப் போல ஒருவரை நான் பார்த்தது இல்லை. ஒவ்வொரு வார்த்தையும் எப்படி எழுத வேண்டும், அளந்து போட வேண்டும் என எவ்வளவோ விஷயங்களை நுணுக்கங்களைக் கற்றுக் கொடுத்தவர் அவர். அவருடைய அரவணைப்பில்தான் வளர்ந்தேன் என்று சொல்வதில் உண்மையில் நான் பெருமிதம் அடைகிறேன். பிறகு இவரைப் பற்றி ஒரு சிறப்பைப நான் சொல்ல வேண்டும்.

சிகாகோ பல்கலைக்கழகத்திலிருந்து கரண்ட் ஆந்த்ரோபோலஜி என்னும் ஓர் ஆய்விதழ் வருகிறது. அந்த ஆய்விதழில் கட்டுரை வந்தால் பெரிய அறிஞர் என்று சொல்ல வேண்டும். அந்த ஆய்விதழில் ஒருமுறை ஒரு கட்டுரை வெளியிட்டார்கள்: சாக்ரெட் கவ்ஸ் அண்ட் த வாட்டர் பஃபலோ இன் இண்டியா: த யூசஸ் ஆஃப் எத்னோகிராஃபி (இந்தியாவில் புனிதப் பசுக்களும் தண்ணீர் எருமைகளும்: இனவியல் பயன்கள்) என்று சொல்லக்கூடிய ஓர் ஆய்வுக் கட்டுரையை வெளியிட்டு அதன்வழி விவாதங்களை

எழுப்பினார்கள். அந்த விவாதங்களில் என்னுடைய பேராசிரியர் சூரியநாராயணா அவர்கள் கலந்து கொண்டு 1981இல் தொகுதி 22 எண் 5 இதழில் இவருடைய விவாதங்களையும் விமர்சனங் களையும் உள்ளடக்கி இதழ் வெளிவந்தது. இப்படிப் பல சிறப்புகளைச் சொல்லிக்கொண்டே போகலாம். இவருக்காக நாங்கள் எல்லாம் சேர்ந்து அவரைப் பாராட்டும் விதமாகப் பணி பாராட்டு நூலைக் கொண்டுவந்தோம்: இந்தியன் சொசைடி: கண்டிநியூடி, சேஞ் அண்ட் டெவலெப்மெண்ட். (இந்தியச் சமூகம்: தொடர்ச்சி, மாற்றம், வளர்ச்சி) என்னும் பெயரில் 2002இல் வெளி வந்தது. இந்த நூலைக் காமன்வெல்த் வெளியீட்டகம் வெளி யிட்டது. அந்த நூலில் இவருடைய பங்கு பணிகள் சிறப்புகள் எல்லாவற்றையும் நாங்கள் குறிப்பிட்டு இருக்கிறோம். அந்தத் தொகுப்பில் மதுரை சௌராஷ்டிரர் குறித்து நான் ஒரு கட்டுரை எழுதியுள்ளேன்.

இந்த வகையில் என்னுடைய பேராசிரியர் சூரியநாராயணா அவர்கள் பிறப்பால் பிராமணராக இருந்தாலும், அன்றாட வாழ்வு முறையில் அவர் ஒரு பிராமணர் அல்லாதவராக, கிட்டத்தட்ட சவரா பழங்குடிப் போலவே எளிய வாழ்க்கையைப் பின்பற்றி அந்த மக்கள் போலவே நடந்துகொண்ட விதம், ஆய்வாளர்களை உருவாக்கும் விதம் எல்லாம் முன்மாதிரியானவை. இப்படி நிறைய அவரைப் பற்றிச் சொல்லிக்கொண்டே போகலாம். இப்படி ஒரு அறிவுரீதியான பெரும் பேராசிரியராக அவர் காலத்தில் செயல் பட்டார். அவருக்கென்று ஒரு தனி மரியாதை எல்லாரிடத்திலும் உண்டு. கிண்டல் பேச்சு, நேரத்தை வீணடிப்பது, வாங்க டீ குடிக்கலாம் என்று எங்கும் செல்லமாட்டார். வகுப்பு எடுப்பார், ஆய்வாளர்களுக்கு வழிகாட்டுவார். சதா இந்தக் கல்வி பணியில் தான் இருப்பார். ஒரு ஐந்து பத்து நிமிடம்கூட உற்சாகமாக சக நண்பர்களுடன் வீணாகப் பொழுது கழிக்கக்கூடிய பேராசிரியராக அவர் இல்லை. எப்போதுமே அவர் பணியில் மூழ்கிக் கிடக்கும் பேராசிரியர். ஆனால், அதே நேரத்தில் மிகக் கனிவாகவும், அனைவருக்கும் நல்ல முறையிலும் கற்பிப்பார். ஆய்வாளர் களுடைய ஆய்வேட்டின் அத்தியாயத்தைத் திருத்தும் போது ஒவ்வொரு விஷயத்தையும் வகுப்பு எடுப்பார். வகுப்பு எடுத்து எல்லாம் புரிய வைத்த பிறகு தான் இந்த இயலில் இப்படி இப்படி

இருக்கிறது, இப்படிச் செய்யுங்கள் என்று சொல்வார். நான் இந்தக் கட்டுரையைக் கடைசியாக முடிக்கும்போது இவரைப் பற்றி மீண்டும் சொல்வேன்.

இப்போது என்னுடைய அதிகாரப்பூர்வமான வழிகாட்டி பேராசிரியர் டி. இராமச்சந்திரய்யா பற்றிச் சொல்கிறேன். அவரும் திருவேங்கடவன் பல்கலைக்கழகத்தில்தான் இருந்தார். பேராசிரியராகவும் தலைவராகவும் மைசூர் பல்கலைக்கழகத்தில் பணி வாய்ப்புக் கிடைத்ததால் அங்கே சேர்ந்தார். என்னுடைய முதல் பேராசிரியர் சூரியநாராயணாவின் ஆருயிர் நண்பர் என்று முன்பே சொன்னேன். அவர் கூறியதால் என்னைச் சேர்த்துக் கொண்டார். பிறகு என் மீது அவருக்கு மிகவும் அன்பு வந்து விட்டது. நல்ல நேர்மையாக வேலை செய்யக்கூடிய ஓர் ஆய்வாளர் என்று அனைவரிடத்திலும் அறிமுகப்படுத்தினார். இங்கே ஒரு விசயம் இவரைப் பற்றி நான் சொல்ல வேண்டும். இவரிடம் முனைவர் பட்டம் ஆய்வு செய்த நான்கு முக்கியமான பேர்களைப் பற்றி இங்கே சொல்ல வேண்டும் என்று நினைக் கிறேன். ஒருவர் டாக்டர் ஜக்கா பார்த்தசாரதி. இவர்தான் உதகையில் இருக்கக்கூடிய மலை இன மக்கள் ஆய்வு மையத் தினுடைய இயக்குநராக இருந்து ஓய்வு பெற்றவர். இவருக்கும் நெறியாளர் பேராசிரியர் இராமச்சந்திரய்யாதான்.

பிறகு, பேராசிரியர் டி. எஸ். நாயுடு (டி. சுப்பிரமணியம் நாயுடு). அவர் பாண்டிச்சேரி பல்கலைக்கழகத்தில் எதிர்காலவியல் துறையில் பணிக்குச் சேர்ந்தார். பிறகு அவருடைய கடுமையான முயற்சியினால் மானிடவியல் துறை என்ற ஒரு தனித் துறையைப் புதுச்சேரி பல்கலைக்கழகத்தில் உருவாக்கினார். இவருக்கும் நெறியாளர் பேராசிரியர் இராமச்சந்திரய்யாதான். பிறகு வி. எஸ். தீப்குமார். இந்தத் தீப்குமார் என்பவர் கர்நாடகாவில் அகில இந்திய வானொலியில் துணை இயக்குநராக இருந்தவர். அவருக்கு என்ன வேலை என்றால் 'வானொலி நேயர்களைப் பற்றிய ஆராய்ச்சி' என்று சொல்லக்கூடிய ஓர் அற்புதமான பதவியில் பணியாற்றி ஒரு புதிய பரிமாணத்தைக் கொடுத்தவர். அகில இந்திய அளவில் அவர் செய்த பணிகளைப் பாராட்டி இந்தப் பதவி உயர்வு அடைந்தார். இவருக்கும் என்னுடைய நெறியாளர் இராமச்சந்திரய்யாதான் வழிகாட்டி. பிறகு மற்றொருவர்

சீனிவாசராவ். அவரும் மரைன் ஃபிஷிங் கம்யூனிடி ஆஃப் சவுத் ஈஸ்ட் ஆந்த்ரா கோஸ்ட் பிரதேஷ் (தென்கிழக்கு ஆந்திரக் கடற்கரை மீனவச் சமூகங்கள்) தளத்தில் இயங்கியவர். இவரும் என்னுடைய முதல் நெறியாளர் போன்றே மீனவர்களைப் பற்றி ஆராய்ந்தார். இப்படி ஒரு சூழல் அமைந்தது என்று பாருங்கள். ஏற்கனவே சூரியநாராயணா மீனவர்களைப் பற்றி ஆராய்ந்து எனக்கு நிறைய சொல்லிக் கொடுத்தார். என்னுடைய இராமச்சந்திரய்யா வழியும் அவருடைய ஓர் ஆய்வாளர்வழி மீனவர் பற்றி அறிந்து கொண்டேன். இவை எல்லாம் எங்களுக்கு ஒரு நல்ல சூழல். எங்களுடைய அறிவை மேம்படுத்துவதற்கும் அது பற்றிய அணுகுமுறைகள் விவாதங்கள் முதலானவற்றை மேம்படுத்து வதற்கும் ஒரு பயனுள்ள பின்புலமாக அமைந்தது.

இங்கு தீப்குமார் பற்றி நான் அவசியம் சொல்ல வேண்டும். அவர்தான் தமிழகத்தில் மணப்பாறை வட்டத்தில் இருக்கக்கூடிய ஜாமகோடாங்கிகள் பற்றிக் களப்பணி செய்து அதைக் கட்டுரையாக எழுதி, அதைப் பீப்பில் ஆஃப் இண்டியா திட்டத்தில் பதிவு செய்தார். இந்தச் சமூகத்தை ஆய்வு செய்து கட்டுரை எழுதிய பிறகு என்னுடைய முதல் நெறியாளர் எம். சூரியநாராயணா அவர்களிடம் இந்தச் சமூகத்தின் சிறப்புத் தன்மைகளை விளக்கி இருக்கிறார். அவரும் வியந்து போயிருக்கிறார். இப்படி ஒரு சமூகம் தமிழ்நாட்டில் இருக்கிறதா? அங்கேயும் சாதி கீர்த்தலு இருக்கிறார்கள். ஆந்திராவில் சாதிகளுடைய பெருமைப் பேசக் கூடியவர் இவர்கள்.

தமிழ்நாட்டில் இந்த ஜாமகோடாங்கிகளிடம் பல சிறப்பம்சங்கள் இருக்கின்றன. இதைக் கேள்விப்பட்ட சூழல்தான் நான் முனைவர் பட்டத்திற்கான தலைப்பு தேர்ந்தெடுக்கக்கூடிய ஒரு சூழல். அப்போது என்னுடைய முதல் பேராசிரியர் சூரியநாராயணா அவர்களே என்னிடத்தில் கூறினார். திருச்சி மாவட்டத்தில் ஒரு சமூகம் இருக்கிறது. அரை நாடோடிச் சமூகம். ஜாமகோடாங்கிகள் என்று சொல்லக்கூடிய கம்பளத்து நாயக்கச் சமூகத்தினுடைய ஒரு பிரிவு. அதை ஆராய்ச்சி செய்தால் நன்றாக இருக்கும். நீ என்ன நினைக்கிறாய் என்று. எனக்கு மறு வார்த்தையே இல்லை. நீங்கள் சொல்வதை நான் ஏற்றுக் கொள்கிறேன். அந்தச் சமூகத்தைப் படிக்கிறேன் என்று சொன்னேன்.

ஆக ஒரு நாடோடிச் சமூகத்தைப் படிப்பதற்கு வழி அமைத்தவர் முனைவர் தீப்குமார். அவர் ஆந்திர மாநில நரிக்குறவருடைய மரபணுவியல் பற்றி ஆராய்ந்தவர். ஆந்திராவில் அவர்களை நக்கலவார் என்று சொல்வார்கள். கர்நாடகாவில் ஹக்கிபிக்கி என்று கூறுவார்கள். நாம் நரிக்குறவர் என்று சொல்கிறோம். அதனால் என்னுடைய முனைவர் பட்ட ஆய்வுத் தலைப்பு எப்படி வந்தது என்று உங்களுக்கு இப்போது புரியும். தீப்குமார் வழியாகப் பேராசிரியர் சூரியநாராயணா வழியாக எனக்கு வந்தது. அதைப் படித்த பிறகு நானும் வியந்து போனேன். அந்தச் சமூகத்தை ஆய்வு செய்த பிறகு நாங்கள் தமிழகத்தில் நாடோடிகள் என்னும் தலைப்பில் ஒரு நூலைத் தொகுத்து விட்டோம். சுமார் 28 சமூகங்கள் தமிழ்நாட்டில் நாடோடிகளாக இருக்கிறார்கள். ஆனால் தமிழில் பேசக்கூடிய நாடோடிகள் மிகக் குறைவு. பூம்பூம் மாட்டுக்காரர் கூட தெலுங்கு பேசக்கூடியவர்கள் தான். தெற்கே அவர்களை அழகர்மாட்டுக்காரர் என்று சொல்வார்கள். இப்படி ஒரு பின்புலத்தை நான் இங்குப் பதிவிடுவது பொருத்தம்தான்.

பேராசிரியர் இராமச்சந்திரய்யா அவர்களிடத்தில் மைசூர் பல்கலைக்கழகத்தில் படித்த அனைவரும் எப்படி ஓர் ஆய்வுச் சூழலில் இருக்கிறார்கள் பாருங்கள். ஜக்கா பார்த்தசாரதி மலை இன மக்களுக்கு இயக்குநராக வந்துவிட்டார். சுப்பிரமணியம் நாயுடு பாண்டிச்சேரி பல்கலைக்கழகத்தில் மானிடவியல் துறையை உருவாக்கினார். தீப்குமார் அகில இந்திய வானொலி யில் ஒரு புதிய பரிமாணத்தைக் கொடுத்து இருக்கிறார். நான் தஞ்சாவூரிலிருந்து பாண்டிச்சேரி வந்து மீனவர் சமூகத்தை ஆராய்ச்சி செய்தேன். பிறகு நாடோடிகளாக இருக்கக்கூடிய ஜாமக்கோடாங்கிகளை ஆய்வு செய்தேன். பிறகு அடுத்தடுத்து வெவ்வேறு சமூகங்களை ஆய்வு செய்தேன். இப்படியாகச் செய்யக் கூடிய நிலையில் இந்தச் சூழல் எல்லாம் உருவாக்கிய விதம் என்பது எனக்கு ஏதோ ஒரு வகை எதிர்பாராத விதமாக நடந்தது என்று ஏற்றுக்கொள்ள முடியவில்லை. ஒரு நல்ல சூழல் ஒரு நல்லூழாக எனக்கு அமைந்தது என்றுதான் சொல்ல வேண்டும்.

என்னுடைய பேராசிரியர் இராமசந்திரய்யாவும் பேராசிரியர் சூரியநாராயணாவைப் போலவே மிகவும் சிறந்த பேராசிரியர்.

அவருடைய துறையிலே அவர் துறை தோய்ந்தவர். உடல்சார் மானிடவியல் (பிசிகல் ஆந்த்ரோபோலஜி) என்பதை அமெரிக்காவில் பயொலொஜிகல் ஆந்த்ரோபோலஜி என்றும் இங்கிலாந்தில் பிசிகல் ஆந்த்ரோபோலஜி என்று சொல்வார்கள். இவர் டெல்லி பல்கலைக்கழகத்தில் பிஎச்டி முடித்தவர். லம்பாடிகளின் மரபணுவியல் ஆய்வு (ஏ ஜெனிடிக் ஸ்டடி ஆஃப் லம்பாடீஸ் ஆஃப் ஆந்த்ர பிரதேஷ்)என்பது அவருடைய முனைவர் பட்ட ஆய்வுத் தலைப்பு. ஒரு நாடோடி சமூகத்தை நான் ஆய்வு செய்வதற்கு எவ்வளவு பொருத்தமான வழிகாட்டியாக இருந்தார்; அப்போது இந்தச் சூழல் அமைந்தது எனக்கு ஒரு பெரும் பேறாகவே நான் கருதுகிறேன். இப்படி எங்கள் ஆய்வு எல்லைகள் பற்றி நிறைய சொல்லிக்கொண்டே போகலாம்.

மிகச் சுருக்கமாக இந்த இரு பெரும் பேராசிரியருடைய பண்பு நலன்களை மட்டும் சொல்லி இதை முடிக்கலாம் என்று நினைக்கிறேன். இரண்டு பேராசிரியர்களுடைய குணாதிசயங் களை மட்டும் ஓரிரண்டு பத்திகளில் சொல்லி முடிக்கிறேன். பேராசிரியர் இராமச்சந்திரய்யா அவர்களிடத்தில் கடைசியாகச் சேர்ந்த ஆய்வாளர் நான். நான் ஆய்வேடு சமர்ப்பித்த கால வெளியில் அவர் ஓய்வு பெற்றார். ஓய்வு பெற்ற பிறகுதான் வாய்மொழித் தேர்வை நடத்தினார். மிகவும் மறதிப் பேராசிரியர். இப்படி ஓர் ஆய்வேடு சமர்ப்பித்ததையே அவர் மறந்துவிட்டார். ரொம்ப நாள் கழித்து ஞாபகப்படுத்திய பிறகு தான் அவர் அதற்கான முயற்சி எடுத்து தேர்வு நடத்தினார்.

அவரைச் சந்திக்கும் போதெல்லாம் முதலில் நான் சென்ற உடனே அமரச் சொல்வார். அவருக்கு முதலில் அமர வேண்டும். ஒரு வினாடி நின்றால்கூட பிடிக்காது. பிறகு அவருடைய வேலைகளை எல்லாம் முடிப்பார். அதற்குள் கன்னடத்தில் பேசி (நன்கு கன்னடம் பேசுவார்) பணியாளரை அழைத்துக் காபி வாங்கி வரச் சொல்லுவார். காபி வருவதற்குள் அவருடைய மேசையில் உள்ள வேலையை முடித்த பிறகு அந்தக் காபியை எனக்கு முதலில் கொடுப்பார். அவர் எவ்வளவு பெரும் பேராசிரியர்; நான் ஓர் ஆய்வாளர்தான். ஆய்வேட்டைக்கூட சமர்ப்பிக்க வில்லை. அந்த ஐந்து ஆண்டுகளும் அவரிடத்தில் நான் போன உடனே முதலில் காபி கொடுப்பார். அந்தக் காபியை கையால்

நகர்த்துவார். பிறகு உடனடியாக சிகரெட் தருவார். தொ. பரமசிவன் மாதிரி கணக்கு இல்லாமல் சிகரெட் ஊதுபவர் எங்கள் பேராசிரியர். ஒவ்வொரு முறையும் அந்த ஐந்து ஆண்டு முழுவதும் நான் இந்தப் பழக்கம் இல்லாதவன் என்று பலமுறை சொல்லி யிருப்பேன். அதை அவர் மறந்துவிட்டு ஒவ்வொரு முறையும் எனக்கு சிகரெட் கொடுப்பார். 'இது வேண்டாம் ஐயா நான் பிடிப்பதில்லை' என்று சொன்ன பிறகு அவர் பிடிப்பார்.

சிகரெட் பிடித்துக்கொண்டுதான் என்னிடம் பேசுவார். அவரைப் போல் ஒரு பேராசிரியரை நாம் பார்க்க முடியாது. அவர் ஒரு கடுமையான சொல்கூட என்னிடம் கூறியது கிடையாது. இப்படி நான் அவரைப் பற்றிச் சொல்லிக்கொண்டே போகலாம். புலமையிலும் சரி, பழக்கவழக்கங்களிலும் சரி, ஆய்வாளர்களை நடத்துவதிலும் சரி இந்த இரண்டு பேராசிரியர்களும் காட்டிய அந்தக் கனிவான குணம்தான் என்னுடைய இரத்தத்தில் ஊறி விட்டது.

நான்கூட என்னிடம் ஆய்வு செய்த எந்தவோர் ஆய்வாளரையும் என் அறைக்குள் உள்ளே வந்தவுடனே முதலில் அமருங்கள் என்று சொல்வேன். ஏனெனில் என்னை எப்படி நடத்தினார்கள். அதை நாம் பிரதிபலிக்க வேண்டும் என்று சொல்லி அவர்களிடத்தில் சொல்வேன், 'நீங்கள் வருங்காலத்தில் நெறியாளராக மாறினால் மிகுந்த ஜனநாயகத் தன்மையுடன் வருவோரை உட்கார வைக்க வேண்டும், காபி வாங்கித் தர வேண்டும், உங்கள் செலவில்தான் ஆய்வாளரைக் கவனிக்க வேண்டும், ஒரு பைசாகூட அவர்களுக்கு செலவு இல்லாமல் பட்டம் வாங்கித் தர வேண்டும்' என்று பலமுறை சொல்லியிருக்கிறேன். என்னிடத்தில் முனைவர் பட்டம் ஆய்வு செய்த 16 ஆய்வாளர்களிடமும் இதை நான் சொல்லி இருக்கிறேன்.

இவர்களில் இருவர் இலங்கையிலிருந்து வந்து ஆய்வு செய்தார்கள். ஒருவர் கலாநிதி சண்முகராசா சிறீகாந்தன். மானிடவியலராகிய இவர் இப்போது யாழ்ப்பாணப் பல்கலைக் கழகத்தின் சமூகவியல் துறைத் தலைவராக உள்ளார். மற்றொருவர் கலாநிதி த.விவானந்தராசா. மட்டக்களப்பில் உள்ள கிழக்குப் பல்கலைக்கழகத்தில் சுவாமி விபுலானந்தர் அழகியல் கற்கைப்

புலத்தில் சிரேஷ்ட விரிவுரையாளர். இவர் அரங்க மானிடவியல் (தியேட்டர் ஆந்த்ரோபோலஜி) புலத்தில் என்னிடம் ஆய்வு செய்தார். மேலும் ஆறு தலித் ஆய்வாளர்களுக்கு நான் முனைவர் பட்ட நெறியாளராக வழிகாட்டியிருக்கிறேன். அவர்கள் அனைவரும் என்னிடத்தில் மிகுந்த அன்பு கொண்டவர்கள். மற்ற ஆய்வாளர்களைவிட அவர்கள் காட்டுகின்ற அன்பு என்பது நான் அடிக்கடி நினைத்துப் பார்க்கக்கூடிய அளவுக்கு இருக்கும். நெறியாளர், ஆய்வாளர் என்ற உறவு மிகச் சிறப்பாக இருந்தது.

இந்த வகையில் நான் பல்வேறு விடயங்களைப் பேசுவதற்கும் என்னுடைய நெறியாளர்கள் எப்படிப்பட்டவர்களாக இருந்தார்கள், அது எந்த வகையான தாக்கத்தை என்னிடத்தில் ஏற்படுத்தியது, அதை நான் உள்வாங்கிய வகையில் எவ்வாறு செயல்பட்டேன் என்ற சிறு குறிப்புகளை மட்டும் இங்குச் சொல்லியிருக்கிறேன். ஏனெனில் ஒவ்வொருவரைப் பற்றியும் அவர்கள் செய்த ஆய்வைப் பற்றியும் நாம் விரிவாகப் பேசலாம். திராவிட உறவுமுறை பற்றிய ஆய்வு குறித்து நான் ஒன்றரை மணி நேரம் பேசிய உரை யூடியூப்பில் இருக்கிறது. அப்படி என்னுடைய பேராசிரியர் செய்த ஆய்வுகளைப் பற்றி அவருடைய புலமைப்பற்றி எல்லாம் நான் விரிவாகப் பேச வேண்டும். இங்கு அதற்கு இடமில்லை.

எனது மானிடவியல் பயணத்தில் இலங்கை மானிடவியலின் வளர்ச்சியும் ஏற்பட்டது. இது எனக்குக் கிடைத்த பேறு எனலாம். யாழ்ப்பாணப் பல்கலைக்கழகத்தில் சமூகவியல் துறையைத் தோற்றுவித்தவர் கலாநிதி என். சண்முகலிங்கன் (சண்) அவர்கள். அந்தத் துறையில் மானிடவியல் கற்கை நெறியையும் இணைத்துக் கொண்டார். அவரும் நானும் இணைந்து எழுதிய இலங்கை இந்திய மானிடவியல் (2004) எமது உறவின் முதல் விளைச்சல்.

சண் அவர்களுடைய முனைவர் பட்ட ஆய்வையும் துர்க்கையின் புதுமுகம் (2013) எனும் தலைப்பில் நான் மொழிபெயர்த்தேன். இலங்கைக்குப் பலமுறை சென்றுவந்ததன் பயனாகவும் அங்கு நான் மேற்கொண்ட தேடுதலின் விளைவாகவும் இலங்கையில் சிங்களவர் (2016) எனும் நூலை எழுதினேன்.

தெற்காசியப் புலத்தில் மானிடவியலில் ஆய்வு மேற்கொள்ளும் பொருட்டுத் 'தமிழர் இனவரைவியல் கழகம்' எனும் அமைப்பை

உருவாக்கினோம். அதன் வாழ்நாள் பெருந்தலைவராகப் பேராசிரியர் சண் அவர்கள் வழிகாட்டி வருகிறார். காந்தி கிராம கிராமியப் பல்கலைக்கழகத்தின் இந்நாள் தமிழ்த்துறைத் தலைவரும் புலத்தலைவராகவும் விளங்கக்கூடிய பேராசிரியர் ஒ. முத்தையா அவர்கள் இந்த அமைப்பின் துணைத் தலைவராகக் கடமையாற்றுகிறார். இனவரைவியல் ஆய்வில் ஆர்வங் கொண்டுள்ள பலரும் இந்த அமைப்பின் பொறுப்பாளர்களாக உள்ளனர். இந்த அமைப்பின் வழி கலைஞரான துணைவேந்தர் (சண் அவர்களின் பங்களிப்பு பற்றித் தருண் அரூரன் எழுதிய நூல்) என்னும் நூலையும், மலைவாசம் என்னும் நூலையும் வெளியிட்டுள்ளோம். மேலும் பல ஆய்வுப் பணிகளைச் செய்துள்ளோம்.

எனது மானிடவியல் பயணத்தில் நான் பெற்ற நற்பேறுகளில் எம். டி. முத்துக்குமாரசாமி அவர்களுடன் ஏற்பட்ட புலமைசார் நட்பு பெறுமதியானது. அவர் தேசிய நாட்டுப்புறவியல் மையத்தின் இயக்குநராக இருந்தபோது நரிக்குறவர்களுக்கான மின்னணு ஆவணக் காப்பகத் திட்டத்தை நடத்தும் பொறுப்பை என்னிடம் தந்தார். ஐந்தாண்டுகள் அந்த மக்களிடம் ஆய்வு செய்யும் நல்வாய்ப்பு கிடைத்தது. வாக்ரி புழங்குபொருள் பண்பாடு (வாக்ரி மடீரியல் கல்சர், 2009) எனும் விலைகூடிய நூலை ஆங்கிலத்தில் எழுதும் வாய்ப்பும் கிடைத்தது; அதை அவர் வெளியிட்டார். இது அந்த மக்கள் பழங்குடியென மத்திய அரசு அறிவிப்பதற்கு உதவியாக அமைந்தது என்பது அவருக்கும் எனக்கும் கிடைத்த வெகுமதி எனலாம்.

எனது சுயசரிதையின் ஒரு பகுதியை மட்டும் இங்கு நான் எழுதியிருக்கிறேன். 'நானும் எனது நெறியாளர்களும்' எனும் பொருளை மையப்படுத்தி இங்கு எழுதியிருக்கிறேன். வாய்ப்பு ஏற்படும்போது மேலும் எழுதுவேன்.

சுட்டி

அகம், புறம் 52
அகரப் பற்று 106
அடிமை முறை 104
அணங்கு 59
அப்பாதுரை 110
அமைப்பியம் 28
அய்யப்ப பணிக்கர் 19
அயல் பார்வை 69
அயோத்திதாசர் 30
அலமேலு, பா. 148
அளவைகள் 11-12, 18
அறம் 76
அறியொணாக் கொள்கை 15
அறிவராய்ச்சியியல் 14
அறிவாராய்ச்சிக் காலம் 4
அறிவின் படிமலர்ச்சி 13
அறிவுக் காலனியம் 1
அறிவுமணி, சோ. 80
அறிவொளி யுகம் 4
அறுவகை நெறிகள் 7
அனுமன அளவை 5
அனுமானம் 10
அஷ்டாத்தியாயி 28
ஆசிய உற்பத்தி முறை 99
ஆசிய வல்லாட்சி 101
ஆதி உலகாய்தம் 25

ஆதி பகவன் 78
ஆப்தவாக்கியம் 12
ஆப்பி வழிபாடு 77
ஆயத்தக் கோட்பாடுகள் 33
ஆறு அளவைகள் 10
ஆன்ம மறுப்புவாதி 16
இச்சா சக்தி 15
இடங்கை 142
இண்டிப் பெயர் 151
இந்திய மெய்யியல் 18
இந்திராகாந்தி 163
இயல் பார்வை 69
இரயத்வாரி முறை 111
இராமச்சந்திரய்யா, டி. 152-170
இருவழி முறைமணம் 113
இலக்கிய வரலாறெழுதியல் 73
இலட்சியவாதம் 23
இறைவன் 74
இனம் 84
உட்வேர்டு 124, 135
உடன்போக்கு 52
உபநயன மங்கலம் 107
உல்ஃப், ரிச்சர்டு 140
உலகாய்தம் 25
உவமான அளவை 13
உறவுத் திருமணம் 112

எங்கெல்ஸ் 25
எடுத்துரைப்பியல் 42
எதிர் நிகழ்வியல்வாதம் 133
எலியட், டி.எஸ். 43
ஏகபோகப் பிரமதேயம் 107
ஏகாதீரமங்கலம் 107
ஐந்திரம் 18
ஒப்புமைவாதம் 77
ஓதலாந்தையார் 55
ஃபிஷர், எலிசபெத் 46
கட்டுடைப்புவாதம் 4
கடன் 103
கராஷிமா 107, 109
கருத்துமுதல்வாதம் 23-4
காட்சி அளவை 5, 10
காமன் 76
கார்வே, ஐராவதி 158
கிரா 40
கிராம இந்தியா 164
கிரேக்க அறிஞர்கள் 14
கிளாசி, ஹென்றி 122
கீழைத்தேய வல்லாட்சி 99
கீழைத்தேயவியம் 69
குடி 87
குடிஉழிய முறை 130
குடியாண்மை 89
குடும்பம் 50
குலம் 86
கூட்டுண்ணுதல் 103
கூற்றுக் கோட்பாடு 42
கூற்றுவன் 76
கொற்றவை 58
கோட்பாடுகளைஆயத்தப்
   படுத்தல் 34

கோதண்டராமன், இரா. 159
சங்ககால மெய்யியல் 6
சங்கக் கவித்துவம் 43
சங்கரர் 7
சட்டோபாத்யாயா 24
சண்முகலிங்கன், என். 124, 172
சம்சயவாதம் 16
சமணம் 7
சமீன்தாரி முறை 111
சமூக சமத்துவம் 83
சமூகவயமாக்கம் 93
சலம், கே. எஸ். 17
சவரா பழங்குடி 152
சாங்கியம் 5
சாசனமங்கலம் 107
சாந்தி பப்பு 144
சான்றாண்மை 89
சிவசுப்பிரமணியன், ஆ. 128, 141
சிவஞான சித்தியார் 10
சிவத்தம்பி, கா. 72
சிறீகாந்தன் 171
சிறுகுடியாட்சி 80
சீத்தலைச் சாத்தனார் 10, 11
சீத்தாராம், பாபு 147
சுப்பராயலு, ஏ. 106
சுப்பிரமணியம், வ. அய். 154-55
சுப்ரமணியம், கி.பூ. 161
சுற்றுமுகச் சமூகம் 79
சூரியநாராயணா, எம். 151-170
சூனியவாதம் 9
செங்கல்வராயன், வி. 149
செல்வராசு, சிலம்பு நா. 57
செவ்வியம் 20
செவ்வியோர் 21

சைவ சித்தாந்தம் 12
ஞான மீமாம்சம் 17
ஞானி 15
ட்ரவுட்மன், தாமஸ். ஆர் 115
டக்லாஸ், மேரி 135
தத்துவ அறிஞர்கள் 3
தமிழ்ச் செவ்வியம் 19-22
தமிழண்ணல் 90
தமிழர் இனவரைவியல் கழகம் 173
தர்க்கம் 18
தர்ஸ்டன், எட்கர் 163
தலைவனாட்சி 79
தனலட்சுமி, சு. 148
தாந்திரிகம் 18
தாம்சன், ஜார்ஜ் 24
தாய்மை 47
திணைக் கோட்பாடு 60
திராவிட உறவுமுறை 115
திராவிட உற்பத்தி முறை 112
திராவிட சிந்துக்கள் 17
திரிபுக் காட்சி 10
திருக்குறள் 72-96
திருமந்திரம் 12
திருவள்ளுவர் 6
தீப்குமார் 168
துய்மேன், லூயி 115
துவைதம் 8
தேவசேனாபதி 13
தேவதத்தன் 115
தேவராஜூலு, சீ. 149
தொல்காப்பியம் 41
தொல்திராவிட வாதங்கள் 16
தொறுப்பூசல் 84, 109

நவீன காலனியம் 1
நாகரிகங்களின் மோதல் 2
நாயுடு, டி.எஸ். 167
நிலக்கிழாரியம் 106
நிலமானிய முறை 106
நூல் வகைகள் 73
நெடுஞ்செழியன், க. 5, 18
நெறிமுறைகள் 88
நைல்ஸ் 46
பக்தவத்சல பாரதி 79, 81, 84, 115, 120, 130, 147, 160
பக்தி இயக்கம் 6
பக்தின், மிகைல் 42
பஞ்சாங்கம், க. 21, 32-71
பட்டறிவியல் 22
பட்டுப் பாய் 134
பண்டமாற்றம் 129
பண்டைய செவ்வியம் 1
பண்பாட்டுப் பொருள்முதல் வாதம் 121
பண்பாட்டுவயமாதல் 65
பத்தமடை பாய் 134
பத்து மதங்கள் 11
பரமாத்மா 8
பரிசம் 113
பருடை 107
பழங்குடி முறை 102
பன்மைவாதம் 12
பனம்பாரனார் 18
பாதாரயனா 7
பாதீடு 102, 129
பாமியன் புத்தர் 137
பார்த்தசாரதி, ஜக்கா 167
பாலகிருஷ்ணன், ஆர். 20-21

பாலசுப்பிரமணியன், க. 3, 19
பிரத்தியக்சம் 12
பிரம்மதேயம் 106
பிராப், விளாடிமிர் 44
பின்மார்க்சியவாதிகள் 27
புச்லி 125
புரோவர் 138
புறநானூறு 49
பூங்குன்றன், ர. 109
பெருமாள், அ. கா. 104-5
பெனிடிக்ட், ரூத் 161
பேர் கடமை 108
பொருட்களின் இனவரைவியல் 121
பொருள்கோடல் 28
பொருள்முதல்வாதம் 24
போதில்லார் 131, 135
பௌத்தம் 9
ம்கல்வாரி முறை 111
மணிமேகலை 10-11
மத்வாச்சாரியார் 8
மதினி மணம் 115
மரபாண்மை 88
மறுபங்கீடு 84
மறுவாசிப்பு ஆய்வு 40
மனிதமயமாக்கம் 63
மார்க்சியம் 25
மார்க்ஸ், கார்ல் 25, 99
மானவசாஸ்திரம் 160
மாஸ், மார்சல் 135
மில்லர், டேனியல் 132
மீ-அளவையியல் 77
மீவியல் தர்க்கம் 78
மீளும் பால் 116

மீனாட்சி, சி. 107
முக்கோபாத்தியாய், பகுத்தா 20
முகடி 76
முத்துக்குமாரசாமி, எம்.டி. 173
முப்பால் மணி, கி. 5-7, 10, 29
முள்ளுக்குறும்பர் 123
முறைமணம் 112
மெக்காலே 27
மெய்கண்ட சாத்திரங்கள் 13
மேரியட், மக்கிம் 158
மேலை அறிஞர்கள் 68
மைத்துனி மணம் 114
யுகாந்தா 158
ரவிக்குமார், பா. 37-8
லெவிஸ்ட்ராஸ் 133
வரலாற்றியம் 28
வலங்கை 142
வழங்குதல்-பெறுதல் 45
வழிபாடு 77
வஜ்ராயனம் 17
வானமாமலை, நா. 15
விசாகை 115
விசேட அத்வைதம் 8
விதிமுறை இலக்கணம் 28
விவானந்தராசா 171
விழுமியங்கள் 88-92
விளக்கமுறை இலக்கணம் 28
வீட்டுப் பெயர் 151
வீரத்தாய்மார் 46
வீரயுகச் சமூகம் 45
வெள்ளாள ஊர்கள் 108
வேடர் 123
வேதாசலம், வெ. 107
வேதாந்தம் 7

ஜாமகோடாங்கிகள் 168
ஜீவாத்மா 8
ஸ்மித் 121
ஷர்மா, ஆர்.எஸ். 123
ஹண்டிங்டன், சாமுவேல் 2

ஹாரிஸ், மார்வின் 121
ஹிண்டஸ் 106
ஹியூம், டேவிட் 15
ஹெகல் 16
ஹெர்மன், பெர்னார்டு 136